अभिप्राय

कोणताही अभिनिवेश न बाळगता आद्य रंगाचार्यांनी अतिशय जटिल आणि गुंतागुंतीच्या स्त्री-पुरुष संबंधाचा उलगडा सोप्या भाषेत करण्याचा प्रयत्न केला आहे. उषा देसाई आणि अविनाश देसाई या दोघांनी मराठी भाषांतर करताना रंगाचार्यांच्या अक्षरगाभ्याला कोठेही धक्का लावला नाही.

दैनिक मातृभूमी : १४-२-२०१०

या कादंबरीत पात्रांच्या अंतरंगाचे विश्लेषण असल्याने, कादंबरीची शैली निराळी आहे. ही शैली सहज सुंदर आणि परिणामकारक वाटली असल्यास आश्चर्य नसावे.

दैनिक गावकरी : १८-४-२०१०

अश्लीलतेची पायरी न चढता स्त्री-पुरुष समस्यांची चर्चा करण्यात यश प्राप्त करणारी कादंबरी.

दैनिक पुण्यनगरी : १४-२-२०१०

रामण्णा-सरला, रामण्णा-कुमुद या नातेसंबंधांचा विचार करताना श्रीरंग यांनी कालिदास, भवभूती यांच्या काव्याचे दाखले देत त्यांच्या नात्यांचा, वागण्याचा अन्वयार्थ लावायचा प्रयत्न केलेला आहे. रामण्णा-कुमुद ही पात्रं मात्र अलौकिक होत नाहीत. तरीही कधी कधी त्यांचे अनुभव तत्त्वज्ञानाच्या पातळीवर व्यक्त होतात.

दैनिक सामना : ६-६-२०१०

स्त्री-पुरुषांमधील तरल कथांचा मागोवा 'अनादि-अनंत' या कादंबरीत घेतला आहे. या संबंधांचे विश्लेषण तटस्थपणे कादंबरीत येत राहते. कर्नाटकमधील प्रसिद्ध साहित्यिक आद्य रंगाचार्य यांनी स्त्री-पुरुष संबंधाची अनादि-अनंत काळापासून असलेली उकल समर्थपणे केली आहे.

दैनिक प्रजावणी : २१-३-२०१०

अनादि-अनंत

आद्य रंगाचार्य (श्रीरंग)

अनुवाद
उषा देसाई / अविनाश देसाई

मेहता पब्लिशिंग हाऊस

✆ +91 020-24476924 / 24460313 / Mob. No. 9545000513
Email : production@mehtapublishinghouse.com
Website : www.mehtapublishinghouse.com

ANADI-ANANT by ADYA RANGACHARYA (SHRIRANG)

अनादि-अनंत / अनुवादित कादंबरी

अनुवाद : डॉ. उषा देसाई / डॉ. अविनाश देसाई

Email : author@mehtapublishinghouse.com

मराठी अनुवादाचे व प्रकाशनाचे हक्क : मेहता पब्लिशिंग हाऊस प्रा.लि., पुणे.

संस्थापक : सुनील अनिल मेहता

प्रकाशक : मेहता पब्लिशिंग हाऊस प्रा. लि.,
१९४१, सदाशिव पेठ, माडीवाले कॉलनी, पुणे – ४११०३०.

मुद्रक : ट्रिनिटी ॲकॅडमी फॉर कॉर्पोरेट ट्रेनिंग लिमिटेड

मुखपृष्ठ : चंद्रमोहन कुलकर्णी

प्रकाशनकाल : ऑक्टोबर, २००९ / पुनर्मुद्रण : जुलै, २०२५

किंमत : ₹ ३२०

P Book ISBN 9788184980851
E Book ISBN 9789353170004
E Books available on : amazonkindle Apple Books Google Play Books

---

चार शब्द

कर्नाटकातील प्रसिद्ध साहित्यिक आद्य रंगाचार्य (श्रीरंग) ह्यांच्या अनादि-अनंत ह्या गाजलेल्या कन्नड कादंबरीचा हा अनुवाद मराठी भाषेवर प्रेम करणाऱ्या रसिक वाचकास खचितच आवडेल. पन्नास वर्षांपूर्वी लिहिलेल्या ह्या कादंबरीतले त्यांचे अत्याधुनिक विचार, अत्यंक कमी सूचक शब्दांत प्रचंड आशय निर्माण करण्याची त्यांची खास शैली, विस्मय पाडणारं वाक्यरचनेचं शब्दनाट्य मराठी साहित्यात स्वागतार्ह ठरेल असा विश्वास.

या अनुवादाच्या श्रेयात डॉ. लता काटदरे, प्रख्यात लेखिका 'सानिया' आणि शशी देशपांडे आणि डॉ. धीरेंद्र देशपांडे यांचा उल्लेख आवर्जून करावासा वाटतो.

'मेहता पब्लिशिंग हाऊस'चे श्री. सुनील मेहता यांचे आभार मानावे तितके कमीच. त्यांनी मनावर घेतलं म्हणूनच हे शक्य झालंय.

उषा देसाई
अविनाश देसाई

प्रास्ताविक

ही माझी आठवी कादंबरी.

१९३४ साली 'विश्वामित्राची सृष्टी' ही पहिली कादंबरी लिहिली. त्या आधी स्वतंत्र काल्पनिक सामाजिक कादंबरी मी लिहिली नव्हती. नव्या कादंबरीत अशी शैली आणि तंत्र पहिल्यांदाच आलंय असं वाटलं. आता २५ वर्षांनंतर ही 'अनादि-अनंत', पण शैली आणि तंत्राच्या दृष्टीने एक नवीन प्रथा पडतेय. स्त्री-पुरुष संबंधांची सर्वंकष रीतीने चर्चा करायला बाहेर पडलेली ही कादंबरी. १९५१ मध्ये ह्या कादंबरीचा पहिला भाग अनादी प्रसिद्ध झाल्यावर 'अश्लीलतेची पायरी न चढता स्त्री-पुरुष समस्यांची चर्चा करण्यात यश प्राप्त झालंय.' असा अनेक समीक्षकांचा अभिप्राय मिळाला.

'विश्वामित्राची सृष्टी', 'पुरुषार्थ', 'कुमार संभव', 'प्रकृति-पुरुष', 'अनादि-अनंत' ह्यांपैकी एकही कादंबरी दुसऱ्यासारखी नाही.

ह्या सध्याच्या कादंबरीत पण पात्रांच्या अंतरंगाचे चित्रण केले आहे. त्यामुळे तिची शैली निराळीच आहे. मी नाटककार असल्यामुळे मला ही शैली सुलभ, सहज

आणि परिणामकारक वाटल्यास त्यात आश्चर्य नाही.

आजचं साहित्य सामान्यांना, निरक्षरांना समजलं पाहिजे असा उपदेश सगळेच लेखकाला करतात. असं म्हणणारे, आपण स्वत: असामान्य आहोत ह्या भ्रांतीत जगत आहेत किंवा, ते सामान्य म्हणजे सर्व दृष्टीने खालच्या स्तरांतील जनसमुदाय अशा अहंकाराच्या अंधारात राहत आहेत.

अशा मतप्रदर्शनाचा मला तिटकारा आहे. लिहिता लिहिता अनुभव वाढत गेला, तंत्रकौशल्य फलद्रूप झालं. लेखक म्हणून मी बदलत गेलो असता वाचता वाचता वाचकही मोठे 'परिणतमती' होऊ शकतील नाही का? तसं नाही झालं तर चांगल्या साहित्याने संस्कृतीला, प्रगतीला चालना कशी मिळणार?

ह्या विश्वासानेच माझ्या नाटकांपेक्षा माझ्या कादंबऱ्यांना उत्तरोत्तर निरनिराळ्या शैलीने, नव्या नव्या तंत्राने लिहिलं आहे. ज्याला जसं हवं तसं लिहून लोकप्रिय व्हायचा प्रयत्न करायच्या ह्या दिवसांत माझ्यासारख्या लेखकाला प्रकाशन हेच साहस वाटतं, तेच मी केलं आहे.

आद्य रंगाचार्य (श्रीरंग)

अनुवादकाविषयी

बालरोगतज्ज्ञ, भाभा ॲटोमिक एनर्जी सेंटरच्या प्रमुख वैद्यकीय अधिकारी (पूर्वीच्या) असणाऱ्या डॉ. उषा देसाई ह्या आद्य रंगाचार्यांच्या कन्या.

गेली दहा वर्षं त्यांनी आद्य रंगाचार्य (श्रीरंग) ह्यांच्या मूळ कन्नड नाटक, कादंबरी साहित्याचे इंग्लिश आणि मराठी भाषांतर करण्यात स्वत: वाहून घेतलं आहे. आतापर्यंत पंधरा नाटकं आणि तीन कादंबऱ्यांचा अनुवाद करण्याचं श्रेय त्यांना आहे.

कत्तले-बेळकू, संजीवनी, केलु जनमेजया इत्यादी साहित्य अकादमी आणि नॅशनल स्कूल ऑफ ड्रामातर्फे प्रसिद्ध झाली आहेत.

डॉ. उषा देसाई आणि यजमान डॉ. अविनाश देसाई दोघेही बालरोगतज्ज्ञ म्हणून मुंबईत प्रसिद्ध आहेत.

भाग पहिला : अनादि

-१-

"सिनेमाला जाऊ या का?"

"अं!"

"सिनेमा नको तर असंच कुठेतरी बाहेर जाऊ या."

उत्तर नाही.

"घरात बसून बसून तुलाच कंटाळा आला असणार, म्हणून जरा स्वच्छ हवेत चक्कर मारू या म्हटलं."

हाताच्या तळव्यामागे दडलेली प्रदीर्घ जांभई हेच उत्तर.

"कुठेही नको म्हणतेस? तुझ्यासाठीच सांगतोय. मला तसं म्हटलं तर लिहिण्याचं बरंच काम आहे. जायची इच्छा असेल तर सांग. मी काय रात्रीपण लिहू शकतो. नाहीच म्हणतेस. बरं तर, नुसतं बसून काय करायचं? लिहीत बसतो झालं. काही काम असेल तर येऊन सांग बरं."

उद्वेगाचा सुस्कारा सोडत, हातातील वर्तमानपत्र खुर्चीवर आपटत रामण्णा उठला. बारा तासांच्या अवधीत तिच्याशी बोलायचा रामण्णाचा हा शंभरावा - हजारावा - अंतिम प्रयत्न. ह्या असहकाराचा हा काही पहिलाच दिवस नाही. चार महिने संपले आत्तापर्यंत. तसं पाहिलं तर हा असहकार सहन करण्याची रामण्णाला

काहीच गरज नाही. कोण ही कुमुद? तिचा त्याच्याशी काय संबंध? त्यानं तिच्यासाठी काय म्हणून ही घरात स्मशानशांतता सोसावी? कुमुदचा संबंध असलाच, तर तो त्याच्या पत्नीशी, सरलेशी. बिचारी सरला! स्वभावानं मायाळू, सर्वांना सांभाळून घेणारी. कुमुद तिच्या मावशीची मुलगी असं ती म्हणाली. कोण जाणे कुठल्या गावची मावशी! कारण आत्तापर्यंत अशी कोणी मावशी आहे, असं सरला कधीही म्हणाली नव्हती. अचानक एक दिवस तिच्या भावाकडून परत येताना 'ही मावशीची मुलगी' म्हणून कुमुदला घरात घेऊनच आली. मावशीची काय हालहवाल हे विचारायची संधीपण दिली नाही. मावशीच्या मृत्यूची नांदी करूनच कुमुदपात्राचा प्रवेश. ह्या घटनेला सहा वर्षं लोटलीत. आज तो संबंधही उरला नाही. कारण सरला दिवंगत होऊन चार महिने लोटलेत.

'सहा वर्षांचे लागेबांधे. पण असं वागणं कुठपर्यंत सहन करायचं? छे, अगदी अशक्य!' हा मनातला विचार तोंडावाटे बाहेर पडू न देता हातातील वर्तमानपत्रानं खुर्चीला फटकावत रामण्णा उठला.

-२-

रामण्णाच्या खोलीचा दरवाजा बंद होताना झालेला आवाज ऐकताक्षणीच कुमुदला हुंदका आवरेना. त्याचं मन दुखवलं तर नाही? त्याला दुःख द्यायची तिची इच्छा नव्हती. रामण्णाला दुःख द्यायचं तिच्या मनात असणं ह्या जन्मी शक्य नाही. जरूर पडली तर त्याच्यासाठी मरायला पण तिची तयारी होती. पण काय करावं? हृदय एक हाक देत, तर मन निराळीच. हृदयाला रामण्णाच्या सहचर्याची ओढ, पण मन त्याचे नर्मविनोद पण अव्हरेतंय! असं कसं झालं, ह्याची कुमुदला कल्पनाच नाही. तिचं सततचं अशांत मन हे असं निश्चित झाल्याचं प्रतीक होतं. हा सरलेच्या मृत्यूचा आघात तर नव्हता ना? बारा वर्षांच्या अनाथ मुलीला आधार देऊन, प्रेमानं पालन-पोषण करून सुखात वाढविणाऱ्या आईसमान सरलेच्या मृत्यूनंतरच हे झालं असल्याची तिला इतकी वर्षं टोचणी. मग रामण्णाची पण तशीच गत नाही का? प्रिय पत्नीच्या वियोगाचा आघात रामण्णाला झाला तसाच तो तिलाही झाला असेल का, अशी शंका वारंवार येते तिला. रामण्णासमोर बसून बोलण्यात जरी स्वारस्य नसलं तरी तो दृष्टिआड झाला की जीव वेडा होतो तिचा.

तरीही रामण्णाच्या खोलीच्या दरवाज्याच्या आवाजानं उठलेल्या दुःखाच्या उमाळ्याच्या दुसऱ्याच क्षणी तिच्या संपूर्ण चेहऱ्यावर हास्याची वीज चमकली.

अंतर्मनाचं गूढच हे? अंतर्मनाच्या आकाशी आधी गडगडाट आणि त्यानंतरच वीज चमकते का? असावी बहुदा! बंद दरवाज्याकडे असहाय मुद्रेनं बघत राहिली असतानाच त्या सुखद अनुभवांना खोल जपण्यासाठीच जणू तिनं डोळे मिटून घेतले. भर उन्हात पडणाऱ्या पावसाच्या सरींप्रमाणे तिच्या हसऱ्या मुखावर मिटलेल्या डोळ्यांतून अश्रुधारा पडत होत्या. हे तिचं सुख की दु:ख? हे न समजल्यामुळे किंवा ह्या विचारापलीकडला एक वेगळाच अनुभव घेत असल्यासारखा तिचा चेहरा प्रफुल्लित झाला. डोळे मिटलेल्या कुमुदला असा वेगळा अनुभव आला असं म्हणायचं.

आज डोळे मिटल्यावर कुमुदच्या जुन्या आठवणी उफाळून आल्या. तेव्हापण रामण्णाच्या खोलीचा दरवाजा बंदच होता. तेव्हा ती होती बारा वर्षांची मुलगी. सरलाबरोबर आलेली. गाडीच्या प्रवासाचं अप्रूप तर होतंच. खिडकीजवळ बसून वेगानं मागं जाणारं जग बघताना जणू 'राजा देखो रानी देखो' असा चित्रपटच वाटला. हा चित्रपट बघतच राहावं अशी दाट इच्छा. पण सरला तर एकसारखं काहीतरी सांगतच राहिली. परत परत 'समजलं ना कुमुद' असं विचारायची. म्हणून तिच्या बोलण्याकडे लक्ष द्यावंच लागायचं. काय पण त्या गोष्टी! सबंध रस्ताभर रामण्णाचं पुराण आणि परत परत 'हे असं म्हणतात' हे पालुपद. 'त्यांना लिहायचा नाद आहे. त्यांचा स्वभावच विचित्र. तुला जर चिडवलं, तर रडूबिडू नकोस.' किती कळकळीनं गंभीरपणानं बोलत होती ती! आताही तिचा तो चेहरा आठवला की हसू येतं. 'त्यांनी चेष्टा केल्यास तू पण करशील का? फटकन रागावतील. कारण कुठल्या वेळी त्यांच्या मनात काय असेल त्याचा नेम नाही.' असंही तिनं सूचित केलं होतं. हे सगळं ऐकल्यामुळे रामण्णाला बघायला कुमुद फारच उत्सुक होती. स्टेशनवरून ती सरलाच्या घरी आली. दरवाजा उघडाच होता. आत कोणी नसावंसं वाटलं. तरीही सरला अगदी हळू आवाजात बोलत होती. 'तू हातपाय धू. मी चहा करते. त्यांच्या खोलीचा दरवाजा बंद आहे, म्हणजे ते आत लिहीत बसले असणार. गोंगाट नको करूस. चहा झाल्यानंतर बघू.' असं सरला म्हणाली. कुमुदला अगदी राहवेना. दरवाज्याला अगदी खिळून उभी राहिली. किती वेळ ती तशीच उभी.

अचानक खोलीतून 'सरला' अशी हाक आली आणि लगेच दरवाजा पटकन उघडल्याचा आवाज. समोर रामण्णा! काय करावं हे न समजून कुमुद दगडी पुतळ्यासारखी उंबरठ्यावर उभी होती.

"सॉरी सरला, अगदी थोडं उरलं होतं, ते संपवायलाच हवं होतं." असं म्हणत त्याच्या दोन्ही हातांनी कुमुदच्या मानेला विळखा घालत "सरला, ह्या पुस्तकामुळे आपलं सगळं जीवन बदलणार. तू वाचून बघशील तर तुला पटेल

Shake Hand, तुझा नवरा प्रसिद्ध साहित्यिक आजपासून बघ.'' असं म्हणत त्यानं तिचे खांदे हातांनी घट्ट धरले. त्याच वेळी सरलेनं आतून बाहेर येताना 'संपलं लिहून एकदाचं?' ह्या प्रश्नानं गांगरून जाऊन दूर सरून ''ए, कोण गं ही मुलगी? हं हं! मला वाटलंच, की सरला इतकी बारीक कशी! कोण जाणे, भावाच्या घरी खाणं कमी की काय म्हणून बारीक झालीय असं दिसतं.'' अशी आपल्या फजितीवर आपणच थट्टा करायला सुरुवात केली रामण्णानं.

तरी झालेल्या प्रसंगातून आलेला अनुभव कुमुद कधीही विसरू शकणार नव्हती. तो म्हणजे रामण्णाच्या हाताचा तिच्या खांद्याला झालेला स्पर्श. तिचं सर्वांग शहारलं, पण मन मात्र पोटभर खाल्ल्यानंतरच्या निद्रा सुखासारखं तृप्त झालं होतं.

ह्या सहा वर्षांत जेवढ्या वेळा त्या बंद दरवाज्याकडे कुमुदचं लक्ष जायचं, त्या प्रत्येक वेळी त्या सुखद अनुभवाच्या आठवणीनं डोळे मिटून जात. आताही डोळे मिटल्यावर त्या सुखद अनुभूतींनी काही क्षण तिचा चेहरा सोनेरी कांतीनं तेजाळतो. अश्रू दाटतात. आताही ह्या अश्रूंचं कारण सुख की दुःख हे समजत नाही. अंतर्मन शांत नाही.

मग झटकन तोंड पुसून डोळे विस्फारून बावरल्यासारखी इकडे तिकडे बघत, दरवाजा अजूनही बंद आहे, हे जाणून तिनं समाधानाचा सुस्कारा सोडला आणि ती हातात धरलेलं पुस्तक वाचायचा प्रयत्न करू लागली.

- ३ -

भोजन लवकरच आटपलं, सिनेमा चुकला, लिहायचं म्हणून दरवाजा बंद करून घेतल्यावर बाहेर पडणं अप्रस्तुत. चुकवण्यासाठी सैरावैरा धावताना रानटी कुत्र्यांनी घेरलेल्या चित्रांतील सशासारखंच टेबलखुर्च्यांनी त्याला घेरलंय असं म्हणत रामण्णा खोलीत चडफडत राह्यलाय. शेवटी टेबलावर दोन्ही कोपरं टेकून त्यावर हातांनी मस्तक गच्च पकडून वर आकाश बघत असल्यासारखा तो समोरच्या भिंतीकडे बघत राहिला. भिंतीवर लटकणारा सरलेचा फोटो दिसला. शुद्धीवर आल्यासारखा टक लावून तो फोटोकडे पाहत राहिला.

हे काय? सरलेचे ओठ हसतायत. तो लिहिणं सोडून खंत करत बसलाय हे बघून ती स्मितहास्य करतेय ना? ''मी कसं लिहू? तुला सर्व माहीत असूनही हसतेस ना.'' असं म्हणत एखाद्या हट्टी मुलासारखा रामण्णा धुसफुसला.

रामण्णानं पत्नीचा फोटो पाहून सुस्कारणं ह्याला काहीही कारण नव्हतं असं नाही. त्याच्या लिखाणाचं तंत्र तिला पूर्ण अवगत होतं. एवढंच काय, ती सुद्धा त्या तंत्राचा एक भागच होती.

"सरला, मला लिहावंसं वाटतंय." तो म्हणायचा.

ह्यावर 'कथा की कादंबरी की नाटक' असा तिचा हमखास प्रश्न असायचा.

"हं हं! म्हणजे मी काय कारकुनासारखा हिशेब किंवा रिपोर्ट लिहितो असं वाटलं, की काय तुला?" असं रामण्णा गरजायचा.

"नाही, तसं नाही. काल काय काय सांगत होता, त्याचीच गोष्ट की नाटक लिहिणार असं विचारतेय." हे सरलेचं उत्तर. मग रामण्णाला आठवलं त्याला कशावर लिहायचंय ते. पण ते पत्नीपुढे कसं कबूल करायचं? रागानं म्हणायचा, "वेडी, नाटकच लिहिणार असं नाही का म्हणालो?"

"नाटकात लिहिलेलं सर्व अभिनयात दाखवता येत नाही असं म्हणाला होतात, तेव्हा कादंबरी लिहावी." सरला म्हणायची.

मज्जाच आहे? तो नाटकच लिहीन असं म्हणाला नाही ही त्याची चूक आणि नाटकात सर्व दाखवता येत नाही असं तो म्हणाला म्हणणं ही सरलेची चूक. तरीही इतक्या सर्व चुकांकडे लक्ष न देता, "म्हणूनच काल सुरू नाही केलं लिहायला, कादंबरी लिहायचं काल नक्की केलं. तीच आजपासून लिहीन." असं तो म्हणायचा.

"अय्या! कादंबरीच लिहिणार." असं म्हणताना सरलेचा चेहरा आणि डोळे विस्फारत असत. तिला झालेला आनंद आणि अभिमान बघून त्यासाठी म्हणून तो कादंबरीच लिहायचा निश्चय करायचा.

"सरला, तूच माझी स्फूर्ती!" असं आता फोटोतल्या सरलेसमोर कबूल करतो रामण्णा. ह्या, त्या, सर्व प्रकारांनी सरलाची मदत तर व्हायचीच. न लिहिलेल्या लिखाणाचा भाग लिहून झालाय असं तिच्यासमोर म्हटल्यास ती उल्हसित होत नसे, सवयीनुसार तिच्या पसंतीप्रमाणे कहाणीच्या दिशेत बदल होत असे. संपवल्यावर तो कथा वाचून ऐकवायला सुरुवात करणार तोच "पुरे पुरे, पुढचं नका सांगू. अंत असाच केलाय ना?" असं म्हणत लहान मुलासारख्या टाळ्या वाजवायची.

"छान, माझ्या सहवासात तू पण साहित्यिक झालीस की." असं म्हणत तिच्या पाठीवर शाबासकी देत आपल्या खोलीत जाऊन तिच्या सूचनेनुसार गोष्टीचा शेवट करायचा. पण तसं कबूल मात्र नसे करत रामण्णा.

चहाच्या वेळी, रात्री जेवणानंतर, त्या कथेस घेऊन "तेव्हा तू म्हणाली होतीस ना? पाहा. तसाच शेवट केला आहे ह्या कथेचा" असं म्हणत मोठ्या दिमाखानं वाचून दाखवत असे रामण्णा.

"सरला, ती फसवणूक नव्हती, निव्वळ पोरकटपणा. आता पोरकटपणाला

जरब दाखवायला पण कोणी नाही. कसं लिहावं मी आता?'' म्हणत त्यानं फोटोकडे परत तक्रार केली.

बसून बसून रामण्णा कंटाळला. तो एकटाच सिनेमाला गेला तर कसं? अरे बापरे, मोठीच चूक होईल ती. काही नाही, त्या मुलीला गळ्यात बांधून घेतलं हीच चूक. म्हणजे काय? घरातून बाहेर हाकलायचं? कुठे जाईल ती? तसं नसलं तरी लोक बोलायचं सोडतील थोडंच? ''अरेरे, पत्नी मेल्यावर अनाथ मुलीला जंगलात सोडलं की रामण्णानं.'' सगळ्यांत वाईट म्हणजे आता मरेपर्यंत कुमुदचा पिच्छा सुटणार नाही. कारण रामण्णाचा कुमुदबरोबर विवाह होणं शक्य नाही हे रामण्णा पूर्णपणे जाणून होता. सरला बिछान्याला धरून राहिल्यापासून लोकांचा प्रवाद होत होताच. कुमुद आणि रामण्णा यांच्याविषयीचा वाढता संशय अखेर रामण्णापर्यंत पोहोचला. तो एक अनुभवच.

''ही सगळी चूक तुझीच.'' जणू फोटोला आव्हान करत रामण्णा म्हणाला. त्याच्या शरीराला कंप सुटला होता. 'तू कुमुदशी लग्न का करत नाहीस?' असं फोटोतल्या हलणाऱ्या ओठांमुळे भासत होतं त्याला.

'छे! हा विचार का येतोय आज? कुमुदशी लग्न? अशक्य.'

''सरला, तुला ठाऊक आहे. तुझ्या माझ्या सहवासात आपण एकजीव होतो. आता तू शरीरानं नसलीस तरी माझ्याशी एकरूप होणं सुटणार काय? मी असेपर्यंत तूच माझ्यामध्ये सामावली आहेस आणि तू अशी सामावली असता दुसऱ्या कोणास कशी जागा मिळणार? शक्य नाही. सरला, कुमुदबरोबर विवाह शक्य नाही. दुसरा विवाहच शक्य नाही.'' ह्या विचारांनी गदगदून रामण्णाचे डोळे पाण्यानं डबडबले. तरीही आलेल्या उद्वेगातून बचाव करून घेतल्यासारखं तो म्हणाला, ''सर्व चूक तुझीच आहे.'' मन:स्थिती शाबूत असता तो असं म्हणाला नसता हे त्याला पटलं होतं. काही झालं तरी दुसऱ्या कोणावर दोषारोप करणं हे दुर्बलतेचं चिन्ह नाही का? तसं पाहिलं तर ह्या घटनेत चूक कोणाची? कोणाचीच नाही? यदृच्छेनं घडणाऱ्या गोष्टी बरोबर झाल्या तर ठीक, नाही तर गजबच.''

''भ्रामयत् सर्व भूतानि यंत्रारूढानी मायया'' असं गीतेत म्हटलं नाही का? देव सर्वत्र आहे आणि सर्व प्राणिमात्रांना तोच नाचवतो आहे असं तिथे म्हटलंय. इथे देवाचा प्रश्न नाही पण एक आंतरिक शक्ती आहे हे निश्चित.

'प्रवाळ शोभा इव पादपानाम् शृंगारचेष्टा विविधाबभुव' हे जे कालिदासानं सांगितलंय त्यात पुष्कळ समजूतदारपणा आहे. झाडांना पालवी फुटणं जितकं स्वाभाविक आहे तितकाच प्राणिमात्रांना शृंगार.

'छे, हा सगळा आत्मसमर्थनाच्या समाधानाचा प्रयत्न, पण त्यात दुर्बलतेचं लक्षणच खरं' असं म्हणून त्यानं विचारांची दिशा बदलली. तरी पण 'एका दृष्टीनं

चूक सरलेचीच.' असं मनात धरून सरलेच्या फोटोसमोर विचार करू लागला.

त्या दिवशी जे घडलं ते महत्त्वाचं नव्हतं, घडायला नको होतं. पण झालं अगदी अचानक. सुमारे दोन-अडीच वर्षांपूर्वीची गोष्ट. सरला बिछान्याला खिळलेली. अरेरे, तीन वर्षं बिछान्याला खिळून क्षीण होत मरू घातलेल्या पत्नीवर चूक लादण्यात काय औचित्य? चूक लादणं नाही पण घटना समजावण्याचं समाधान एवढंच. तेव्हा सरला बिछान्यात आधारानं बसली होती. बाजूला कुमुद. रामण्णा बाहेरून आला. आल्याबरोबर सरलेजवळ धावत जाऊन पलंगाच्या बाजूला बसून "आज ताप आला तुला?" असं त्यानं विचारलं. सरलेनं मंदस्मित करून मान हलवली. तरी रामण्णाची खात्री पटेना. "आत तर ताप नाही ना." असं म्हणत चादरीखाली हात घालून सरलेच्या अंगावर फिरवला. त्याचवेळी कुमुदही तेच करत असावी, एकाएकी उभयतांचा हातावर हात पडला. एक क्षणच, रामण्णा गडबडून गेला. त्यानं स्पर्श केलेल्या हाताला घाम फुटलाय असं वाटलं. मान वर करून कुमुदकडे बघितलं. ती पण खालच्या मानेनं त्याच्याकडेच बघत होती.

"नाही, घाम आलाय." म्हणत असता सावरून सरलेला म्हणाला. "म्हणजे घाम येऊन ताप उतरला की ताप आलाच नाही?" सरलेची मुखचर्या स्मितहास्यानं उजळली. अशक्तपणामुळे आणखीनच आकर्षक वाटत होती ती.

हसत हसत म्हणाली, "मी आधीच सांगितलं नव्हतं तसं?" हे म्हणण्याची पद्धत, ते स्मितहास्य रामण्णाच्या मनात संशय उठवून गेलं, सरलेला माहीत पडलं काय? निमिषार्धात दोघांनाही गोंधळून टाकणारी अगदी आकस्मिक घडलेली घटना. सरलेला तिचा परिणाम कळून चुकला काय? त्यामुळेच तिनं आधीपासून सावध राहून त्याला पण सावध करायला हवं होतं. हे तिनं केलं नाही, म्हणूनच आजच्या परिस्थितीस तिचीच चूक कारणीभूत आहे. "फक्त एकदा बोलली असतीस तरी पुरे होतं." असं फोटोला समजावलं त्यानं.

बाहेर जाण्यासारखं नाही, लिहिणं जमत नाही, समोर फोटो असल्यामुळे सरलेची आठवण बुजू शकत नाही. 'आता करू तरी काय?' असं थोडंसं चिडून म्हणत रामण्णा खुर्चीवरून उठला. घड्याळात बघितलं. आता साडेआठ वाजलेत फक्त. झोपायची वेळ पण नाही झालीय अजून. झोपेचा विचार मनात येताच परत फोटोसमोर फिरून "सगळी चूक तुझीच." असं म्हणून धुसफुसत तो खुर्चीवर बसला.

कुमुदनं जोराचा श्वास घेतला. पुस्तक कुठे? मन कुठे? काय करावं? कुठे जावं? हल्ली कुठेही जावंसं वाटत नाही. ती बाहेर पडलीच तर जमलेल्या बायका पटकन गोष्टी थांबवून हसून तिचं स्वागत करायच्या. आतापर्यंत तिच्याविषयीच त्या बोलत होत्या हे काय तिला समजत नाही? पण निरुपाय होतोय. 'करायला तर पाहिजे पण त्याची वाच्यता नको.' असा घरच्या मालकीचा व्यवहार थोडाच हा. काही असो, बाहेर पडायला मन उत्सुक नाही. रात्रीचे साडेआठ वाजले आहेत. बाहेर जाणं शक्य नाही. जेवणं आटोपलीत. झोपायचं तेवढं बाकी उरलंय, झोपायचं म्हणजे शरीर थरथर कापतं. चेहरा घामेजतो. दोन वर्षं झालीत. कुमुद आणि रामण्णा एकत्र निजतात. किती वाईट! बिचारी सरला बिछाना पकडून राहिली, तिला समजायला वावच नाही. कसंतरी, ज्यादिवशी रामण्णाच्या हातानं तिचा हात पकडला त्या दिवसापासून नकळत हे घडलं गेलं. सुरुवातीस कुमुदला हे का आणि कसं घडलं गेलं ह्याची काहीच कल्पना नव्हती. एवढ्या सुखद दिवास्वप्नात रमून गेली ती. हाताला हाताचा स्पर्श होताच हरवलेली शुद्ध अजून परत आलेली नाही. परत शरीर शहारलं, तेव्हा रामण्णाच्या प्रतीक्षेत निद्रेचं सुख हरवलं होतं आणि आता रामण्णा कुशीत येईपर्यंत पहाट उजाडते तोपर्यंत नको असलेली झोप रोखायचं दुःख. तरी सध्याच्या दुःखात पूर्वीच्या गोड आठवणी कुमुदला सोडवेनात. दिवसा त्या आठवणींनी तिचं सर्वांग पुलकित व्हायचं. हाताला हाताचा स्पर्श हा पहिलाच अनुभव होता. त्या एका अनुभूतीनंतर ती मेली असती तरी जन्माचं सार्थक झालं असतं असं कुमुदला वाटलं. जगणं – मरणं.

त्या क्षणी ती जिवंत आहे की नाही ह्याचं भानच नव्हतं तिला. अंगांग पुलकित झालं होतं. मांड्या थरथरत होत्या, छाती धडधडत होती, सगळाच अनुभव नवा म्हटलं तरी ज्यामुळे तिला विशेष लाजल्यासारखं वाटायचं ती म्हणजे दोन्ही वक्षस्थलांतून, अंग-प्रत्यंगात पसरणारी सुखद वेदना. त्या दिवसापासून ती रामण्णाला वश झाली, शरीरानंच नाही, मनानं पण. ज्यानं नुसत्या अंगुलिस्पर्शानं सर्वांग नवचेतन केलं, त्याला सर्वांग अर्पून टाकणं काहीच कठीण नव्हतं.

कधी कधी कुमुदला अचंब्यात पडल्यासारखं व्हायचं. हे सर्व झालं कसं? सरला अंथरुणाला खिळून राहिली म्हणून, की ती ह्या घरात राहायला आली म्हणून, की केवळ त्या हस्तस्पर्शामुळे? तरीही, ज्या अकल्पितपणे ती सरलेच्या घरी राहायला आली, अकल्पितपणेच सरलेने अंथरूण धरले, हाताला हाताचा स्पर्श पण अकल्पितच व्हावा, ह्या सर्व 'अकल्पित' घटना नियतीनं ठरवल्याप्रमाणेच

घडाव्यात ना? रामण्णानं सांगितलेल्या दुष्यंत-शकुंतलेच्या कथेसारखीच तिचीही कथा आहे, हा तिचा गाढ विश्वास. कुठे राजधानीतला राजा आणि कुठे जंगलातील एक बाला. कण्वमुनी आश्रमात नसतानाच ह्या राजाचं तिथे आगमन का व्हावं? हे सर्व लक्षात घेता दुष्यंत-शकुंतलेचं मीलन दैवी इच्छेनुसार झालं असंच म्हणावं लागेल. दिशाहीन, अनाथ, अशा तिच्याबाबतीत पण दैवाची इच्छा असं का म्हणू नये? ती आणि रामण्णा उभयतांमध्ये सहज प्रेम अंकुरित का होऊ नये? का न व्हावं? पंधरा-सोळा वर्षांच्या कुमुदचा हा विचार अपरिपक्व पण मनात खळबळ उडवणारा वाटतो. हळूहळू त्या दोघांमध्ये असलं प्रेम अंकुरित व्हायच्या आशेचा विश्वास आणि विश्वासानं आशा प्रज्वलित होते. कुमुद हळूहळू रोडावते, तिच्या फिकट मुखचर्येवर एक प्रकारच्या उद्विग्नतेची कळा येते.

"अरेरे! बिचाऱ्या कुमुदला माझ्याबरोबर राहून उबग आला असणार, मुखावरील कळाच नाहीशी झालीये. अधूनमधून तिला घेऊन फिरायला जाऊ नये का?" असं सरला रामण्णाला म्हणाली. तेव्हा कुमुद लाजून जमिनीवर कोसळलीच. जणू, रामण्णानं उत्तर देण्याची घाई केली नाही ते बघून पडल्यापडल्याच खोल जमिनीत गाडली गेल्याचा भास तिला होतो. शेवटी 'बघूया' असं काहीसं रामण्णा म्हणाला. पहिल्या वेळी रामण्णाबरोबर फिरून परत यायचं ही कधीही न विसरता येणारी गोष्ट. केवढी उत्सुकता होती फिरण्यात. घरातून बाहेर पडल्यापासून परत घरात पाय टाकेपर्यंत तिचे ओठ मिटलेलेच.

"सरला, ही तुझी मुलगी मुकी की बहिरी? तुला ठाऊक नसावं ना?" असं रामण्णा म्हणताच कुमुद तिथून पळ काढून आपल्या खोलीत जाऊन बसली. बसली ती खदखदत, हुंदके देत रडतच. एक मोठी कथाच झाली ती.

"तिचा कंटाळा जावा म्हणून फिरायला न्या म्हणाले तर रडवलंच त्या मुलीला. चांगलीच रीत म्हणायची तुमची." असं सरलेनं म्हणताच दुखावलेला रामण्णा तिच्या खोलीत गेला. "ए, रडतेस की काय?" असं तिचा चेहरा बघत तिच्या पाठीवर हात फिरवत धीर देत म्हणाला. एवढा मोठा दु:खाचा भार झेलूनही शेवटी पाठ पुलकित झाली तिची. अश्रूंच्या धारा चालूच होत्या. "खाली चल, आधी डोळे पूस बघू." रामण्णाने असं म्हणत तिचे अश्रू पुसण्यासाठी तिच्या पदराला हात लावताच लज्जेने चूर होऊन ती बाजूला सरकत असताना तिला त्याच्या हाताचा स्पर्श होतो, तो पण छातीला. आत मात्र तिच्या पायातलं त्राणच निघून जातं. शेवटी "काय झालं, चक्कर आली की येणार आहे." ते कळलंच नाही तिला. शुद्धीवर आली तेव्हा रामण्णांनी तिला पलंगावर बसवलं होतं आणि तो पण हातात पाण्याचं पात्र घेऊन तिच्याजवळच पलंगावर बसला होता.

छी: यात सरलाची काय चूक? कुमुदची प्रकृती बरी नाही ह्या एकाच

कारणामुळे तिनं कुमुदला रामण्णाबरोबर फिरून यायला, सिनेमा बघायला, पुस्तकं वाचायला प्रोत्साहन दिलं होतं.

"मी स्वत: बिछान्यात खितपत पडलेय म्हणून तूही घरात अडकून का बरं सुकतेस? एक तासभर असंच भटकून ये. मी काही आताच मरतेय थोडीच." असं सरला वेळोवेळी म्हणायची. म्हणून कुमुदला रामण्णाचा सहवास मिळायचा, पण त्याचा लाभ मात्र नाही.

कुमुदला एका विचित्र व्यथेनं सतावलं होतं. सुरुवातीस रामण्णाचा सहवास न मिळाला तर बेचैन होणारी कुमुद पुढेपुढे त्याच्या सहवासात जास्त बेचैन व्हायची. कधी कधी पटकन उठून जाऊन त्याचे दोन्ही गाल कुस्करावे, त्याचे अस्ताव्यस्त काळे पांढरे केस सारखे करावेत, इतका वेळ लिहीत असणारे त्याचे हात पकडून त्या हातांनी आपले गाल जोराने थोपटावेत असं तिला वाटायचं आणि तसं वाटल्यास प्रयत्नांची शिकस्त करून स्वत:ला सावरायची आणि त्या प्रयत्नांत थकून जायची.

एक दिवस ती आणि रामण्णा सरलेजवळ बसले होते. बऱ्याच वेळानंतर सरलेला झोप लागली. तेव्हा रामण्णा अगदी हलक्या आवाजात तिला म्हणाला, "आवाज न करता आपल्या खोलीत जाऊ या." सरलेची झोपमोड होऊ नये ह्या उद्देशानंच त्यानं हलक्या आवाजात सांगितलं असणार, पण ती कुजबूज ऐकून ती शहारली, उठली आणि रामण्णाच्या पाठोपाठ चालत गेली. बघितलं तर ती सर्वस्व विसरून रामण्णाच्या खोलीत आली होती. रामण्णाला फार आश्चर्य वाटलं.

"वाचायला कुठलं तरी पुस्तक हवंय का?" त्यानं विचारलं.

"होय." ती म्हणाली.

"कुठलं हवं ते शोधून घे." म्हणाला.

पुस्तकाच्या कपाटाची दारं उघडून कुमुद शोधायला लागली. बघायचं आणि ठेवायचं, उचलायचं परत खाली ठेवायचं. कुमुदची निर्णयशक्तीच गहाळ झाली की काय!

"काय? काहीच मिळालं नाही?" रामण्णा.

"कुठलं? काय?" ती वेड्यासारखी बोलली.

रामण्णा हसला. "मीच शोधतो हवं तर," असं म्हणत रामण्णा कपाटाजवळ आला.

कपाटाच्या दोन्ही दारांमध्ये ती उभी होती. तिनं रामण्णाला जागा करून द्यायला बाजूला सरकावं की नाही? पण त्यापूर्वीच तो जवळ आल्यानं तिच्या पायातली शक्तीच गळून गेल्यानं बाजूला सरणं तिला शक्यच नव्हतं. मागे बघू शकत नव्हती. रामण्णाचे उष्ण श्वास तिच्या बाहूंना चाटत होते. तिच्या मागेच तर उभा होता रामण्णा अगदी चिकटून. डोळे तर पूर्ण उघडलेले होते तरी बघू शकत

नव्हती जशी. मागचे उष्ण श्वास तिच्या बाहूंना, नाही तिच्या हृदयालाच जाणवत होते, सहन होत नव्हतं. श्वास कोंडून गेला होता. एकाएकी पाण्यात बुडणाऱ्या माणसानं एकदम वरती येऊन दीर्घ श्वास घ्यावा त्याप्रमाणे दीर्घ श्वास घेऊन तिनं तोंड पुस्तकाकडे वळवलं.

"हे चालेल का?" रामण्णाने विचारलं.

तिच्या उघड्या तोंडातून शब्दच उमटेनात. एक टक रामण्णाला बघतच राहिली. रामण्णा चकित झाला की घाबरला? त्याची मुखचर्या पार बदलली. ते आश्चर्यही नाही आणि भीतीही नाही हे समजायला कुमुदला वेळ नाही लागला. कारण त्याचवेळी रामण्णाचे दोन्ही हात तिला घट्ट बिलगले होते. त्याचे ओठ तिच्या ओठांवर होते. इतका वेळ श्वास कोंडून गेल्यासारखं वाटत असता तिच्या शरीरात नवचैतन्य आलं होतं.

-५-

लिहिणं नाही, झोप नाही, त्यांची आठवण पण होत नाही. सरावानं ती एक जुनीच बाब होऊन गेलीये. खरं पाहिलं, तर फक्त तीन वर्षांपूर्वीचा अनुभव. तेव्हा लिखाण स्वयंस्फूर्तीपुरतं सीमित नव्हतं, अभ्यासाची पण जोड असायची. बऱ्याच वेळा नुसतं वर्तमानपत्राच्या रकान्याचं लिखाणही (कारण ह्याला अंत:स्फूर्तीची काहीच जरूर नाही.) करायला उत्साह नसे. कारण सांगायलाच हवं? लिहून लिहून शरीर आणि मेंदू गळून गेल्यावर थकून ग्लानी आल्यास सरलेल्या पांघरूणात निद्रासुखाची आशा असायची. खाऊच्या लोभानं काम करवून घेण्यासारखंच ह्या निद्रासुखाच्या लोभानं तो हवं तेवढं लिहीत होता. रामण्णा लिखाण संपवून खुर्चीवरून उठून रात्र आणि थकणं ह्यांचा अतिरेक झाल्याने थोडा धडपडत पण सतत लेखनाच्या विचारात असल्याने बेसावधपणे गोंधळत एका हातानं बिछाना चाचपडत बिछान्यावर पडणार (गरीब बिचाऱ्या सरलेची झोपमोड व्हायला नको नाही का?) तोच...

"संपलं वाटतं लिहिणं" अर्धवट झोपेत मधुर आवाजात सरला विचारते, तेव्हा संपूर्ण थकवा गायब झाल्यासारखा वाटतो त्याला. त्याला आलेल्या झोपेचं खोबरं झालं तरी केवढं सुख होतं त्यात.

"संपलं ना एकदाचं लिहिणं?" त्याला जागा द्यायला जरा बाजूला सरत सरलेनं परत विचारलं.

"हूं" तो अगदी हळूच म्हणाला.

"फार झोप आलीय ना." सरला.

"हूं." रामण्णा, परत एकदा.

"माझं म्हणणं ऐकलंत ना? की स्वारी अजून पृथ्वीवर उतरलीच नाही." सरला.

"ऐकलं की. संपलं सांगण्यासाठी हूं पण म्हणालो." तो पाय पसरत बोलला.

"कथेत रंग भरला ना?"

"कथा नाही गं, वर्तमानपत्राचा एक रकाना लिहिला." रामण्णा.

"अय्या! तेवढ्यासाठी अख्खी रात्र नशेत चूर तुम्ही?" सरला.

"म्हणजे? ते खरं लिहिणं, लगेच पैसे मिळतात." रामण्णा.

"छी: हवेत कोणाला ते पैसे?" सरला.

"कोणाला म्हणजे? मलाच." रामण्णा.

"अबब! हे व्यवहारज्ञान कधीपासून आलं डोक्यात?" सरला.

"अगं! मला म्हणजे माझ्या पत्नीला, मुला-बाळांना समजलं ना?" रामण्णा.

"त्यांना पाहिजे असं तुम्हाला कोणी सांगितलं?"

"कोणी कशाला सांगायला पाहिजे? बायको-मुलांना सुखी करायचं तर लिहिण्याचं काम करायला नको? खरं की नाही सांग."

"इश्श! असलं लिहिणं काय आपल्या हातात थोडंच आहे. देवच लिहून पाठवतो असल्या गोष्टी जन्मत:च प्रत्येकाच्या कपाळावर." सरला.

"म्हणजे? तू सुखात आहेस असं म्हणतेस?"

"का म्हणून नसणार? लिहिण्यात तुम्हाला सुख, तुमच्या सुखातच माझं."

"छान! म्हणजे कृष्ण जेव्हा अर्जुनाला गीतोपदेश करत होता, तेव्हा तू त्या रथाखाली लपली होतीस वाटतं? आं? हऽऽ हा ऽऽ" रामण्णा.

यावर सरलेनं जांभई दिली.

"पुरे! झोप आलीय, झोपा जरा." ती असं म्हणत असताना रामण्णाचं घोरणं सुरू पण झालं होतं.

"अय्या! मी रात्रभर अशी बोलत बसते आणि स्वारी झोपली पण नेहमी सारखीच. झोपलेल्यांची झोप उडवायची आणि स्वत: मात्र गाढ झोपायचं."

सरला पहाटे जेव्हा हा आहेर करते, तेव्हा रामण्णाला बरं वाटतं. तिची थट्टा करत म्हणायचा, "सवय व्हायला पाहिजे ना तुला?"

"कसली सवयय हो?"

"उद्या मुलंबाळं होतील, तेव्हा आधीपासूनच झोपमोडीची..."

ह्या गुजगोष्टी थांबतच नसत. सरला चटकन उठून कृतकृकोपाने त्याचे ओठ घट्ट मिटते. "तोंड मिटून काय होणार? शब्दांपेक्षा कृतीला जास्त महत्त्व" असं

म्हणत रामण्णानं दोन्ही हातांनी धरून तिला घट्ट आलिंगन दिलं.

बऱ्याच वेळा सरलाने त्याच्या साहित्यिक कृती सुधारल्या होत्या. तेव्हा तो एक नाटक लिहीत होता. नाटक नव्हे, काय बरं? एक 'आदिमाया' म्हणून कादंबरी लिहीत होता.

चार पात्रं – मोठा भाऊ, दोन लहान भाऊ आणि शेजारची एक मुलगी. एकत्र वाढलेली. पुढे तिची कथा आधुनिक द्रौपदी सारखीच. समाजात आगडोंब उठवणारी. थोडासा स्वत:विषयी अविश्वास आणि पुष्कळ अभिमान होतो. सरलेसमोर तीच गोष्ट सांगताना,

"सुरू तर करा आधी. मग पाहू." सरला.

"त्यात काय करायचं? माझा जीवनविमा काढल्यानंतरच प्रसिद्ध करायची." त्यानं हसत म्हटलं.

"असं एवढं काय आहे त्या कादंबरीत?"

"म्हणजे? त्यांच्या मुलाचा खरा पालक कोण?"

"अहो, जरा थांबा. तुम्ही कादंबरी लिहिताय की क्लबमध्ये वेळ घालवायला गप्पाटप्पा करताय?"

त्यावेळी गोष्टी इथंच संपल्या आणि कादंबरी लिहिणं सुरू झालं.

रामण्णाने त्याच्या आधीच्या विचारांशी सुसंगत अशीच कादंबरीची गुंफण केली होती, पण शेवटी शेवटी त्याचं समाधान होईना. तिघांवर प्रेम करणाऱ्या मुलीची काय गत होईल समाजात? जर तिला आत्महत्या करायला लावलं, तर द्रौपदीचा दाखला फुसका ठरतो. आत्महत्या न करता जिवंत ठेवली, तर समाजात काय स्थान त्या मुलीला? कसा शेवट करायचा ते सुचत नव्हतं रामण्णाला. शेवटचं पान लिहिण्याच्या प्रयत्नात कुठलाही विचार पक्का होत नव्हता. तीन-चार तास डोकं फिरवून रात्री दोन वाजल्यानंतर निरुपाय होऊन थकलेला रामण्णा झोपायची तयारी करतो.

"संपलं काय लिहिणं?" नेहमी समाधान प्रदान करणाऱ्या ह्या सरलेच्या प्रश्नाचा आज रामण्णाला जरासा रागच येतो.

"संपवीन की. भात शिजवण्याइतकं सोपं आहे की काय ते? इतकी मिनिटं उकळलं की बस तयार म्हणायला." रामण्णा.

"अय्या, मला काय माहीत? तुम्हीच तर म्हणाला होतात. अगदी थोडं उरलंय. संपून जाईल म्हणून." सरला.

"थोडंच उरलं म्हणजे? शेवटल्या भागातच सर्व थरार असतो कादंबरीचा. फार विचार करून शेवट लिहावा लागतो, झोप आता. फार रात्र झालीय."

सरला जांभया देत बोलते, "माझ्या डोळ्यांत तर झोप आलीय. पण शेवटी

तुमच्या कादंबरीतली मुलगी काय करते ह्याची उत्कंठा आहे. तुम्ही संपवून आलात असं वाटून विचारलं.''

रामण्णाला राहवलं नाही. ''ते ऐकल्यावरच तुला झोप लागणार असेल तर ऐक, विष घेऊन मरते ती शेवटी.''

''अरेरे! एक सुंदर जीवन फुकट गेलं. च् च्.'' सरला म्हणाली.

रामण्णा चकित होतो. तिच्या आवाजावरून तिच्या डोळ्यांत अश्रू भरायला फार वेळ नाही हे त्याला समजलं.

''कादंबरीतली मुलगी, जगली काय की मेली काय?'' गोष्ट इथेच संपवण्याच्या इराद्यानं हसत रामण्णा म्हणाला.

''कादंबरीतली असली म्हणून काय झालं? उगीचच का म्हणून मरायचं? काही अपघात नाही की जीवघेणा आजार नाही.'' सरला.

रामण्णा जांभई देत जरा कंटाळलेल्या सुरात म्हणाला, ''पाप केलं म्हणून मेली.''

''पाप केलं? मला नाही पटत. तुम्ही कथा सांगितलीत तेव्हा तिनं पाप केल्याचं नाही म्हणालात.'' सरला

रामण्णाची झोप उडाली. उठून बसत जरा चिडक्या आवाजात म्हणाला.

''तीन जणांशी प्रेम करणं पाप नाही.''

''काय म्हणालात? प्रेम करण्यासाठीच जन्माला घातलेल्या स्त्रीनं प्रेम केलं तर त्यात पाप कसलं?''

''तसं कसं? एकावरच असेल तर ते लग्न, एकापेक्षा अधिक असतील तर तो व्यभिचार नाही? आणि व्यभिचार पाप नाही?'' पत्नीच्या मूर्खपणावर रामण्णानं एक सुस्कारा सोडला.

''म्हणजे व्यभिचावाचून प्रेम करता येत नाही असं म्हणताय की.''

''तुला ह्यातलं काही समजत नाही. सोडून दे चल.''

''पुरुषांना प्रेम आणि व्यभिचार हे निराळे वाटत नसतील हे माझ्यासारख्या स्त्रीला कसं समजायचं?'' सरला म्हणाली.

रामण्णाला राग आला. झोप तर आलीच होती. एक जोराची जांभई देऊन स्वत:चा असहकार दर्शवीत तो झोपी गेला.

पण त्या रात्री झोप आली नाही. प्रेम आणि व्यभिचार ह्यांचा परस्पर संबंध नसावा ह्यात फार मोठं तत्त्व दडलंय हे त्याच्या निदर्शनास आलं. त्याच्या कादंबरीत हे तत्त्व उपयोगात आणायला पाहिजे असा विचार मनात आला. सकाळ होताच विचारमग्न अवस्थेत उठून, चहा पिऊन, सरलेशी पण न बोलता खोलीत जाऊन लिहायला सुरुवात केली त्यानं. कालांतरानं संपूर्ण कादंबरीच बदलून गेली. नऊ

दिवस सरलेशी पण फार बोलणं झालं नव्हतं. तिचं मन थोडं दुखावल्यागत झालं. शेवटी एकदा कादंबरीचा कायापालट संपला. लगेच सरलेकडे धावला.

"कादंबरी संपवली बघ सरला." रामण्णा.

ती काही बोलली नाही.

"काय शेवट होतो हे पाहण्यास उत्सुक होतीस ना आणि ती संपल्यावर लगेच सांगायला आलो तर..." चूक नसताही शिक्षा भोगायला लावलेल्या एखाद्या लहान मुलासारखं तो बोलला.

"मी काय करणार? कॉलेजची पायरीही न चढलेली बाई मी. इतक्या मोठ्या पुस्तकाचं परीक्षण मला कसं जमणार?"

"म्हणजे? मी अख्खी कादंबरीच वाचून दाखवतोय असं वाटलं की काय तुला?"

"तसं नसेल तर कशाला सांगायला आलात?"

"कादंबरी संपली हे तुला नाहीच समजायचं." तो उपहासानं म्हणाला, "तुला ती मी वाचून दाखवणार नाही. फक्त प्रस्तावना लिहिली, ती ऐक म्हणतो."

"प्रस्तावना? माझा काय संबंध तिच्याशी?"

"तेच तर सांगतोय." म्हणत वाचायला सुरुवात पण केली त्यानं. प्रास्ताविक आभार प्रदर्शनात शेवटी असं लिहिलं होतं.

ही कादंबरी ह्या रूपात प्रकट होतेय ह्याचं सगळं श्रेय दुसऱ्याच एका व्यक्तीचं आहे. आरंभी लिहिलेल्या शैलीनं संपवणं मला जमेना. तेव्हा ह्या व्यक्तीनं ते बदलून लिहायला मला उद्युक्त केलं. मी त्याबरहुकूम लिहिलं. ह्याचं मला समाधान आहे म्हणून शेवटी त्या व्यक्तीस जी माझ्या सुखदुःखात सहभागी आहे, माझ्या उणिवा सहनशीलपणे सावरून मला मार्गी लावण्यास कटिबद्ध असलेली माझी सहधर्मचारिणी...."

शेवटपर्यंत वाचायला तिनं संधीच दिली नाही.

"काय हा खुळचटपणा. द्या तो इकडे," असं म्हणत ती त्याच्या हातातून कागद हिसकावून घ्यायच्या प्रयत्नांत असताच तेच हात पकडून रामण्णानं तिला दृढ आलिंगन दिलं.

पूर्वीच्या असल्या स्मृती आज एकापाठोपाठ एक धडकत येतच राहिल्या. का बरं? रामण्णाने उत्तराची अपेक्षा असल्यासारखं सरलेच्या फोटोकडे पाहिलं. काहीतरी उमगल्याचं मंदस्मित चेहऱ्यावर पसरलं. भिंतीवरील सरलेचा फोटो बघत असता फोटो काढतेवेळी सरलेला झालेलं प्राणसंकट आठवलं. नेहमी हसतमुख असणारी सरला कॅमेरासमोर उभी राहिली, की घाबरून, गांगरून जायची आणि ते लपविण्याच्या प्रयत्नात चेहऱ्यावर गंभीर भारदस्तपणा आणण्याचा प्रयत्न करायची. सहज घाबरलेली

मुद्रा आणि प्रयत्नपूर्वक आणलेली धीरगंभीर मुद्रा ह्यांच्या मिश्रणानं एक प्रकारचा निराळाच भाव दिसे तिच्या मुद्रेवर. ते सर्व त्या फोटोत उमटलेलं पाहून रामण्णास आजही हसू आल्याशिवाय राहत नाही. ह्या भावामुळे सरला एखाद्या मुग्ध मुलीसारखी दिसत असे. तरीही सरलेच्या चेहऱ्यावरील तेज रामण्णाच्या स्मृतीतून लुप्त झालेलं नाही. ह्या तेजामुळेच सर्वांगसुंदर नसताही ती गोड दिसायची. बोलताना ओठ पुढे करायची सवय होती तिला.

"सदान्‌कदा चुलीपुढे फुंकत बसायच्या सवयीने तुझे ओठपण तोच आकार शाश्वत टिकवणार की." रामण्णा तिची थट्टा करीत असे. थट्टा करण्याकरताच असलेला तिचा गोड चेहरा बोलताना अधिकच आकर्षक दिसत असे. रात्री पडल्या पडल्या बोलताना प्रकाश नसताही हेच चित्र त्याच्यापुढे साकारायचं म्हणूनच की काय तिच्याशी बोलण्यात त्याला फार समाधान वाटत असे.

रामण्णाने उसासा घेतला, किती म्हणून आठवायचं. तो आठवत नाही, आठवणी आपणहून येतात. काहीही झालं की तिची आठवण न चुकता यायची. तिचं बोलणं, रुसणं, हावभाव, हास्य सगळं काही त्याला खिळवून टाकत असत. त्याचं मन हलकं फुलकं व्हायचं.

असाच एक विचार मनात आलाय, नाही येतोय, आलाच तर लिहिण्यात मन लागेल, कंटाळा जाईल म्हणून हा विचार बाहेर काढण्यात मन एकाग्र व्हावं अशा उद्देशानं डोळे घट्ट मिटले. क्षणभरानं डोळे उघडताच तो विचार साकार झाला. विचार आश्चर्यचकित करणारा.

सरलेची स्मृती म्हणजे तिचं बोलणं, रुसणं, हावभाव, हास्य ह्यांचीच आठवण. सरलेबरोबर सहा वर्षं सुखी जीवन जगूनही दांपत्य जीवनाच्या आठवणींनी एकदा पण सतावलेलं नाही. तरीही त्या तिच्या आठवणींनी त्याला समाधान वाटायचं. त्याच संदर्भात विचार केल्यास कुमुदच्या दुसऱ्या कुठल्याही आठवणी येत नाहीत. सरला त्याची स्फूर्तिदेवता, तर कुमुद काय फक्त संभोगवस्तू. "छी: किती हीन हा विचार. पण हे खरं नसेल तर?" खरं नसेल म्हणणं ही एक बोलायची रीत फक्त, हे रामण्णाला जाणवतंय. तीन वर्षांची वस्तुस्थिती खरी नाही असं म्हणणं हा केवळ मूर्खपणाच. मग हे खरं तर? तसं असेल तर ही सरलेची फसवणूक, शुद्ध द्रोहच. मनात खरं प्रेम नाही सरलेवर त्याचं. सरलेच्या फोटोकडे निरखून पाहिलं. 'प्रेम निराळं नि व्यभिचार निराळा.' असंच जणू ती म्हणतेय. असेल, तिचे ओठ पण स्फुरल्यासारखे दिसले. 'परत माझ्या कादंबरीची गुंतागुंत सोडवून मला दिलासा देतेस होय?' असं म्हणत तिच्या फोटोकडे इतक्या उत्कंठेनं बघत बसला, की तिच्या उत्तराचीच जणू अपेक्षा होती त्याला.

खरं तर त्या रात्री सिनेमाला जावं असं कुमुदच्या मनात फार होतं. दोन दिवस या संधीचीच ती वाट बघत होती. दोन दिवसाआधीच जायची इच्छा होती आणि तसं तिनं रामण्णाला विचारलं पण. "चल"च्या ऐवजी तो फक्त "पाहू या" एवढंच म्हणाला. मन थोडं हिरमुसलंच. परंतु सरलेला जाऊन अजून तीन महिनेच झाले आहेत म्हणून रामण्णा संकोचत असेल असं समजून तिनं जास्त हट्ट नाही केला. त्या रात्री स्वयंपाक, जेवण वगैरे सिनेमाला जायच्या आशेनं लवकरच आटोपलं. पण रामण्णानं चल म्हणायला तोंड नाही उघडलं. परत परत सांगायचं का तिनं? आणि रोज रोज असं तोंड वेंगाडणं रास्त का? पण मनाचं समाधान होईना. आडून आडून तसं सुचवलं तरी रामण्णानं असा अभिनय केला, की त्याला काही समजलंच नाही. अखेरीस कंटाळून सुस्कारली.

तेव्हा मात्र रामण्णा म्हणतो 'सिनेमाला जाऊ या का?' परंतु त्याची बोलण्याची रीत, विचारायची पद्धत, मख्ख चेहरा, आळसावलेला श्वास हे सर्व बघून तिला घृणाच आली. यत्किंचितही उत्साह न दाखवता, निराशेच्या प्रदर्शनास वाव न देता नुसतं 'हूं' म्हटलं तिनं. त्यावेळी 'जाऊ या चल' एवढं जरी रामण्णानं म्हटलं असतं तरी सर्व काही नजरेआड करून तयार झाली असती ती. पण काय? 'सिनेमा नको, तर दुसरीकडे चक्कर मारू' हेच तो बोलला. तिची पीडा टाळण्यासाठीच तो घराबाहेर पडायला तयार झालाय हे तिला स्पष्ट कळून चुकलं. तिला राग, अपमान, विरस, निराशा, तिरस्कार सगळं एकदमच आलं. मनातल्या ह्या भावना शब्दांनी व्यक्त होतील ह्या भीतीनं ती गप्प राहिली. नंतर काय काय बोलत होता रामण्णा. पण त्याकडे तिचं अजिबात लक्ष नव्हतं. शेवटी आता आणखी राहवत नाही हे दीर्घ जांभईद्वारा जाहीर केलं तिनं. दोघांमध्ये कसला खेळ चाललाय ते त्याला समजायचयं ते समजू दे असं तिचं म्हणणं. शेवटी लिहायचं निमित्त करून रामण्णा तिथून निसटला.

मन काबूत ठेवण्यासाठी जणू काही क्षण डोळे मिटले कुमुदनं. आतापर्यंत रामण्णाच्या सान्निध्यात, सहवासात वाढलेल्या कुमुदच्या मनात दुसरा काहीही विचार असो, पण रामण्णा आजूबाजूस दिसला नाही तर उन्हावाचून कोमेजणाऱ्या वेलीसारखं तिचं मन झुरायचं. ह्या भावनेनं ती हतबल व्हायची. रामण्णा त्यांच्या खोलीत जाऊन नजरेआड होताच तिचं घाबरलेलं मन त्याच्या पाठोपाठ धावलं. त्यानं तिथून जाऊ नये म्हणून धावत जाऊन त्याचे पाय धरावे, जरूर पडल्यास स्वत:ची चूक (तिनं काहीही चूक केलेली नाही तरी) कबूल करावी, त्याला

समजावून, गोंजारून सिनेमाला जावं, तिथे किट्ट काळोख असूनही डोळे मिटून त्याच्या स्पर्शसुखात झोपी जावं असं तिला वाटलं. पण हे फक्त काही क्षण. पुढल्याच क्षणी तिनं मनाला आवरलं. बुद्धीचा प्रतिकार जोर धरू लागला. असं केलं तर ती आत्मवंचना होईल असं बुद्धी प्रतिपादत होती. अरेरे! सुखदु:खाच्या भोवऱ्यात सापडलेलं दुर्बल मन बुद्धीपुढे दीनवाणं झालं. "असल्या प्रकारचा सिनेमा कोणाला हवाय?" ती स्वत:शीच म्हणाली.

हा सगळा तासा-अर्ध्यातासापूर्वीचा तणाव. मन आणि बुद्धी आता मात्र कुमुदच्या नियंत्रणात आहेत. ती शांतपणे विचार करते. माणसाच्या मनीचं जग कसं असतं ह्याची तिला कल्पना नव्हती, तरीही ह्या मितीला एक-एक अनुभव समजणं शक्य झालंय तिला. परस्परविरोधी अनुभवांनी आश्चर्यचकित व्हायची. आता तिला समजलंय, की तेव्हाचं तिचं वागणं विचार केल्यास आश्चर्यकारक वाटतंय. "सिनेमाला जाऊया का?" ह्या रामण्णाच्या बोलण्यातून त्यावेळी काय अर्थ अभिप्रेत होता? काहीच नाही असंच म्हणूया. कुठलेही शब्द असोत ते रामण्णाच्या तोंडून बाहेर पडले मात्र की ती स्वत:ला विसरून जायची. कसले शब्द, त्यामागचा आशय काय, आवाजाची लय कशी, शब्दांमागील हावभाव वगैरेचा विचार ही फार दूरची गोष्ट. ती पूर्ण ऐकत पण नसे. त्याकाळी "सिनेमाला चल" म्हणताच ज्या उत्साहाने ती निघायची, तेवढ्याच उत्साहाने "जीव दे" म्हटल्यास मरायला तयार झाली असती ती. तशी त्या काळाची व्याप्ती म्हटली तर दोन-तीन वर्षं, पण मन:स्थितीच्या दृष्टीनं बघितलं, तर हजारो वर्षांपूर्वीची गोष्ट.

हजार वर्षं कुठली? हजार दिवसपण नाही. अजून तीन वर्ष पूर्णं नाहीत म्हणजे दिवसपण हजाराच्या संख्येजवळ पोहोचले नाहीत ह्याची पूर्ण जाणीव आहे तिला. एका संध्याकाळी झोपण्यापूर्वी रामण्णाच्या खोलीत जाऊन कपाटासमोर उभी राहून पुस्तक शोधत असताना कसं कोण जाणे, रामण्णानं जबरदस्तीने तिला बाहुपाशात घेऊन तिचं चुंबन घेतल्यावर तिची शुद्ध हरपली होती, अंगांग घामानं डवरलं होतं आणि लज्जेनं चूर होऊन अगतिकपणे त्या खोलीतून ती पळून गेली होती. होय, त्याच रात्री, भय आणि आनंद ह्या दोन्ही भावनांनी तिची छाती दाटून आली. तिला ह्या गोष्टी समजत होत्या की नाही कोण जाणे. पण चुंबन, आलिंगन आठवताच एक प्रकारच्या भीतीनं शरीराचा थरकाप होतो आणि आठवणींची पुनरावृत्ती करताना चेहरा आनंद उल्हासानं तळपतो.

ती धावत जाऊन बसून लवंडली. दिवा पण विझवला नाही, भीती की रामण्णा आलाच तर? जोडीला दुसरीही भीती की विझलेला दिवा पाहून ती झोपलीय असं समजून तसाच परत फिरला तर. आलाच की काय ही भीती, पण बऱ्याच वेळानंतर त्याच्या येण्याची काहीच चाहूल न लागल्यामुळे निराशा. परत पावलं उचलीत

दरवाज्याजवळ उभी राहिली. दरवाजा उघडून बाहेर डोकावण्याचा धीर बाकी झाला नाही. परत बिछान्यावर गेली. आसपासचा कानोसा घेतला. दरवाजा उघडल्याचा आवाज तर नाही आला? असं समजून मन आणि शरीर हिंदोळ्यासारखं हेलकावत थकून केव्हा झोपली ते तिचं तिलाच समजलं नाही. पहाटे उठताच मात्र अचानक घाबरून आसपास पाहात राहिली. सगळं ठीकठाक होतं. रामण्णा आल्याची जराशीही खूण नव्हती.

रामण्णाची भेट आणि त्या विषयी तिचे विचार ह्या दोन्ही अनुभवांच्या स्वरूपाची निश्चित कल्पना नसल्यामुळे दुसरे दिवशी बराच वेळ रात्रीच्या अनुभवांचा कुमुदला फार त्रास झाला नाही. पण एक चित्र मात्र तिच्या डोळ्यांसमोर अजूनही येतं ते म्हणजे सकाळपासून संध्याकाळपर्यंत घरकामात तिनं दाखवलेला उत्साह. एवढे परिश्रम पूर्वी कधीही दिसले नव्हते. उल्हास कामाबरोबर वाढतच गेला. तरीही थकवा नाही. सरला बिछान्यात पडल्यापासून स्वयंपाकघराची सर्व जबाबदारी कुमुदवरच होती. किरकोळ कामासाठी घरगडी, झाडूकचरावाली दोघंही होतेच. तरीही त्यावेळी स्वयंपाकाव्यतिरिक्त आणखी बरीच कामं ती शोधून काढत असे.

"कशाला गं कुमुद? माझ्याकडे बसून शांतपणे विश्रांती घेणार नाहीस का?" सरलेने विचारलं.

"कोणी बघितलं तर काय म्हणतील?" तिनं उत्तर दिलं.

"बघणारे कोण आणि विचारणार तरी कशाला?" कुमुदचा रोख न कळून सरला म्हणाली.

"बघणारे कोण म्हणजे? पत्नी आजारी पडलीय तर एक खोलीपण व्यवस्थित नाही, एक चादर पण स्वच्छ नाही म्हणाले तर कसं?" थट्टेच्या सुरात ती म्हणाली.

"पुरे कर. तुला काम करण्यासाठी आणलंय का ह्या घरात?"

"अय्या! असं काय अक्का? काम करण्यासाठी आणलंय असं कोणीही म्हणणार नाही. तू हिंडत फिरत होतीस तेव्हा कशी टापटीप होती हे मी पाहिलं नाही की काय? मी इथे नुसती खात, खेळत बसून राहिले तर लहान बहिणीला काहीही करायला शिकवलं नाही असं सगळे लोक म्हणतील. घर असं अव्यवस्थित दिसलं, तर बोलल्यावाचून राहतील थोडेच?" आतापर्यंत ह्याबाबत केलेले विचार तिच्या मुखावाटे बाहेर पडतात.

सरलेला किती बरं वाटलं तेव्हा. सहनशक्ती क्षीण असल्यामुळे तिचे डोळे पाण्यानं भरून आले. गळा दाटून आल्याने शब्दच बाहेर पडेनात. हाताच्या इशाऱ्यांनी बिछान्याजवळ यायला तिला सुचवलं. तेव्हा ती सरलेकडे जाऊन बसल्यास रडणं अनावर होईल हे जाणून 'येते बरं. थोडंसं काम उरलंय. त्यानंतर संध्याकाळपर्यंत तुझ्याजवळ बसून गोष्टी करू.' असं म्हणून परत कामात लोटून

घेतलं स्वत:ला. त्यावेळी सर्व खोल्यांतील सामान काढून साफ करून ठेवलं. खास करून रामण्णाच्या खोलीतील पुस्तकं आणि कपडे शिस्तशीर रचले. स्वयंपाकघरातील भांडी व्यवस्थित लावून ठेवली, दिव्यांच्या काचा साफ केल्या. पलंगावरील चादरी ओढून काढून धुऊन, बिछाने स्वच्छ चादरींनी आच्छादले. एक काम संपलं तरी दुसरं शोधलंच. काम न करता बसलीच तर काही तरी होईल ह्या भीतीनं एकदा केलेलं काम बरोबर नाही असा संशय आल्यास त्याच कामाला परत सुरुवात. संध्याकाळपर्यंत काम करून करून जराही न थकता समाधानानं फुलून तिला आणखी नव्या शक्तीचा संचार झाल्याचा अनुभव होई. शेवटी सगळं संपवून सरलेकडे आल्यावर सरला तिचे हातपाय, सर्वांग परत परत चाचपायची.

"काय अक्का? एक दिवस काम केलं तर माझे हातपाय झिजले तर नाहीत ह्या विचारांनी घाबरलीस की काय?'' कुमुदनं हसत विचारलं.

सरलेनं ह्यावर काही उत्तर दिलं नाही. हातांनी चाचपणी सुरू होती, पण तिचं मन दुसरीकडेच व्यग्र होतं. शेवटी एक लांब नि:श्वास घेतला तिनं. सरलेच्या मनात काय चाललंय ह्याची कुमुदला आशंका. तिच्या मनातील आशंकेचं उत्तर देत असल्या-सारखी सरला म्हणाली, "माझ्यापेक्षा छान बघतेस तू हे घर.''

"चल गं, असं काहीतरीच बोलू नकोस.'' कुमुद.

"काहीतरीच काय म्हणून? इतकी सगळी धावपळ मी एक दिवसही केलेली मला आठवत नाही.'' सरला.

"रोज शिस्तीनं राहणाऱ्याला धावपळीची गरजच काय? आमच्यासारख्या सणासुदीला काम करणाऱ्यांनाच धावपळ करणं भाग पडतं.'' कुमुद.

"अरे व्वा! तुला ह्या घरकामाची सवय होतेय, होऊ दे.''

"एक दिवस इकडलं सामान तिकडं केलं तर केवढी शाबासकी देतेस.''

"म्हणूनच म्हणतेय ना की चांगलंच होईल. मी कधी बरी होणार? घराकडे पाहू शकणार?''

तिच्या तोंडावर हात ठेवत कुमुद म्हणाली, "जाऊ दे चल. असं काहीतरीच अभद्र बोलू नये, अक्का.''

"तोंडानं नाही बोललं तरी लपून थोडंच राहणार? हा माझा आजार बरा होण्यापैकी नाही.''

"तू असंच बोलणार असशील तर जाते मी उठून इथून.'' कुमुद रागात म्हणाली.

"रागावू नकोस. रागावू नकोस ग अशी. हे घर चालवणार कोण, मी निघून गेल्यावर.'' असं बोलून सरलेनं आपलं तोंड चादरीखाली लपवलं.

ह्या बोलण्यामुळे कुमुदला कसंसंच वाटलं. चादरीखाली तोंड लपवून बराच वेळ सरला काही बोलली नाही म्हणून कुमुदला थोडी भीतीच वाटली. आतापर्यंत

घर साफ स्वच्छ करण्याचा उत्साह ओसरला. सरला असं का बरं म्हणाली असावी? तिनं केलेलं तिला आवडलं नाही का? की?.... कुमुद घाबरून गेली. आतापर्यंत तिनं विचारच केला नव्हता. संध्याकाळ संपत आली. रामण्णा परतण्याची वेळ झालीय. निषिद्ध म्हणून हटकल्यावरही माना उंचावून फटीतून बघणाऱ्या मुलांच्या हृदयासारखं तिचं हृदय धडधडू लागलं. कसल्यातरी अपेक्षेच्या भुकेनं ती व्याकुळ झाली. त्यावेळी कुमुदला संभ्रम असतो. भीतीपण वाटते. आदल्या रात्रीची आठवण एखाद्या दाबून धरलेल्या रबरी चेंडूप्रमाणे आणखीनच उफाळून उठते. असं काय हे! आदल्या रात्रीच्या अनुभवानं प्रेरित होऊन संबंध दिवस काम केलं, की तिला काम करताना पाहून रामण्णा खुष होतो म्हणून केलं? तसं नसेल तर त्याच्या येण्याची ती का वाट पाहते? हळूहळू जवळ येणाऱ्या त्याच्या पावलांच्या आवाजाबरोबर तिच्या हृदयाची धडधड आणखीनच जाणवू लागते. त्यामुळेच सरलेला संशय आलाय काय? तसं नसेल तर मरणाचा विषय, ती नसल्यास घर चालवण्याचा विषय तिनं का बरं उचलून धरला? तिच्या वागण्याला इतर काहीही कारणं असू देत, पण सरलेला संशय आलाच असणार. तोंड झाकून घेतलेल्या सरलेनं अजून पांघरूण काढलं नाही की तिच्याकडे बघितलं नाही. कुमुदला खरोखरच धस्स झालं. तिचे विचार, रामण्णाबद्दल तिच्या हृदयातील खळबळ हे सर्व बरोबर की चूक, हा तिला प्रश्नच नव्हता. त्या दृष्टीनं एवढंच नव्हे, समाजाच्या नैतिक जीवनाच्या दृष्टिकोनाविषयी विचार करण्याची तिची योग्यता नव्हती. तसं असलं तरी खालच्या मजल्यावर धगधगती आग असता खिडकीतून उडी मारल्यास मरू की जगू ह्याचा विचार वरच्या माळ्यावरचे करणार नाहीत. खाली आग जळतेय. जवळ खिडकी आहे ह्या दोन गोष्टी पाहताच प्राणिमात्राच्या सहज गुणधर्माप्रमाणे ते खाली उडी मारणारच. सर्व प्राण्यांत खोल दडून असलेलं प्राणतत्त्व हे, असं कुमुदला समजावून सांगणं अशक्य होतं. समजावलं तरी काही करू शकली नसती ती. तिला त्रास देणारं हे जीवनतत्त्व नव्हतं, अनाथ झालेल्या तिला घरी आणून वाढवणाऱ्या सरलेला तिचा राग का आला ही खंत, आणि रामण्णा यायची वेळ झाली तशी ती गडबडून गेली. रामण्णा आल्यावर सरलेनं त्याला सगळं काही सांगून टाकलं तर? तिच्याविषयी रागानं बोलली तर? शेवटी हा प्रसंग टाळणं तिच्या आवाक्याबाहेर होतं हे पाहून 'आलिया भोगासी असावे सादर' म्हणत आपल्या खोलीत निघून गेली. तरीही रामण्णाच्या आगमनाची चाहूल लागताच तिला राहवलं नाही. एक-दोन मिनिटं आलेली ऊर्मी दाबून ठेवली. सगळं ऐकलंच असेल रामण्णानं. त्याऐवजी रामण्णाचं दिलखुलास हसणं ऐकू आलं, आश्चर्य. काय झालं ते ऐकायला उत्सुक, पण बाहेर पडायची भीती. त्यानं गदगदून हसायचं कारण काय, त्याची कल्पना नव्हती. सरलेनं नावानं तिला बोलावल्यावर बाहेर येणं

क्रमप्राप्तच होतं. सरलेकडे जाताना तिला वाटलं जड पाय जमिनीत रुतून बसलेत, उचलायला कठीण जात होते. चालता चालता जमिनीत गाडली जाईल अशी शंका तिला आली.

कुमुदनं हुं म्हणून डोळे उघडले. हातातलं पुस्तक जमिनीवर पडलं होतं. एक खोलवर उसासा घेतला. मागल्या आठवणींच्या अनुभूतीनं डोळ्यांसमोर अंधेरी आली. घड्याळात बघितलं तर रात्रीचे साडेनऊ वाजले होते. कशीबशी झोपायची वेळ झाली म्हणत जांभई दिली. 'सिनेमाला जायचं होतं ना? बरंच झालं. मागल्या आठवणी सिनेमाच्या चित्रांसारख्या डोळ्यांसमोर आल्या की.' असं म्हणत ओठ दाबून आपल्या खोलीत गेली.

-७-

चिखलात पाय रुतल्यासारखं झालं रामण्णाला. पत्नीच्या फोटोसमोर बसल्यावर मागल्या आठवणी विसरणं अशक्य होतं त्याला. एक एक आठवण परत परत वर यायची. सरलेच्या मृत्यूनंतर त्यांच्या जीवनात एक समस्या उत्पन्न झाली आहे अशी त्याची भावना होती. पण समस्येचं नेमकं रूप काय हे अजूनही त्याच्या लक्षात आलं नव्हतं आणि मुखावाटे त्याचा उच्चारही केला नव्हता. विचारांच्या ओघात 'माझ्या जीवनातील समस्या मीच सोडवायला शिकावं असंच बोलतेयस ना?' असं म्हणत फोटोकडे पाहत राहिला. शब्द हळूच त्याच्या मनचक्षूंपुढे साकारल्यावर क्लोरोफॉर्मच्या गुंगीतून बाहेर पडल्यासारखं झालं त्याला.

त्याची मुख्य समस्या कुमुद होती हे अजूनपर्यंत त्याला पटलं नव्हतं. इतकी वर्षं बरोबर राहून ह्या मुलीची एक सवय होऊन गेली होती. पहिल्या प्रथम जेव्हा घरी आली, तेव्हा एका मुलीसारखीच दिसली नाही का ती? तेच चित्र डोळ्यांसमोर टिकून होतं त्याच्या. वाढत्या वयाची कुमुद हाहा म्हणता स्त्रीत्वाची शक्ती लेवून डवरली होती. पण सरलेच्या सहवासात ते त्याच्या लक्षात आलं नव्हतं. कधी कधी ती अजूनही छोटी मुलगी असल्याप्रमाणेच तिची थट्टामस्करी करत होता. ह्या व्यतिरिक्त तिला जास्त वेळ बघितलं असेल ते ती दोघं सरलेजवळ बसत असत तेव्हा. ह्या सर्व कारणांमुळे त्याला कुमुदचं खास आकर्षण नव्हतं. ह्या पार्श्वभूमीवर ती घटना अचानक घडली, तेव्हा तो दिङ्मूढ झाला. हे घडलंय हे कबूल करायला त्याचं मन भीत होतं.

ती घटना व तो दिवस तो कधीही विसरणार नाही. खरं म्हटलं तर तो दिवस

इतर दिवसांपेक्षा काही निराळा नव्हता. कुमुद तशी बऱ्याच वेळा त्याच्या खोलीत येत असे. कितीतरी वेळा तो लिहीत बसला असेल, तर त्याच्याशी बोलत बसे. पुस्तक घेऊन जात असे. पुस्तक कठीण असेल, तर आधीच रामण्णाकडून गोष्ट समजून घेत असे. किती वेळा आपणहून त्याने रामायण-महाभारतातील कथा तिला ऐकवल्यात. हे सगळं खरं, पण बरं कसं म्हणायचं? फक्त एकदाच हस्तस्पर्श आणि नेत्रमिलाप झाल्यावर हे सगळं वयानं, ज्ञानानं, अनुभवानं मोठा असलेल्या त्याच्यापुढे कुमुद तशी छोटीशी मुलगीच असं स्वत:चं समाधान करीत होता. पण कसचं काय? त्या रात्री नेहमीप्रमाणे पुस्तक न्यायला आल्यावर त्या कपाटासमोर एखाद्या पशूसारखाच वागला ना तो? तीन वर्षांनंतर आता मन:स्थिती बदललीय, तरी तो प्रसंग मनामध्ये आला, की त्याला स्पष्टपणे कळत नाही, की त्यानं अचानक आलिंगन देऊन तिचं चुंबन का घेतलं?

रामण्णाला कळून चुकलंय की जरी बुद्धी पक्व झाली आणि मन सुसंस्कृत झालं तरी शारीरिक भुकेवर मानवाचं जराही नियंत्रण नाही. मनरूपी मर्कटाला काबूत ठेवणं देवालाही अशक्य असं म्हणणाऱ्या दासय्याला पण हे गूढ उकललं नाही काय? मन काबूत ठेवणं शक्य आहे हे तारतम्य असणाऱ्यांना समजावणं शक्य होईल, पण शरीर काबूत ठेवायचं?

'ज्ञानलवदुर्बिदग्धम् ब्रह्मापि नरं न रंजयति' – म्हटलंय ते खोटं नाही. देह मूढ आहे म्हटलं तर आकलन होत नाही, देह पशूसमान निसर्ग नियमाचं पालन करणारा, वृक्षलतांप्रमाणे जन्मल्यापासून वाढत जाण्याचा हट्ट धरणारा. अशा शारीरिक शक्तीनं त्यादिवशी त्याच्या बुद्धी-मनाला जिंकलं होतं. जन्माला आलेला प्राणी आणखी दुसऱ्या प्राण्यास जन्म देतोच देतो. तसंच आपलं बी विखुरल्यानंतरच वृक्ष खुरटतो. जन्मास आलेला देह आणखी दुसऱ्या देहांची निर्मिती करणारच. हा देहाचा जन्मजात गुण. त्या रात्री त्याच्या देहानं पण तेच केलं, निसर्ग नियमाचं पालन. सरला बिछान्यात खिळल्यापासून त्याच्या देहाची भूक पण वाढली होती ना? तिच्याजवळ बसायचं, तिला स्पर्श करायचा, हात धरायचे, तिच्याशी बोलत बसायचं अशा सहवासात ती भूक आटोक्यात होती, पण पूर्ण शमली नव्हती. तसं नसतं तर पहिल्यांदाच भक्ष्य दृष्टीस पडल्यावर एखाद्या हपापलेल्या गरुडाप्रमाणे त्यावर झेप घेतली नसती. त्यावेळी पहिल्यांदा कुमुदला आलिंगन दिल्यावर त्याच्या वागणुकीनं तोच आश्चर्यचकित झाला होता. तिला घट्ट पकडून तिचे ओठ, गाल, पापण्या, गळा, बाहू, छाती एका मागोमाग एक चुंबित असता तिला तो एखाद्या राक्षसासारखा दिसला नसेल का?

त्याच्या बाहूंच्या विळख्यातून कुमुद पळून गेली तेव्हाच त्याची शुद्ध परतली. प्रथम त्यानं असं काही केलं असेल ह्याची त्याला अंधुकशीही जाणीव नव्हती.

घामानं निथळून ताप उतरावा तसा मद उतरला. त्यानं केलेलं बरोबर नाही हे पटलं. एका बाजूला बिछाना सोडायला असमर्थ असलेल्या सरलेची वंचना तर दुसऱ्या बाजूला आश्रय दिल्याबद्दल वसूल करण्यासारखा कुमुदवर अन्याय. ह्या विचारांनी त्याच्या चेहऱ्यावर तिरस्काराचं हसू उमटलं. माणसाची संस्कृती म्हणजे आत्मवंचनाच की. सत्य दडवून टाकणं हीच बुद्धिमत्तेची निशाणी ह्याचा हा आणखी एक पुरावा. वंचना – अन्याय – कसले कसले शब्द वापरले होते त्यानं. पण ते नुसते शब्दच, कल्पनेला चालना देणारे. ह्या शब्दांनी त्याच्या सुसंस्कृत मनाचं समाधान झालं खरं, पण खरं सत्य त्या कल्पनेत बसत नव्हतं. वास्तविक सत्य त्याच्या शरीरावर जे रोमांच उठले त्यात होतं. त्याच्या आनंदास कारण ठरलेल्या घामाच्या थेंबात होतं. आठवणींनी थरथरणाऱ्या ओठात होतं. तिच्या भरदार स्तनांना स्पर्श करून उत्तेजित झालेल्या त्याच्या छातीत होतं. त्या मुलायम बाहूंना घट्ट कवटाळून थकलेल्या पण कृतकृत्य झालेल्या त्याच्या हातात होतं. आता मात्र रामण्णा खरोखरच गडबडून गेला. केलेलं काम चुकीचं आहे हे मान्य करूनही त्याबद्दल संतोष होणं हे कसलं लक्षण? तामस समाधान हे! छे! परत पुन्हा फोल शब्द फक्त. जाऊ दे का म्हणून? पुन्हा असं न होऊ देण्याची काळजी घ्यावी. ह्या घटना रोज होणाऱ्या नाहीत, हे काम बुद्धीपुरस्सर नियोजित नव्हतं. मग का हा खत्रूड विचार परत परत? सर्व काही विसरून जाण्याचा निर्धार करून तो आपल्या कामास सिद्ध झाला.

पण विसरणं शक्यच नव्हतं. मन परत कामात रमण्यास तयार होईना. कितीही प्रयत्न केला तरी कुमुदला दिलेल्या आलिंगनाचा अनुभव उफाळून येत असल्यामुळे मन काबूत ठेवू शकला नाही. अखेरीस रागावला. स्वत:ला खडसावलं. पण त्याचा काही उपयोग झाला नाही. स्वत:ची चूक स्वीकारून मन ताब्यावर येईल असं वाटून कुमुदची क्षमा मागण्याचा निर्धार केला त्यानं. तो तिच्या खोलीपर्यंत गेला पण थांबला. क्षमा मागण्यासाठी की देहाची भूक शमविण्यासाठी? तिच्या खोलीत जाण्याच्या उद्देशावर मनात काहूर उठलं म्हणून तो थांबला. बिच्चारी! किती झालं तरी आश्रित, वयानं लहान, त्याच्याविषयी विश्वास आणि आदर बाळगणारी. किती घाबरली होती. तिला काय वाटलं असेल? तिला समजावणं त्याचं कर्तव्य आहे म्हणून परत पावलं पुढं वळवली. तरीही तिचं सांत्वन करायच्या विचारांच्या भरात तिच्या शरीराला स्पर्श करायला हात अजूनही उत्सुक आहेत हे लक्षात येताच त्याचे पाय मागे फिरले. हताश झाला, चिडला, हे सर्व अपमानकारक आहे असं मनातल्या मनात गरजला. त्याचं शिक्षण, त्याची संस्कृती, त्याचा व्यवसाय, विरुद्ध त्याच्या मनात थैमान घालणारे त्याचे विचार. एकदा तर बिछान्याला खिळून राहिलेल्या सरलेवरच ह्याची नैतिक (की अनैतिक) जबाबदारी पडते असे म्हणाला. आजपर्यंत अशा विचारांना त्याच्या मनात कधीच थारा नव्हता. कुमुदच्या सान्निध्यामुळेच

हे झालं म्हणून तिच्यावरही ही जबाबदारी पडते असा युक्तिवाद केला. कामवासनेने त्याला उपहासाची शिकार बनवलंय असं चडफडला. ही कथा त्यावेळी जी संपली ती संपलीच म्हणाला. पण दोन-तीन वर्षं लोटल्यावर सुद्धा ती संपली नाही हे त्याला आजही कबूल करणं भाग आहे.

असाच चडफडत बिछान्यावर लवंडला असता आणखी एक विचार मनात आला. काय ही कटकट! कुमुद तिथून पळून गेली ती कुठे ह्याचा त्याला पत्ताच नव्हता. तिच्या खोलीत की सरलाकडे? कुमुद पार घाबरली होती ह्यात संशय नव्हता. घाबरलेली मुलगी सरलेकडे धावली तर? सगळा वृत्तांत तिला सांगितला असेल तर? रामण्णाला बसल्या बसल्या थंडीतापासारखं कापरं भरलं. जाऊन बघू या का? उठला, खोलीबाहेर गेला. एक क्षण थांबला. कुमुद तिच्या खोलीत आहे की नाही हे बघायला पाहिजे असा विचार मनात आला. एखाद्या भूताला पाहून घाबरल्यासारखा सरलेच्या खोलीकडे धावला. कुमुदच्या खोलीत गेल्यास तो कसा काय वागेल ह्यावर विश्वास नसल्यामुळे त्यानं घाबरून जाऊन सरलेच्या खोलीत धावत जाण्याचं धारिष्ट्य केलं. घरात भूत दिसलं तर भित्री माणसं पण घराबाहेरील गडद काळोखात धावतीलच ना? त्यावेळी सरलेच्या खोलीत कसलाच आवाज नव्हता. त्याला भीती वाटली, की कुमुद त्याला भिऊन अजूनही सरलेकडेच झोपली असेल तर. पाहू या तरी म्हणत हळूच दरवाजा उघडला.

''कोण ते?'' सरलेचा आवाज ऐकून चपापला. आता कोणी बोललं तर त्याला हटकण्यासाठीच हे त्याच्या अंतर्मनाच्या पार्श्वभूमीवर तरळत असल्यामुळे चोरी करताना पकडला जाणाऱ्या चोरासारखा घाबरला. बोलणं जरूर होतं.

''कोण! अं... कोणी नाही मीच!''

''का? ह्यावेळी आलात म्हणजे लिहिणं जमत नाही का आज?'' जखमेवर मीठ शिंपडल्यासारखं वाटलं रामण्णाला.

''नाही. लिहीतच बसलो होतो. पण तुझा आवाज ऐकल्याचा भास झाला. तुला काही हवंय का ते बघायला आलो.''

''अय्या! मला सुद्धा कसला तरी आवाज ऐकल्याचा भास झाला. कुमुद अजून झोपली नाही की काय?''

'' मी बघितलं नाही. लिहीत बसलो होतो. बोलावू का तिला?'' हे शेवटलं वाक्य बाहेर पडताच जीभ कापून फेकून द्यावी असं वाटलं त्याला.

''अय्या! तिला कशाला बोलवायचं? बिचारी एवढीशी मुलगी! झोपू दे तिला.''

''तुला काही तरी हवं असेल म्हणून विचारलं.''

हे ऐकून सरला गालातल्या गालात हसली. ''मला काय हवं असणार? तुम्ही

आहात, कुमुद आहे. तुम्ही दोघे मिळून घर चालवाल. मला आता कसलीही काळजी नाही. आताच डोळे मिटले तरी चालेल.'' सरला म्हणाली.

गडगडाट? नाही हा तर त्याची छाती धडधडतेय त्याचा आवाज.

सरलेच्या ह्या बोलण्यानं रामण्णाच्या हृदयाचं पाणी पाणी झालं. का बरं ती असं बोलली? काय असेल त्याचा अर्थ? तिला समजलंय वाटतं. त्याचा संशय आला का? रामण्णानं पत्नीचा मुग्ध थकलेला चेहरा बघितला. कासावीस झाला. तिच्या जवळ जाऊन तिच्या कपाळावर हात ठेवून म्हणाला, ''वेडी, अगदी वेडीच तू. ऊन आणि प्रकाश असेल तरच वृक्षलता जगू शकतात. तुझ्या डोळ्यांत तेज असेपर्यंतच आम्ही जगण्याची धावपळ करणार.''

सरलेनं तिच्या हातांनी नवऱ्याचे हात धरले. ''इतक्या प्रसिद्ध लेखकाला गोड बोलणं कठीण थोडंच आहे?'' सरला हसत हसत म्हणाली.

''गोड बोलणं? गोडी माझ्या बोलण्यात नाही.''

''तर मग कशात?''

त्यानं चटकन वाकून तिच्या कपाळावर ओठ टेकले. ''मध कुठे आहे हे कमळावर भ्रमण करणाऱ्या भुंग्यासच माहीत. बिचाऱ्या कमळाला कुठे ठाऊक.'' तिचं पांघरूण सारखं करीत रामण्णा म्हणाला.

''आता नको बाई मृत्यू यायला. किती अविस्मरणीय भाग्य माझं.''

''काय म्हणालीस? भाग्य?'' हसत हसतच सरलानं त्यानं स्पर्शलेलं कपाळ बोटांनी दाखवलं. त्याला आपल्या खोलीत जाऊन निजायची तीव्र इच्छा झाली.

ह्या सर्व स्मृतींचा अनुभव घेत रामण्णा परत एकदा फोटोकडे पाहतो. ''सरला, तुझं भाग्य उज्ज्वल आहे असं त्यावेळी म्हणालीस आणि लगेच डोळ्यांआड झालीस. तरीही अजून जिवंत असलेल्या तुझ्या आठवणींच्या माझ्या भाग्याची कल्पना आहे का तुला?'' त्यानं मनातच मृत पत्नीच्या फोटोला हा प्रश्न केला. सच्छिल सरलेबरोबर बोलून त्याचं मन शांत झालं. गाढ झोप लागूनही पहाटे जाग आली, तेव्हा मन परत दोलायमान होतं.

आता हे सर्व कबूल करायला काय झालं? कबूल करायचं मनाच्या स्थैर्यासाठी. सरलेविषयी संशयाची भीती उरली नसली तरी पहाटे मनात दुसरीच काळजी उभी राहिली. कुमुदला तोंड कसं दाखवायचं? रात्री राक्षसासारखं वागून कोणत्या तोंडानं तिला सामोरं जायचं? तिच्यापासून लपून तरी कसं राहायचं? सकाळच्या चहापासून रात्रीच्या भोजनापर्यंत सगळं काही तीच तर बघते. सरतेशेवटी सरलेलाच शरण गेला. उठून खोलीबाहेर येऊन सरलेजवळ जाऊन बसला. तिकडेच चहापान केलं. हळूहळू रामण्णाची चुळबूळ वाढली. कुमुदला घाबरवून टाकलं नाही का त्यानं? परंतु तिच्या हालचालीत त्याच्या भीतीचं काहीच लक्षण दिसत नव्हतं असं त्याला

वाटलं. कुमुदच्या मुखावर एक प्रच्छन्न समाधान विलसत होतं. रामण्णाला कळेना, कुमुद त्याला निराळी दिसतेय की खरोखरीच तिची मुखचर्या बदललीय? थोड्या धारिष्ट्यानं बघितलं तिला. लाजली, तरी मंदस्मित करत तिनं मान दुसरीकडे वळवली.

रामण्णानं डोकं हलवलं. आठवणींचा तगादा थांबवता येणार की नाही! खुर्चीवरून उठून येरझारा घातल्या. 'मंदस्मित करून मान फिरवली तिनं' असं मोठ्यानं म्हणाला. इतक्या दिवसांनंतरही ते दृश्य विसरला नाही तो. आज तो त्याच कुमुदला सिनेमाला घेऊन जायला तयार झाला नाही. कालचक्र कसं फिरलं? त्यावेळी खुद्द सरलाच मनावर दडपण आणल्यासारखी विद्यमान होती. तरीही कुमुदची शिकार केली ना. आता 'काय हे?' असं विचारायला सरला जिवंत नाही. पण त्याचीच गत पाठलाग करणाऱ्यांना चुकवत धावणाऱ्या हरिणीसारखी झालीय. हे पण कालचक्रच. त्यावेळी कुमुदचं लज्जायुक्त स्मितहास्य पाहून प्रकृतीचं जाळं असं तो म्हणाला होता. आजच्यासारखा कालचक्राचा विचार तेव्हा सुचला नव्हता. हा एक प्रकृतीचा खेळ असंच म्हटलं होतं. उन्हाचा ताप वेलीला प्राणदायक, पुरुषाचं आक्रमण स्त्रीला प्राणदायक हा एक प्रकृतीचा खेळ असं म्हणाला होता. सारा दिवस खुशीत होता. त्यानं काहीही केलं तरी कुमुदची भीती नाही म्हणून मन हलकं झालं होतं. संध्याकाळी परत आला तेव्हा एक मजाच त्याची वाट पाहत होती. मजा असं तेव्हा वाटलं, आज ती एक अडचण अशीच जाणीव, त्या संध्याकाळी घरी परत आला तेव्हा अख्ख्या घराचं रूप पार बदलून गेलं होतं. सगळीकडे स्वच्छता, शिस्त, टापटीप.

"अरे वा! हे काय, सगळं घर परिटाच्या हवाली केलेलं दिसतंय." असं तो सरलेला म्हणाला होता.

"काय म्हणून परिटाची आठवण? तुम्ही त्या रामासारखं परिटासाठी बायकोला सोडणार वाटतं?" सरलेनं थट्टा करायला सुरुवात केली.

एक क्षण रामण्णाला भीती वाटली. सरलेचं बोलणं चालू होतं.

"असं काय पाहताय? घर स्वच्छ करणारं दुसरं कोण असणार? तेवढी ताकद तुमच्या पत्नीत उरली नाही. म्हणून म्हणतेय की, कुचकामी पत्नीला सोडा."

सरलेचं बोलणं संपेना. पण सर्व काही समजल्यावर तो जोरजोरानं हसू लागला. कुमुदनं हे सगळं केलंय हे त्याला समजलं. सरलेच्या विनोदी बोलण्यावर की कुमुदविषयीच्या खात्रीनं तो जोरजोरानं हसला, हे रामण्णाला पण निश्चित कळलंच नाही.

खोलीत येरझारा घालणं थांबवलं. घड्याळाकडं बघितलं. साडेनऊ वाजलेत. आता सिनेमाला जायची भीती नाही. ह्या पूर्वीच्या कडू आठवणी पुरे झाल्या. आता

काही तरी वाचूया म्हणत पुस्तक उचलून रामण्णा खुर्चीवर बसला. मन अजून ठिकाणावर आलं नव्हतं. दोन्ही पाय टेबलावर ठेवून खुर्चीच्या पाठीचा टेकू घेऊन वाचत बसला.

-८-

मनात थैमान घालणाऱ्या आठवणी तिच्यासाठी सिनेमाच होत्या असं ती म्हणाली, पण तसं म्हणणं चुकीचं तर नाही असं तिला वाटलं. तरीही ह्या गोष्टी विसरायलाच पाहिजेत म्हणत आता ती तिच्या खोलीत पलंगावर बसताच सिनेमाच्या आठवणी परतल्याच.

सरलेसमोर ती एकदा म्हणाली होती, "सिनेमात पार्ट करायला छान असतं."

त्या दिवशी, कधी बरं, हां! एक दिवस आदल्या रात्री काही तरी झालं म्हणून रागावून अंग मोडेपर्यंत काम केलं होतं नाही का? तेव्हा सरला काही तरीच बोलली म्हणून ती आतल्या खोलीत निघून गेली. त्यानंतर रामण्णा आला. तो काय काय बोलेल ह्या भीतीनं बसूनच राहिली. त्यावेळी रामण्णा जेवण आटपून सरळ सरलेकडे गेला होता. स्वयंपाक घरात ती एकटीच जेवत होती. पती-पत्नी बोलत होते हे तिला ऐकू येत होतं. अशा वेळी मुद्दाम होऊन स्वत:ला कामात लोटून देऊन ती तिकडे दुर्लक्ष करायची. पतिपत्नींच्या गोष्टी न ऐकणं हे सौजन्यच. पण त्या दिवशी का कोण जाणे फारच कुतूहल वाटत होतं म्हणून जेवण संपताच आणखी कुठलं काम काढलं नाही. कदाचित तिच्याविषयीच बोलत असतील दोघं. त्यादिवशी अन्नाचा घास गिळल्याचाही आवाज न करता ती ऐकत होती.

"पाहिलंत ना किती स्वच्छ ठेवते कुमुद हे घर." सरला.

"काय? तू सांगितलंस का तिला?" रामण्णाचा प्रश्न.

"चला, काहीतरीच! उगीचच काम सांगायला मला काय वेड लागलंय?"

"मग, आज का बरं एवढा हुरूप?"

"हुरूप कसला. ह्या घरात तिचा वेळ जात नाही. जळलं मेलं. मी एक बिछान्याला धरून बसलेय आणि ती सारखी माझ्या आसपास. बाहेर जायला तिला वेळच मिळत नाही आणि तुम्ही तर काय स्वत:तच मग्न."

"मग मी काय करावं म्हणतेस? तिच्याबरोबर खेळू?" रामण्णाचं हे थट्टेवारी बोलणं ऐकून बसल्या जागी कुमुदचं मन उड्या मारू लागलं.

"काहीतरीच बोलू नका. तुम्हाला माणसाशी जमवून घेताच येत नाही. तुमची

भाऊ-बहीण आली असती तर त्यांना एकटंच सोडून तुम्ही राहिला असता?''

"छे, तसं नाही. पण मी काय करायला हवं ते सांग असं नाही म्हणालो.''

"म्हणजे काय? इतकी वर्षं ही मुलगी घरात आहे. ती कोणी परकी का आहे? दुसरं आणखी कोण आहे का तिला? तुम्हीही लावून नाही घेतलं तर?''

रामण्णा मध्येच लुडबुडला. "जमवून घ्यायचं. लावून घ्यायचं म्हणजे नक्की काय? येता जाता तिला खिशात घालून फिरू म्हणतेस.''

"मी काही पुस्तक लिहिणारी नाही. मला तुमचे वजनदार शब्द पण माहीत नाहीत. जमवून घ्यायचं म्हणजे चारचौघं बोलतात तेच मी बोलतेय. खिशात कशाला ठेवायला हवं. मला माहीतच आहे तुमचं सगळं लक्ष तुमच्या खिशावर असतं ते.''

"चल, कुठून कुठे पोहोचलीस तू. तू कुमुदची गोष्ट सुरू केलीस आणि आता माझ्या खिशावर टपकलीस. अं! हा हा!''

कुमुदला त्या बोलण्यावर हसू आल्याचं स्मरून आजही तिच्या चेहऱ्यावर मंदस्मित झळकलं. "सरला बोलण्यात खरोखर फार पटाईत.'' हे तिचं मत.

"होय तर! तुम्हाला कोणासाठी किंचितही खर्च करायला आवडत नाही.'' सरला.

"आता कशासाठी हवेत?''

"मला कशाला हवेत. बिछाना पकडून पुरी कंटाळलेय. शेवटी एक दिवस विष घ्यावंसं वाटलं तर लागतील बिचारे.''

हे ऐकून कुमुदला घशात काहीतरी अडकल्यासारखं वाटून गुदमरायला झालं.

"बघ सरला, असं उलटं सुलटं बोलून तुलाच थकायला होईल. स्पष्ट सांगता येत नाही का? तुझ्यासाठी खर्च करायला मी एकदातरी मागं पुढं केलंय का?''

"मला काय जरूर आहे कसली? मी माझ्यासाठी नाही म्हणत. कुमुदसाठी बोलतेय मी. सारा दिवस काम करते, वेळ जात नाही म्हणून आणखी काम करते. कधी तरी बाहेर फिरावं की सिनेमा बघावा? घरात मुलं-बाळं असती तर त्यांची सोबत तरी असती तिला.''

"चल वेडी, बोललीस तर त्रास होईल म्हणालो म्हणून रडतेस की काय? तिला सिनेमाला जायचं आहे का? हवं तेव्हा जाऊ दे की, त्यात काय आहे? छे, मला भीती वाटली की काय महत्त्वाची बाब आहे. एवढ्यासाठीच रडतेस होय?''

"जाऊ दे झालं.'' सरला म्हणाली.

कुमुदनं एवढंच ऐकलं, जेवण संपवून बाहेर येईपर्यंत रामण्णा त्याच्या खोलीत निघून गेला होता.

दुसऱ्या दिवशी तिला रामण्णाबरोबर सिनेमाला जायचं असं सरला म्हणाली होती.

“त्यांना एकटं बसून बघायला कंटाळा येतो. मला विचारलं, मी सांगितलं तुला घेऊन जायला. माझी काही हरकत नाही.” असं सरला म्हणाल्यावर सरलेच्या सौजन्यावर तिला हसू आवरेना. दुसऱ्या दिवशी सिनेमा पाहून आल्यावर कुमुदच सरलेकडे धावतच गेली.

“झाला बघून सिनेमा?”

“हो ऽ, इंग्रजी सिनेमा होता. फार छान!” उत्साहानं उद्दीपित होऊन ती म्हणाली.

“इंग्रजी सिनेमा? म्हणजे गोष्ट तरी समजली का?”

“सगळी समजावून सांगितली की मला.”

“असं! काय बरं होती गोष्ट?”

“दांपत्य जीवनावर एक नवीनच चित्रपट कथा होती. पतिपत्नीचं एकमेकांवर दाट प्रेम. एकदा पती एका चंचल बाईच्या मोहास बळी पडतो. त्या दिवसापासून पत्नीला नुसतं पाहिलं तर, त्याला तिटकारा यायचा. तिला आठ वर्षांचा एक मुलगा पण मुलाला आणि पत्नीला घराबाहेर हाकलून लावतो. असल्या नवऱ्याला सोडून दे असा तिला बऱ्याच जणांनी उपदेश केला. परंतु पत्नीला ते पटलं नाही. पतीचं प्रेम अजूनही तिच्यावरच आहे असा ठाम विश्वास तिला. आज नाही तर उद्या ती चंचल बाई नवऱ्याला सोडून जाईल ह्या विचारानं नेहमीच पतीच्या मदतीला तयार राहिली. पतीला मात्र पत्नीची जरा पण कदर नव्हती. मुलाला आणि पत्नीला खायला पुरेसं अन्न आणि कपडे नसले तरी त्याची त्याला पर्वा नव्हती. सरतेशेवटी ती दुष्ट बाई त्याची संपत्ती लुटून, उरलं सुरलं उडवून पळून गेली. त्याला फार दुःख झालं. कुठे जाणार तो आता? उपजीविका तरी कशी चालणार? पत्नीचा चेहरा पाहायला पण त्याला लाज वाटली. निराश होऊन आत्महत्या करायच्या विचारात असतानाच पत्नी आलेली दिसते. पुढे सगळं सुखान्त.”

“डोळ्यांत पाणी यायचं अगदी थांबेना अक्का. पत्नी झालेली किती छान अभिनय करत होती. मला वाटतं ती बाई खरीच तशी असेल.”

“चला वेडी!” सरला हसून म्हणाली.

“मी म्हणते एवढं छान काम करणं कसं जमलं तिला.” कुमुद बावरून म्हणाली.

“त्यात काय आहे? ह्या बायका अशाच असतात. एक सिनेमातला पार्ट सोडून दुसऱ्या कशातही चांगल्या नसतात.”

“म्हणजे काय अक्का? अशा पत्नीची भूमिका करणारीला....”

“किती लग्नं झाली असतील कोण जाणे तिची.” सरलेचं हे बोलणं ऐकून कुमुदला वेड लागायची पाळी आली. एकंदरीत तिचा चेहरा बघून सरला हसतच सुटली.

"एवढं घाबरायला काय झालं त्यात? काही खोटं नाही. पाहिजे तर विचार त्यांना. ही लोकं किती लग्न करतात आणि केलेली इतक्या वेळा मोडतात माहीत आहे."

"अय्या, असं असतं होय?" ती विषादपूर्वक स्वरात बोलत असणार कारण सरलेनं लगेच विचारलं, "अगं, तुला त्यात एवढं वाईट का वाटतं?"

त्यावर कुमुदनं मुग्धतेचं नाटक केलं.

सिनेमातील गोष्टीवरून सिनेमात काम करणं छानच असतं असं तिला वाटलं.

"असं असलं तर तशीच गोष्ट लिहायला हवी होती. लग्न करून प्रेमानं राहणारे चांगले अशी कथा का लिहिली." सरला असं म्हणताच तिचा भ्रमनिरास झाला होता.

सरलेनं तेवढ्यावरच नाही सोडलं. तिनं स्वत: पाहिलेल्या सिनेमातील गोष्टीचा चांगला भाग निवडून सांगत राहिली.

"हे बघ कुमुद, तू बघून आलेल्या सिनेमाच्या गोष्टीत सांगितल्याप्रमाणे बायकांना नवरा आणि मुलं सोडून दुसरं काहीही सुख नसतं. बघ, बाईचं आतडं हे नेहमीच आईचं आतडं असतं. पाहिलंसना इतक्या प्रकारे तिला त्रास दिला तरी तीच नवऱ्याला सोडवायला धावली ना? नवरा कितीही गर्व करो, कठीण प्रसंगी त्याचा हात धरून सांत्वन करणारी पत्नीच ना? तसं ह्यांनी कितीतरी कथेत लिहिलं आहे. त्यांच्या कथेत एका तरी बाईला कधी सुख मिळालेलं वाचलंस कधी? त्यांना मी एकदा ऐकवलं 'एवढा का त्रास देता बायकांना?' तर म्हणाले, 'करतात तसं भरतात.' करायचं काय नि भरायचं काय? नुसत्या कल्पना, बायकांना काय हवं ते न समजून लिहिलं तर नेहमीच बायका चुकीच्या मार्गानं जाणाऱ्या दाखवणार, लिहिणारा जर चुकीच्या मार्गानं जात असेल तर त्याच्या कथेतील पात्रं पण चुकीच्या मार्गानंच जाणार. खरं की नाही सांग?"

"तुला काय कळतात नव्या चालीरीती? तू एक जुन्या वळणाची." म्हणून मला हसले. मी म्हणाले, "नवं काय आणि जुनं काय? बाई ती बाई, काळ नवा म्हणून बाईला मिशा येतील की काय?"

सरलेचं बोलणं ऐकून कुमुद खदाखदा हसली होती, परंतु त्यावेळी हास्यकारक वाटलेलं ते बोलणं आज बाकी तत्त्वज्ञान परिपूर्ण आहे असं वाटतं. पण हे कोणाला सांगणार? सरला तर सुखदु:खाचं हे जगच सोडून गेलीय.

कुमुदनं मंद स्मित केलं, 'हे जगच सोडून गेली.' म्हणतात. ती जिवंत असती तर काय शक्य होतं सांगणं? कसं सांगता आलं असतं, की 'तुझ्या नवऱ्यावर माझं मन बसलंय. तुझा पती पण माझ्यावर प्रेम करतोय. मी मनात आणलं तर मला पती-मुलांचं प्रेम मिळवू शकेन. तुझा उपदेशच मी पूर्ण करतेय. अक्का.' असं

म्हणता आलं असतं का? पती-मुलं दोघांचाही उल्लेख केला ना सरलेनं. 'लग्नाचा पती नसून मुलं असतील तर सुख नाही. मुलं नसून पतीच असेल तरी सुख नाही. मुलंही आहेत, पतीही आहे पण लग्नसंबंध नसतील तरीही सुख नाही. किती परतंत्र जीवन बायकांचं, आणि किती अवघड.' सरलेचं असलं बोलणं आठवताच मुलं नसल्यामुळे ती सुखी नव्हती त्याची कुमुदला जाणीव झाली. म्हणूनच की काय मागे एकदा सिनेमात काम करावंसं वाटलं होतं हे आज तिला आठवलं. काही कारणानं बायकांना आधाराचा भरवसा नसेल तर सिनेमा व्यवसायात शिरणं चांगलं नाही का? योग्यता असेल आणि परिश्रम केले तर पैसे आणि नाव दोन्ही मिळेल की कमीत कमी.

ती विचारांच्या ओघात पलंग सोडून टेबलाजवळच्या आरशासमोर बसली आहे हे तिच्या लक्षात आलं. एक क्षण आपल्याच प्रतिबिंबासमोर बसली आहे हे विसरून दुसरं कोणी आलं आहे म्हणून बावरली. पण लगेच लक्षात आलं की कोण येणार तिच्याकडे? लोक कधीपासून आपापसात कुजबुजत होते. शेजारच्या बायका तिला बघितल्यावर विटाळ झाल्यासारखं अंग शहारत असत आणि निघून जात. तिला कोणी नाही? रामण्णा पण तिचा नाही.

किती मूर्ख ती. एके काळी रामण्णा तिचाच आहे असं समजून होती. रामण्णाचं जसं तिला वेड तसंच त्यालाही तिचं वेड आहे असा ठाम विश्वास होता तिला. सगळ्या स्वप्नराज्यातील कल्पना.

परत आरशात बघितलं, "अरे, हा कोणाचा चेहरा. हा ओढलेला, सुरकुतलेला चेहरा, तिचा? छे!" सरला पुष्कळदा म्हणायची, "कुमुद माझी नजर नको लागू दे तुला, लुच्ची कुठली." मरायच्या आधी एक महिना हेच बोलली होती. आज फक्त चार महिनेच संपलेत पण किती फरक झालाय? मेलेल्या सरलेची नजर लागली की काय? की सरलेची वंचना केली तिचंच प्रायश्चित्त मिळालंय?

आताशा तिच्या वागणुकीत काही तरी चुकतंय असं तिला वाटतं. खास करून सरलेच्या मृत्यूनंतरचा एक विचार फार त्रासदायक वाटतो. अंथरुणात खितपत पडलेल्या बाईच्या नवऱ्याला आणि ते सुद्धा जिनं तिला पाळलं-पोसलं, त्या सरलेच्या नवऱ्याला भुलवायचं ही वंचनाच, ह्याची जरी तिला कल्पना नव्हती तरी ते पाप आहे असं वाटतच होतं. "तू केलंस ते पापच. तुझं थोबाड पण पाहू नये." असं आरशातल्या प्रतिबिंबाला खडसावत परत पलंगावर जाऊन बसली.

तिनं केलेलं? पुरे! असं केलं तरी काय तिनं? ते पाप कसं, तिची काय चूक? तसं पाहिलं तर तिची काही चूक नव्हती. तिला अजूनही आठवतंय, ज्याला ती पाप म्हणते त्याची सुरुवात कशी झाली, कोणी केली हे सगळं स्पष्ट तिच्या डोळ्यांसमोर आहे. त्याचा काही सुद्धा विचार करायला नको. पण त्या स्मृतींना मन आतुर होतं.

सिनेमा पाहून आल्यानंतर काही दिवसांची घटना, सिनेमा बघितला म्हणून की रामण्णाजवळ एकांतात बसायला मिळालं म्हणून काही दिवस कुमुद फारच उत्साहित दिसत होती. हा उत्साह आणखी वाढायला एक कारण होतं. बऱ्याच असफल प्रयत्नांनंतर जेव्हा रामण्णाची आणि तिची नजरानजर झाली तेव्हा तो पण खट्याळ मुद्रेनं तिच्याकडे बघतोय हे तिच्या लक्षात आलं. त्यावर लाजून तोंड फिरवून त्याची नजर चुकविण्याच्या प्रयत्नात कोणीतरी तिचं तोंड जबरदस्तीनं परत फिरवल्यासारखं लाजून अधीर होऊन तिरक्या नजरेनं त्याच्याकडे बघताच ती खट्याळ मुद्रा दिसतच राहिली. सबंध दिवस जमिनीवर पायच टिकत नव्हते असं वाटलं. रोजचं काम चालूच होतं तरी तिची हालचाल नृत्याच्या लयीत होतेय असं तिला वाटलं. इतक्या सर्व वेळ लखलखीत उन्हानंतर ढग आले तर त्यात नवल कसलं. असाच एक ढग तरंगत होता. मागल्या दिवशीच्या तिच्या बोलण्याच्या संदर्भात सरला रामण्णाशी बोलत होती. जेवण संपवून रामण्णा बाहेर आला होता. त्यादिवशी बोलता बोलता, "आपल्या कुमुदला सिनेमात काम करायचंय बरं का." ती म्हणाली. त्यावर रामण्णानं काय बरं उत्तर दिलं? अं, दिलं खरं काही तरी. ते हसण्यासारखं होतं तरी तिचं मन दुखावलं. काय बरं बोलला तो? (जळ्ळं मेलं, हवी असलेली गोष्ट प्रयत्न केला तरी आठवणार नाही आणि नको त्या आठवणी करवतीसारखं कापत असतात.) असो! शब्द महत्त्वाचे नाहीत. रामण्णाच्या बोलण्यावर सरला हसल्यानं तिचं मन दुखावलं हे मुख्य.

रामण्णा बाहेर निघून गेला. जेवायला जायची तयारी करणाऱ्या कुमुदला एकाएकी जेवणच नकोस वाटलं. उरलं सुरलं काम संपवायला लागली. बाहेर सरला हसत म्हणाली,

"ऐकलंस ना, कुमुद." त्याला उत्तर न देता काम आटोपून बाहेर आली.

"तुला काही हवंय काय अक्का?" कुमुद.

"अय्या, हे काय! एवढ्यात जेवण संपलं पण?" सरलेनं चकित होऊन विचारलं.

"नाही, मला भूकच नाही."

"भूक नाही. का?"

"कोण जाणे. डोकं फार दुखतंय."

"डोकं दुखतंय? कपाळशूळ उठायला काय झालं? काही तरीच नको बोलूस, आतापर्यंत तर हसत होतीस, गोष्टी करत होतीस."

"तसं नाही, पण खरंच डोकं दुखतंय माझं." कुमुद निर्धारानं म्हणाली.

तिला काही वेळ निरखून पाहत सरला म्हणाली, "काय गं, त्यांच्या बोलण्याचा राग आला का?"

"कोणाचं बोलणं?" तिच्या आवाजातला खोटेपणा सरलेच्या लक्षात आला की काय?

"पुरे तुझं, माहीत आहे मला."

"नाही ग, खरंच दुखतंय."

"वेडी कुठली, इतके दिवस ह्या घरात राहून त्यांचा स्वभाव नाही ओळखलास ना? फक्त बोलण्यापुरती थट्टा, मनात काही नाही बघ."

"तू काय बोलतेस ते मला नाही समजत, अक्का."

"माझ्यासमोर ढोंग करतेस होय? मला सगळं ठाऊक आहे. त्यांच्या बोलण्याचाच राग आलाय तुला. वेडी! ते असं बोललेत हे त्यांना माहीतपण नसेल. कधी कधी असाच मनात उत्साह दाटला किंवा नवीन काही लिहायची ऊर्मी आली की ते सुरू करेपर्यंत जो कोणी समोर दिसेल त्याची फटाफट थट्टा करतील. अगदी तसंच केलं त्यांनी आज. तुझं नाव पण लक्षात नसेल. मला ठाऊक नाही काय? ह्यापुढे तुला सवय होईल त्यांच्या स्वभावाची." असं हसत म्हणून, "जा बरं, तुझं ताट इथेच घेऊन ये, माझ्याशी गोष्टी करता करता जेवून घे. कशी भूक नाही तेच मी बघते." असं म्हणाली.

पण तिचं मन होईना. होत असलेल्या आंतरिक दुःखामुळे पाय रोवून उभं राहणं अशक्य होत होतं तिला. "चल, माझं डोकं खरंच फार दुखतंय. काही हवं तर बोलाव, लगेच येईन." असं म्हणून कुमुद धावतच तिच्या खोलीत गेली.

खोलीत मन काही शांत झालं नाही. काळोख झाला तरी दिवा न लावता अशीच पलंगावर कोसळली. शेवटी एकदा बाहेरच्या दरवाज्याचा आवाज ऐकू आला. पटकन उठली. हळूच आवाज न करता सरलेच्या खोलीच्या दरवाज्याजवळ थांबली. सरलेच्या खोलीत काही तरी गोष्टी चालू होत्या. स्पष्ट ऐकू नव्हतं येत. "छे छे! हे काय? मन दुखावलं असेल तर चुकलं माझं म्हणून माफी मागून बोलवून आणतो." हे रामण्णाचं बोलणं कानावर पडलं. तो आवाज जवळ जवळ येऊ लागल्यानं रामण्णा तिच्याकडेच यायला निघालाय असं वाटून घाबरून जाऊन कुमुदनं पायांच्या टाचांवर धावत जाऊन खोली गाठली आणि ती बिछान्यावर कोसळली.

काल अनंत अपरिमित आहे असं म्हणतात. त्याचा अर्थ त्यावेळी कुमुदला समजला असेल. रामण्णाला पोहोचायला एक-दोन मिनिटांचा उशीर होताच अगदी अनादी कालापासून ती त्याची प्रतीक्षा करत होती असं तिला वाटलं. घाईघाईनं, घाबरून आल्यामुळे तिची छाती धडधडत होती. रामण्णाला ती धडधड ऐकू येऊ नये म्हणून दोन्ही हात छातीवर गच्च दाबून धरले. तेवढ्यात रामण्णा आलाच. खोलीत दिवा नाही म्हणून घाबरला की काय? कारण अगदी हळू आवाजात

'कुमुद, कुमुद' असं म्हणाला.

तिनं उत्तरच दिलं नाही. काय म्हणून उत्तर द्यायचं? भीती वाटत होती. उत्तर दिलं की दरवाज्यावर उभा राहूनच बोलेल. आत नाही यायचा ही भीती. हृदयाची धडधड ऐकून टेकून बसली. रामण्णा आत आला. त्यानं परत एकदा हाक मारली. "कुठे आहेस तू कुमुद? झोपली तर नाहीस?" असं म्हणत पलंगाच्या कडेला येऊन बसला. "तुझं डोकं दुखतंय का?" असं म्हणत तिची दोन्ही कानशीलं चेपली. (मोक्ष म्हणजे सुख-दुःख, कालदेश इत्यादींपासून भिन्न अशी एक शाश्वत सुखमय, सात्त्विक अवस्था ह्याची कल्पना तिला असलीच तर त्याक्षणी तिला मोक्षप्राप्ती झाली असं ती म्हणाली असती.)

"डोकं दुखतंय तुझं? चल वेडी! डोकं दुखायला आधी डोकं असावं लागतं. डोकं असतं तर माझ्या बोलण्याचा अर्थ बरोबर समजला असता. खरं की नाही? चल ऊठ, जेवून घे. बिचारी सरला, किती मनाला लावून घेतलं तिनं."

सुरुवातीच्या वाक्यांनी हसू फुटलं, पण सरलेची स्थिती ऐकल्यावर पश्चात्ताप झाला. तरी ती उठली नाही. रामण्णानं हसत-खेळत बोलत राहून तिला हात पकडून उठवायचा प्रयत्न केला. साऱ्या शरीरात विजेचा झटका बसल्यासारखं झालं तिला. हातांचा स्पर्श झाल्यावर छाती आणखीनच जोरानं धडधडू लागली. तिच्या हातांना पकडून उठवताना रामण्णाच्या हातांचा घट्ट स्पर्श, योग्य वेळ साधून समाधानाच्या आनंदात वळलेल्या त्याच्या मुठी, एक क्षण म्हणजे एक युग असं तिला वाटलं. तेवढ्यात "सरलेच्या समाधानासाठी तरी जेवायला चल. वाटलं तर माझ्या चुकीची मी क्षमा मागतो." असं म्हणून रामण्णानं हाताला धरून तिला बाहेर आणलं.

त्या रात्री जेवल्याची पण शुद्ध नव्हती. "चांगलं झालं. पोट भरून जेवली." असं सरलानं म्हणताच तिनं जेवण संपवलंय हे लक्षात आलं तिच्या. "आता डोकं दुखत नाही ना? फार भूक लागलीय हे न समजून डोकं दुखतंय म्हणालीस काय गं मुली?" अशी सरलानं थट्टा करताच तिच्या लक्षात न येता तिनं फार खाल्लं की काय अशी भीती वाटली.

"पोट भरून खाल्लं की कोणाचं बोलणं लागतच नाही, बघ अंगाला." सरला.

कसंबसं खाणं संपवून सरलाच्या मनातील किल्मिष काढून टाकून ती तिच्या खोलीत गेली. खोलीत आल्यावर एखाद्या संकटातून पार पडल्याच्या परिश्रमानं थकल्यासारखी पलंगावर कोसळली. तशीच झोपली. दिवा लावल्यास कदाचित मनातील विचार लुप्त होतील ह्या भीतीनं तिनं दिवापण लावला नाही. मनात तो एकच विचार.

'नंतर क्षमा मागतो' असं रामण्णा म्हणाला होता. म्हणजे तो परत खोलीत येणार

तर नाही. दिवा लावावा हे बरं पण प्रकाशात तिचा लाजलेला चेहरा रामण्णाला दिसेल तर दिवा नकोच असं ठरवलं. काळोखातच दरवाज्यावर नजर ठेवून पडून राहिली. रामण्णा खरंच आला तर! आणि क्षमा मागितली तर? तिनं काय म्हणावं त्यावर? छे, काय वेडपट विचार हे. रामण्णासारखा माणूस तिची क्षमायाचना करतो म्हणजे काय? तिचीच चूक असं आधीच सांगायला हवं होतं तिनं. किती मजेशीर वागणं त्याचं. तिला डोकंच नाही असं म्हणून डोकं चेपायला सुरुवात केली.

"कुमुद," हा आवाज ऐकून गांगरली. रामण्णाचा आवाज. "अग आई ग! आला पण," म्हणत उठायचा प्रयत्न करताना पाय तिच्या हुकुमात नव्हते. उठून तिनंच त्याची क्षमा मागावी असं वाटलं, पण तोंडातून शब्दच बाहेर पडेनात. खोलीभर पसरलेला काळोख तिला धीर देत होता की ही तिची अनावस्था कोणालाही दिसणार नाही.

रामण्णाला बाकी ती उठली नाही हे दिसतच असणार. तो सरळ तिच्या पलंगावर येऊन बसला. म्हणाला,

"डोकंदुखी कशी आहे?" काय उत्तर द्यायचं? रामण्णा तिचे कपाळावरील केस सारखे करू लागला. त्यामुळे उत्तरच सुचेना.

"तुझी क्षमा मागायला आलोय कुमुद. तू तोंडानं होय म्हणेपर्यंत मी निघून जाणार नाही." तर मग नुसतं हो तरी म्हणायला हवं होतं. असल्या एकाच शब्दावर पुढे घडणारं अवलंबून होतं. तोंड उघडलंच नाही तिनं.

"मी जाणार नाही म्हणजे नाही." असं म्हणत रामण्णानं पलंगावर पाय पसरून दिले. कुमुदचं शरीर थरथर कापत होतं. रामण्णाला ते कळलं नाही? "ए, तुला ताप-बिप तर नाही ना?" असं म्हणत त्यानं तिच्या पोटावर हात ठेवला. तिचं शरीर कापतच होतं.

"तू काहीसुद्धा म्हणाली नाहीस. किती हट्टी आहेस." असं तिच्या कानात पुटपुटला. आता रामण्णाचं तोंड तिच्या अगदी तोंडाजवळ होतं.

"बोल, कापण्याचं नाटक करू नकोस." असं म्हणत डाव्या कुशीवर वळत उजव्या हातानं तिला घट्ट पकडलं. कुमुदच्या जिभेला काय झालं होतं? एक शब्द पण उमटला नाही.

"तू तोंड मिटून धरशील तर मीपण ते तोंडच मिटतो." असं म्हणत ओठावर ओठ ठेवून उजव्या हातानं तिला आणखीनच जवळ ओढून धरलं.

त्या रात्री कुमुदला एक अनोळखी भीती वाटली. निसर्गानं स्त्रीला दिलेल्या गुणांची तिला कल्पनाही नव्हती, जाणीवही नव्हती. पण निसर्गाची ही वाटचाल सुलभ नाही हे त्यावेळी कळलं. काय खरं? शारीरिक वेदना की मनाला झालेला

आनंद! कधी कधी वेदनापण आनंददायी होतात हे तिला समजलं नव्हतं. रामण्णाच्या हाताचा स्पर्श वक्षस्थळास होताच, त्या हातात किती कसब आहे हे बघताच हे सुख की दुःख हे समजेना. तिच्या ओठांवर टेकलेले रामण्णाचे ओठ तिच्या खालच्या ओठांना चावल्यावर रक्ताबरोबर सुखपण बाहेर ठिबकलं. एक असहनीय वेदना झाली तरीही ती वेदना नाहीच असं तिच्या मुखातून बाहेर पडणारे समाधानाचे सुस्कारे सुचवत होते. नको नको ऐवजी हवं हवं अशीच भावना आईच्या मांडीवर खेळणाऱ्या बालकाप्रमाणे नाचत होती. रामण्णाचं 'कुमुद, कुमुद' हुंकारणं थेट तिच्या हृदयाला स्पर्श करून आंदोलत होतं. रामण्णाच्या त्या दीर्घ हुंकाऱ्यांमुळेच की काय कुमुदनं आपल्या दोन्ही हातांनी त्याला घट्ट आलिंगन दिलं. त्यावेळी रामण्णाचं सर्व शरीर तिच्या दोन्ही हातांनी करकचून आवळून तिच्या शरीरात पूर्ण जिरवावं अशी राक्षसी प्रेमाची इच्छा तिच्या मनात आली.

प्रेम! स्वप्नातून जागं झाल्याप्रमाणे मागल्या ह्या प्रेमाच्या आठवणी झटकून टाकल्यासारख्या कुमुदनं मानेला झटका दिला. दीर्घ श्वास घेतला. प्रेम! पूर्ण दोन वर्षं ती ह्या शब्दांना बळी पडली होती. 'कुमुद, कुमुद' म्हणत त्यावेळी काळोखात रामण्णानं तिचं बंद हृदयच उघडलं होतं आणि आज तो डोळ्यांसमोर नको म्हणतेय. आता हा विचार कशाला? त्या पहिल्या रात्रीचा प्रमाद तिचा नव्हता. रामण्णा तशा प्रकारे वागला नसता तर तिनं हे धारिष्ट्य केलंच नसतं.

'प्रमाद तिचा नव्हता. ती आपखुषीने पापास उद्युक्त झाली नव्हती.' असं म्हणाली. 'झालं ते खोटं, पुढे होईल ते खरं' असं म्हणत दीर्घ श्वास घेऊन ती पलंगावरून उठली. अशीच जागत राहिली तर आठवणी पिच्छाच सोडणार नाहीत म्हणून झोपायची तयारी करू लागली. कसला विचार आला कोण जाणे? बिछान्या-वरील चादर उचलत असता ते सोडून कठपुतळीसारखी स्तब्ध उभी राहिली.

-९-

सहजपणे मिळणाऱ्या वस्तूबद्दल सुरुवातीस फार लोभ असतो, पण तितक्याच सहजपणे मिळाल्यावर तिटकारा येतो. रामण्णाला आश्चर्य वाटलं, की कुठल्या वस्तूविषयी असले विचार त्याच्या मनात आले. हातातील पुस्तक वाचायला प्रारंभ केला. त्या पुस्तकाबद्दल तर असला विचार येणं शक्य नव्हतं. त्यांनीच लिहिलेलं पुस्तक होतं ना? एकंदरीत बऱ्याच वेळा त्याला अशी प्रचीती आलीय. एक गोष्ट अत्यंत महत्त्वाची आहे अशा जाणिवेनं त्याविषयी पुस्तक लिहावं असा उत्साह

मनात आला आणि प्रारंभ करून काही दिवसांनी पूर्ण केल्यावर त्याची अनासक्ती असं का? थोड्याच दिवसात लिहून पूर्ण केलेलं पुस्तक महत्त्वाचं होईल का कधी असं तर नाही ना वाटत? पण हा विचार आज का बरं यावा? त्याच्या हातात पुस्तक होतं म्हणून की काय? हा, समजलं. पुस्तक हातात – पुस्तकापेक्षा 'हातात'ला त्याचं अंतर्मन जास्त महत्त्व देतंय. आतापर्यंत मागील गोष्टीच्या आठवणींच्या ओघात दोन-अडीच वर्षांपूर्वी कुमुद अशीच त्याच्या 'हातांत' आली होती हे तो मनातल्या मनात उजळीत होता. आता त्याला त्याच कुमुदविषयी अनासक्ती आहे हे सत्य आणि त्याचं समर्थन करत होतं त्याचं अंतर्मन. हे त्याच्या जागृत मनानं ऐकलंच असेल? हाच त्याला आलेल्या विचारांचा उगम का? सहज साध्य वस्तूविषयी पहिल्यांदा अतिलोभ हे खरंच. त्याच्या आणि कुमुदच्या संदर्भात ही गोष्ट अक्षरश: खरी होती.

त्यावेळी कपाटाजवळ तिला आलिंगन देत असता तिच्या चेहऱ्यावरचे भाव त्याच्या मनात आशेचे अंकुर फुलवीत होते. ती त्याच्यावर आधीपासूनच अनुरक्त होती असं त्याला वाटलं. पण अंतर्मनातील ह्या भावनेवर अढळ विश्वास नव्हता. कोणास ठाऊक! कदाचित सरलेलाच विचारलं तर? पण भीती वाटली आणि तरीही रामण्णाच्या मुखावर त्या स्मृतीनं मंद स्मित तरळलं.

दुसऱ्या दिवशी तो सरलेच्या आसपास वावरत सबंध दिवस येरझारा घालत होता. पण अधूनमधून कुमुदकडे दृष्टी गेल्यास तिच्या डोळ्यात भीती किंवा रागाचा लवलेशही त्याला दिसला नाही. त्या भुवया तर स्वागतकमानी सारख्या वाटल्या त्याला. सुप्त आशा प्रज्वलित होत होत्या. त्यावेळी मात्र मन आवरायचा रामण्णाचा तो पहिला आणि शेवटचाच प्रयत्न असं म्हणायचं. नको, संबंधच नको तिचा. सरलेच्या पलंगाजवळ गोष्टी करत बसलं असता मागल्या रात्रीच्या स्पर्शसुखाच्या रुचीनं तोंडाला पाणी सुटलं होतं. तेव्हा सरलेच्या हातांना आपल्या हातांनी स्पर्श करताना त्या स्मृतीचं सुख विसरायचा प्रयत्न करत होता. सरला त्याच्याकडे बघत थट्टेनं म्हणाली होती, "देव लवकरच मला ही शक्ती देवो."

संदर्भ लक्षात न आल्यानं पहिल्यांदा रामण्णा बावरून गेला. "काय म्हणालीस?" सरलेनं पण थट्टेनं त्याच सुरात 'काही नाही' म्हणत त्याचे हात – बिचारी अशक्त झाली असली तरी – वात्सल्याच्या भावनेनं की काय – दाबले. त्या दिवशी परत एकदा घरातल्या स्वच्छतेची गोष्ट आली. काय बरं? जाऊ दे! लक्षात ठेवण्यासारखं इतकंच की दुसऱ्या दिवशी कुमुदला सिनेमाला घेऊन जायचा हा सरलेचा आग्रह.

ही घटना आठवतेय तोच रामण्णानं तोंड फिरवून फोटोकडे पाहत एक सुस्कारा सोडला, "वेडी कुठली! मी किती प्रयत्न केला. सर्व बिघडवलंस तू. तुझ्या स्वतःच्या हातांनीच तुझं जीवन दुसरीस देऊन टाकलंस. म्हणून म्हणतो, सरला हे

सगळं तुझ्याच चुकीमुळे.'' फोटोला गोष्ट समजावण्यासारखं बोलला.

रामण्णा विचार करत होता. झालेलं सगळं सरलेच्या चुकीमुळे असं म्हणताना सरलेच्या सरळ स्वभावाच्या आठवणी त्याला टोचत होत्या. शुद्ध मनाने केलेल्या गोष्टी चुकीच्या म्हणू शकतो? का बरं असं म्हणू नये? व्यवहाराची रीत विपरीत असेल तर जीवनाची रीत पण विपरीत का नसावी? अन्यायानं पुंजी गोळा करून देवस्थान बांधणाऱ्यांना 'पुण्यात्मा' असंच लोक समजतात. पापानं प्रेरित होऊन पुण्य करू शकल्यास पुण्यानं प्रेरित होऊन पाप करू नये असं का? पार्श्वभूमीला असणारं शुद्ध हृदयच महत्त्वाचं. खरं? की त्यानंतर झालेला अनर्थ? देशकाल ह्या हद्दी मोडून ज्ञान प्राप्त करून घेणाऱ्या ह्या जगात क्रियेला महत्त्व आहे, त्यामुळे होणाऱ्या अनर्थालाही महत्त्व आहे. रामण्णानं आणखी पुढे विचार करणं सोडून दिलं.

त्याला वेड तर नाही ना लागलं. गोष्ट कुठली. संदर्भ कुठला? त्याच्या पुष्टीसाठी तत्त्वज्ञानाचा एवढा मोठा डोंगर फोडायचा? ह्या वृत्तीमुळेच शेवटी ज्ञान मिळवण्याऐवजी ह्या डोंगराखाली चिरडून जाणार मनुष्य. रामण्णानं स्वतःला उद्देशून तिरस्कारयुक्त स्मित केलं आणि परत फोटोकडे पाहिलं. 'बघतेस ना तुझ्या नवऱ्याची अवस्था! तुला वाटलं होतं की तो हवं ते करायला अगदी समर्थ आहे. पण नको ते करून पचवायला असमर्थ असल्याच्या जाणिवेनं कासावीस झालाय.' रामण्णा उठून येरझारा घालू लागला. अजीर्णाला व्यायाम हवा जणू! पाठीवर हात बांधून पावलांकडे खाली बघत रडवेला होऊन 'त्या घाणेरड्या सिनेमाला गेलो म्हणून हे सगळं घडलं. आम्हाला सिनेमाला धाडलं सरलेनंच ना?' म्हणाला. राग आला. कोणाचा हे स्पष्ट न कळून रामण्णानं खुर्ची जोरानं उचलून आपटली. मग खुर्चीत बसून समोरच्या भिंतीकडे एकटक बघत राहिला.

बाहेर समोर भिंत, आतून सिनेमाचा विचार. त्यावेळी कुमुदला सिनेमाला घेऊन गेल्याच्या आठवणींनी परत ग्रासलं. कुमुद आजही त्याच्या डाव्या बाजूच्या खुर्चीवर बसलीय असं समजून जरा डावीकडे सरकून बसला. त्या दिवशी थेटरात बसल्यावर तिच्या शरीराला स्पर्श करण्याची आशा, हातात हात घेऊन बसण्याची आस, कधी कधी डाव्या हाताने तिला जवळ ओढायची जरूर ह्यामुळे मन सारं हेलकावत असतानाही कुमुदला गोष्ट समजावून सांगण्याची उत्सुकता. त्यादिवशी केवढं बोलला तो. कुमुद मात्र एकदापण 'हुं' म्हणाली नाही. तरीही काळोखात बोलता बोलता एखाद्यावेळी तिच्याकडे बघितल्यावर पडद्यावरील प्रकाशानं तिचे डोळे चकाकत, तेव्हा ते तोंड वरती करून चुंबावं असं वाटायचं. एका दीर्घ आवंढ्यामुळे बोलणंच थांबायचं त्याचं. कोणाची चूक ही? त्याची? सरलेची? इतक्या वर्षांनंतरही रामण्णा हा प्रश्न विचारून आहे.

चूक कोणाचीही असो. घालून दिलेल्या नियमाप्रमाणेच घटना घडत आल्या आहेत ना? कुमुदला चित्रपट बघायच्या अनपेक्षित अनुभवाचा आनंद आणि त्याला कुमुदला बघण्याचा आनंद. दुसऱ्या दिवशी तो त्याच आनंदात मग्न असता काय बरं त्याच्या मुखावाटे बाहेर पडलं. ह्या बोलण्यामुळे – किती मजेशीर! आठवणीतही न राहण्यासारख्या त्या क्षुल्लक गोष्टीच्या स्मृती विसरता येत नाहीत. पण तेव्हाच घटनेला प्रारंभ झाला होता.

कुमुदला राग आला होता की खरंच डोकं दुखत होतं? तिला समजावायला रामण्णा तिच्या खोलीत गेला तेव्हाच त्याला खात्री होती कुमुद त्याला वश होती. तो पहिला अनुभव आजही ताजा आहे. खेळत खेळत तिला उठवत असता तिचे हात धरायला त्याने हात सरसावले तेव्हा घडलेली घटना स्मरणात आहे. तिची आठवण झाल्यावर – तो एक सुसंस्कृत मानव की पशू (पण पशूला स्मरणशक्ती असते का?) अजूनही आनंदानं शरीर झुलतं.

ती स्वत:चे हात छातीवर ठेवून झोपली होती. तिचे हात पकडण्यासाठी त्यानं हात सरसावले तेव्हा तिची बोटं त्याच्या हातात आली आणि त्याबरोबरच तिच्या वक्षस्थळांना त्याच्या हातांचा स्पर्श झाला. एक मिनिट स्तब्ध झाला. त्याला वाटलं ती घाबरून ओरडेल. पण त्यापूर्वीच तिच्या बोटांनी बाजूला सरकत त्याच्या हातांना हवी ती संधी दिली. आता त्याची पूर्ण खात्री झाली, एक प्रकारची धुंदी चढली. पण अत्यंत परिश्रमानं स्वत:ला सावरलं. कुमुदला बोलावून आणतो असं सरलेला सांगून आला होता. तेव्हा जास्त वेळ काढता आला नसता, पण आलेली संधी दवडायची पण इच्छा नव्हती. काही तरी बोलून तिला कसंबसं उठवलं. किती चमत्कारिक बोलला. त्याला खरंच कुठूनतरी स्फूर्ती आली असेल, तर ती हे बोलतानाच असं म्हणावं लागेल. "सरलेकरिता तरी जेवायला ऊठ. मी त्यानंतर तुझी क्षमा मागेन." स्फूर्तीचं गुपित समजलं? की स्फूर्तीबिर्ती असं दुसरं काही नसतंच. नैसर्गिक कामतृप्तीसाठी शुद्धी हरवायला लावणारा प्रकृतिगुणधर्म म्हणजेच स्फूर्ती, नाही का?

त्यावेळी स्फूर्तीचा विचार यायला एक खास कारण होतं. त्या रात्री कुमुदशी जवळीक साधताना तो पूर्ण अनुभवी असूनही त्याला एक नवीन शक्ती प्राप्त झाली. मग एक नवं पुस्तक लिहायला सुरुवात केली. ते पुस्तक एरवीपेक्षा जास्त मन लावून लिहिलं होतं. त्याला आश्चर्य वाटलं. एकापरीनं समाज नीट चालावा म्हणून केलेल्या नियमांच्या लौकिक दृष्टीनं पाहता त्यानं जे केलं तो अपराध होता, पाप होतं, पण दुसऱ्या परी त्यामुळे त्याचं मन उल्हसित झालं होतं. बुद्धी अधिक धारदार झाली होती. देहात शक्ती निर्माण झाली होती का? कुमुदवर प्रेम बसलंय का त्याचं?

दुसऱ्या दिवशी पहाटे ह्या प्रश्नाचं उत्तर मिळालं. निश्चित उत्तर कुमुदवर त्याचं प्रेम नाही, हेच! कारण की उठल्यावर लगेच रामण्णा सरलेकडेच धावत गेला आणि सुरू केलेल्या पुस्तकाविषयी तिच्याशी मोठ्या उत्साहानं बोलत राहिलां. तिची साभिमान नजर त्याच्यावर खिळलेली दिसताच सरला आणि तो ह्या व्यतिरिक्त दुसरं कोणी नाही जगात असं त्याला वाटलं. एवढंच काय? संबंध दिवस सरलेपाशी बसूनच राहिला.

"आज लिहायचं नाही काय?" असं तिनं विचारताच "रात्री लिहीन." असं उत्तर दिलं.

"काही कारण नसता माझ्याकडे बघत इथे का बसलायत" असं तिनं म्हणताच "कारण बाहेर नाही आत आहे, कारण तू आत आहेस." म्हणाला त्यावर ती लाजून म्हणाली, "सुरू झालं गोड बोलणं."

"गोड नाही, खरं. तू जर आत नसशील तर पुस्तक पण बाहेर नाही येणार." असं म्हणून आवेगानं तिच्या कपाळाचं चुंबन घेतलं रामण्णानं.

ह्या सर्व गोष्टीमुळे त्याचं सारं प्रेम सरलेवरच आहे असं म्हणायला तो तयार होत असतानाच संभ्रमाचं भूत त्याच्या मनात शिरलं. सरलेवर प्रीती म्हणून तो असं वागतोय की तिच्यावर केलेल्या अन्यायाची भरपाई करायची म्हणून? दिवसाचा प्रकाश मंद झाल्यावर ह्या संशयानं जोर धरला. सकाळपासून संध्याकाळपर्यंत कुमुदची नजर चुकवली तरी वेळ निघून जायच्या आधीच तिला बघावं अशी इच्छा होती. अधून मधून होय – नाहीच्या रस्सीखेचेमध्ये लटकत राहिलेलं त्याचं मन तिसऱ्याच वाटेनं – चोरनजरेनं – कुमुदला बघत राहिलं. शेवटी रात्रीच्या जेवणानंतर बराच वेळ सरलेशी गोष्टी झाल्यावर "आता मात्र लिहायला सुरुवात करतो हां" असं म्हणत लगबगीनं उठला. बाहेर जाण्यासाठी दरवाज्याकडे तोंड करून उभा राहिला. "उद्या सांगेन तुला कसं काय चाललंय ते." असं सरलेला सांगत असता डोळे मात्र आतल्या दरवाज्याकडे लागले होते. त्या दरवाज्याला थोडं मागं सरून उभ्या असलेल्या कुमुदला पाहून हसत म्हणाला, 'माझ्या खोलीत जातो.' कुमुदला संदेश दिल्यासारखं.

शरीर आणि बुद्धी ह्या दोघांच्या संघर्षात रामण्णा कित्येक दिवस चक्रावून गेला होता. शरीराला जे हवं ते बुद्धीला प्रमाण नव्हतं. तरीही देहाची भूक तृप्त व्हायच्या आधी जितक्या वेळा बुद्धी नकार देते तितक्या वेळा शरीराची भूक आणखीनच प्रज्वलित होते. पण शरीर आणि बुद्धी परस्पर विरोधात उभे ठाकलेत असंही म्हणता येत नाही, कारण प्रत्येक वेळी शरीर तृप्त झाल्यावर बुद्धी अधिक तेजाळते. लिहिण्याचा अनुभव असलेल्या रामण्णाला ह्या विचारांचं जेवढं आश्चर्य वाटलं तेवढीच भीतीपण. मानवाच्या सुसंस्कृत बुद्धीच्या कार्यप्रणालीवर ह्या प्रकारचे

शारीरिक प्रभाव पडत असतात ही गोष्ट जर खरी असेल तर नैतिक संस्कृती एक तत्त्वशून्य आत्मवंचनाच की! छे, हा विचार ठीक नाही. भूक एक नैसर्गिक भावना मानली तरी भुकेला मनुष्य शोधतो, शोधत राहतो पण शोधल्यावर मिळेल तेच खात नाही. दुष्काळात अशा तुरळक घटना घडतही असतील. म्हणून काय? कामवासना पण तशीच नैसर्गिक भावना आहे?

पत्नीपण बिछान्याला खिळली हे त्याला दुष्काळात पडल्यासारखं वाटलं, की काय? आणि त्यामुळेच त्याने अपवादात्मक कृत्य केलं? का नसावं? प्रत्येक नैसर्गिक वासना वेळीच तृप्त झाल्या नाहीत तर त्या मानवाला वेडं बनवून नाचायला लावतात.

त्याच्या जीवनात ह्या प्रकारे विधानं करण्याची रामण्णाची ही पहिली आणि शेवटची वेळ असं म्हणायचं. सध्या कुमुद घरात आहे. सरलेची पण अडचण नाही. तरीही कुमुद हवीशी वाटत नाही त्याला. आजही तिच्या मनात सिनेमाला जायची दाट इच्छा असणार, पण गेली नाही. बरंच झालं. गेली असती आणि मागे झालेल्या जुन्या आठवणींचे अनुभव जागृत झाले असते तर? तर तो तिथून पळूनच गेला असता.

तो खुर्चीवरून उठून परत इकडे तिकडे फिरू लागला. फोटोखाली उभा राहिला. काही विचार मनात येऊन मान हलवत परत येऊन खुर्चीवर बसला. काहीतरी पुटपुटत होता.

"काय पुटपुटतोय तो?" रामण्णानं स्वत:लाच हसत विचारलं. हे वाक्य का बरं त्याच्या लक्षात राहिलं? ओ हो! काम हा शब्द मनात पिंगा घालत असल्यामुळेच असं झालं असणार. तेच वाक्य गंभीर होऊन उच्चारलं.

"सोऽ कामयत् बहु स्यां प्रजायेयु इति।" हे लिहिणारा प्रसिद्ध ऋषी असूनसुद्धा अशी नाठाळ बुद्धी. तरीही उपनिषद काळातील त्या महर्षींच्या गोष्टीत तथ्यांश गर्भित दिसतोय. जग कसं उत्पन्न झालं हे सर्वांना कळावं म्हणून – सर्वांना माहीत असतानाही – ह्या दाढीवाल्या ऋषीनं लिहावं हे नाठाळ बुद्धीचं लक्षण नाही तर काय? किती सोपा आहे सृष्टीचा उगम. पण ह्यात नवल ते काय? जगात उत्पादक शक्ती काम आहे असं म्हणतात. पण त्या जागी कामवासना हा शब्दप्रयोग अश्लील वाटतो. तरीही उपनिषदात सांगितलेल्या काम आणि कामवासना ह्या दोन्ही उत्पादक शक्तीच नाहीत का? ही मूळशक्ती असं म्हणून महर्षींनी सर्वांवर उपकारच केले आहेत. असो! आतापर्यंतच्या त्याच्या वर्तणुकीस उपनिषदाचं शिफारसपत्र पण मिळालं.

रामण्णानं खुर्चीवरून परत घड्याळात पाहिलं. अकरा वाजले होते. किती मूर्ख तो! इतका वेळ उगीचच डोकंफोड केली. तो सरलेवर प्रेम करतो की कुमुदवर?

कोणाला हवंय उत्तर. त्याची गरजच पण कुठे? सरला मरून तीन वर्षं झालीयेत. कुमुदविषयी त्याला यत्किंचितही आस्था नाही. हे जाणूनही ह्याबाबत विचार करण्यात काय अर्थ? झोप येण्यासाठी एखादं संस्कृत पुस्तक वाचावं झालं. 'उपनिषदातल्या श्लोकाचे उपकारच म्हणायचे', असं म्हणत टेबलाजवळच्या शेल्फवरून पुस्तक शोधू लागला.

-१०-

झोपायच्या तयारीत बिछान्यावरील चादर काढण्यासाठी हात उचलले तेव्हा हातावर बांधलेल्या घड्याळाचे काटे कुमुदच्या डोळ्यांसमोर चमकले. अकरा वाजले होते. रात्रीची वेळ लक्षात आल्यावर कुमुद सगळं काही विसरून चित्रातल्या बाहुलीसारखी उभी राहिली. हीच ती वेळ. तिला कधीही न विसरता येणारी वेळ. एक दीर्घ श्वास घेऊन तिथल्या तिथेच बिछान्यावर बसली. ती सरलेबद्दल पापबुद्धीनं प्रेरित झाली नव्हती हा निष्कर्ष काही मिनिटांपूर्वीच काढला होता. तो आता कोसळून पडला. रात्रीचे अकरा वाजले हे लक्षात येताच पूर्वीचा एक प्रसंग ठामपणे डोळ्यांसमोर उभा राहिला. तिच्या मनातला तिच्या शुद्ध अंत:करणाबद्दल असलेला आत्मविश्वास दूर सरकला. रात्रीचे अकरा वाजलेत, त्यादिवशी पण हीच वेळ होती.

ती रामण्णाची शिकार झाल्याला दोन-तीन दिवस लोटले होते. प्रथम ती घाबरली होती. सुरुवातीची आठवण तिला आणखीनच घाबरवून सोडते. दुसऱ्या दिवशी सकाळी उठल्यावर जांघा थरथरत होत्या. सरलेसमोर जायला भीती वाटत होती. रामण्णा ह्यापुढे तिच्याशी बोलू शकेल? काळोखात कारुण्यपूर्ण दिसणारा त्याचा चेहरा, हास्यानी चमकणारे त्याचे डोळे पहाटे निराळेच दिसतील का? त्याला सामोरं जाणं शक्य होईल? असलाच काहीतरी विचार करत दैनंदिन कामास लागली. पण सरला आणि रामण्णा नेहमीसारखेच वागत होते हे पाहून आश्चर्य वाटलं. दुसऱ्या दिवशी रामण्णा परत आला होता. तेव्हा पण त्याच्याशी बोलायचं धैर्य झालं नाही तिला. तिसऱ्या रात्री कुठून धैर्य आलं? रामण्णा यायची वाट पाहत बसली.

रामण्णा आल्यावर "स्फूर्ती देवी कृपा दृष्टीनं उभी आहे नाही का?" म्हणाला. बोलायचं होतं तरी धीर झाला नाही म्हणून फक्त मान हलवली तिनं.

"ओहो! म्हणजे काय? तुझी कृपादृष्टी तुलाच दिसत नाही." ह्यावर आलेलं हसू आवरत परत नकारार्थी मान हलवली तिनं. रामण्णानं तिचं डोकं घट्ट पकडलं.

तिच्या तोंडाजवळ तोंड नेत म्हणाला, "डोकं हलवणं अशक्य, तेव्हा तोंड तरी उघड."

"तुमच्यासमोर बोलायची माझी योग्यता..." हे वाक्य ती पुरं करू शकली नाही.

"तुला काय वाटतं? तोंडावाटे शब्द पडले तरच बोलणं होतं?"

"म्हणजे काय म्हणालात?"

"म्हणालो की गेल्या चार दिवसात तूच माझ्यापेक्षा जास्त बोललीस."

"मला काहीच समजेनासं झालंय."

"अरे देवा, समजत नसून एवढं बोललीस मग समजल्यावर केवढं बोलशील कोण जाणे."

कुमुदला फार भीती वाटली. ती स्वप्नात तर बडबडत नव्हती ना?

"स्वप्नात मी काही तरी..."

तिचं बोलणं पुरं व्हायच्या आधीच रामण्णा हसला. "वेडी! स्वप्नात म्हणे. एका दृष्टीनं स्वप्न तर मलाच पडलंय, तू चक्क जागी आहेस. एवढं घाबरून काय बघतेस माझ्याकडे? मी म्हणालो नाही का फक्त तोंडानी उच्चार केला तरच बोलणं होतं का? तुझी प्रत्येक हालचाल बोलत होती. तुझ्या चेहऱ्यावरचे भाव बोलत होते. तुझे विलग झालेले ओठ बोलत होते. एवढंच काय तुझं मौन पण बोलकं होतं. हे सर्व बोलणं ऐकूनच मला वेड लागलंय ना? आता तरी बोल पण तोंडानं नाही हा." असं म्हणत त्यानं स्वत:च्या ओठांनी कुमुदच्या ओठांवर स्नेहाचं शिक्कामोर्तब केलं. त्या रात्री काळोखात पलंगावर एकत्र पडले असताना रामण्णानं एकांतात कसल्या नसल्या गोष्टी केल्या होत्या. "तू माझी स्फूर्तिदेवता, खोटं नाही. पाहिजे तर माझ्या खोलीत येऊन बघ. तुझ्या सहवासानं प्रेरित होऊन मी एक नवं पुस्तक लिहिणं सुरू केलंय. अं, तू शुद्ध वेडी आहेस. एक रात्री जर तुला बघितलं नाही तर माझी लेखणी कुंठीत होते. तुझ्यामुळे मला नवचैतन्य लाभतं. माझ्या लेखनसृष्टीचा श्वास म्हणजे 'तू' असं आणखी काय काय म्हणत राहिला. त्या बोलण्यानं तिची शुद्धच हरपली. त्यादिवशी ती आपण होऊन रामण्णाला बिलगली. तिला सोडून तो निघून जाईल ह्या भीतीनं की काय?

दुसऱ्या दिवशी हे सगळं कसं घडलं ह्याचं आश्चर्य वाटत होतं तिला.

रामण्णा आज अजूनही आला नाही. रात्रीचे अकरा वाजलेत घड्याळात. किती उशीर. रोज ह्याच्या आधीच येणारा अजून का नाही आला? वाट बघणं सहन होत नव्हतं. एक क्षण श्वास रोखून ऐकत राहिली. कुठे तरी कुजबूज ऐकू येत होती. एवढ्या रात्री कोण बरं बोलत असतील? सरला तर नऊ वाजताच झोपते. हं, रामण्णाच मोठ्यानं वाचत बसला असेल. त्या भरात तिच्याकडे यायचं विसरला

असेल. त्यावेळी खोडी करायला निघालेल्या लहान मुलांसारखी गालातच हसली. – सर्वांना– तिलापण – विसरून एवढं काय वाचत असेल? वर जाऊन बघायलाच हवं. मला स्फूर्तीदेवीचं सर्टिफिकेट दिलं ते बघायला आलेय. तुम्हीच सांगितलंत ना खोलीत येऊन बघ म्हणून.'' असं सांगता आलं असतं त्याला. तिला पाहून रामण्णा कसा बावचळून जाईल हे दृश्य डोळ्यांसमोर आणून ती मनातल्या मनात हसली. हळूच बिछान्यावरून उठून आवाज न करता रामण्णाच्या खोलीच्या दरवाज्याजवळ उभी राहिली. विजेचा शॉक बसल्यासारखी मूक स्तब्ध झाली.

खोलीचा दरवाजा बंद होता. आत दिवापण नव्हता. ह्यामुळे जेवढी निराश झाली त्याच्या दुप्पट राग आला. आणखी एका कारणामुळे. ते कारण म्हणजे कुजबूज सरलेच्या खोलीतून येत होती. दरवाजा अर्धवट उघडा होता, आत दिवा धगधगत होता. ते बघून तेव्हा तिला राग आला हे खरं. चक्कर आल्यासारखी चालत तिच्या खोलीत गेल्यावर दरवाज्याला कडी लावून दिवा विझवला. मेल्यासारखं झोपून जावं असं तिला वाटलं. दुसऱ्याच क्षणी न आवरता येणारी उत्सुकता तिला सरलेच्या दरवाज्याजवळ खेचून घेऊन गेली.

रामण्णा सरलेबरोबर बोलण्यात तिला विसरला असं तिला एकदा वाटलं, पण लगेच परत रामण्णा त्याच्या पत्नीबरोबर बोलतोय असं स्वत:ला समजावलं. कुमुद दरवाज्याजवळ उभी असता 'असं झालं तर मी सुखानं डोळे मिटेन.' असं सरलेचं बोलणं ऐकू आलं. प्रथम ती घाबरून गेली, ही सरलेची अखेर तर नाही असं मनात आणून आवेगानं सरलेच्या खोलीत घुसणार तोच रामण्णाचा आवाज 'आज असलेल्या सुखापुढे मला दुसरं कोणतंही सुख नको.' आता मात्र तिला राहवेना. खोलीत डोळे किलकिले करून बघितलं. फक्त एकच मिनिट! त्या एकाच मिनिटात तिला दिसलेल्या दृश्यानं एखाद्या वावटळीनं उचलून फेकल्याप्रमाणे कुमुद तिच्या खोलीत जाऊन पडली.

घड्याळाकडे परत बघून कुमुदने एक दीर्घ श्वास घेतला. मन घट्ट करून झोपली नाही, तर मागल्या आठवणींचा पिच्छा सुटणार नाही हे तिला कळून चुकलं. त्या आठवणी खरोखरच त्रासदायक. त्यातल्या त्यात सरलेचा मृत्यू हा एक भयानक अनुभव असं तिला वाटलं. त्यादिवशी तिनं केवढा अन्याय केला होता नाही? तिला एका मिनिटात दिसलेलं दृश्य काय होतं? जाऊ दे झालं. पण अशी नीच उत्सुकता तरी का वाटावी? गरीब बिचारी! महिनोन्महिने गुठलीसारखी बिछाना धरून बसलेली सरला. तिला किती मन:स्ताप झाला असेल? आणि ह्या संदर्भात नवऱ्यानं तिला शांत करायचा प्रयत्न केला तर काय चुकलं? आणि ते चूक असं दुसऱ्या कोणाला म्हणायचा काय अधिकार? आणि तिनं पण एवढं काय बघितलं? नवऱ्याच्या मांडीवर डोकं ठेवून प्रेमरसानं चमकणारे डोळे वरती फिरवून

पतीचा चेहरा न्याहाळत सरला पडली होती. रामण्णा एका हातानं तिच्या डोक्यावरील केस गोंजारत दुसऱ्या हातानं स्वत:च्या गालाला टेकू देत हसत हसत तिचा चेहरा निरखत होता. बस्स एवढंच!

पण त्यावेळी मात्र ते दृश्य आगीच्या वणव्यासारखं भासलं तिला. क्षणात तुडुंब भरून वाहणाऱ्या लोंढ्यासारखं विचारांनी तुडुंब भरलेलं तिचं हृदय विदीर्ण होणार की काय असं वाटलं होतं. एक दुसऱ्याला ढकलत खेचत विचारांचा गोंधळ हृदयात उचंबळत होता. आजच्या सुखासारखं दुसरं सुख नको म्हणाला. ह्यापुढे त्याला खोलीत पाय ठेवू द्यायचं नाही. त्याच्या हातांचा शरीराला स्पर्श होऊ द्यायचा नाही. काय बघत होते त्याचे डोळे आणि कसं! कपटी, छातीत सुरी खुपसल्यासारखं वाटतंय. खोटारडा! डोळ्याची पापणी लवू न देता तिनं त्याची वाट बघायची आणि हे महाशय! अंथरुणाला खिळलेल्या पत्नीशी एकांत करताहेत. ह्याच्यापुढे मरेपर्यंत कधीही डोळे वर करून बघू नये त्याच्याकडे. तोंड उघडून बोलायचंच नाही त्याच्याशी. यायचं तर येईल. संतप्त विचारांच्या ओघात तिच्या लक्षात आलं की तिनं दरवाज्याला आतून कडी लावली होती. मग तो आता कसा येईल? त्याला यायची संधीच दिली नाही तर मनातल्या गोष्टी कशा ऐकवायच्या? एकदा दरवाजा बंद दिसला तर बरंच झालं म्हणत बाहेरच्याबाहेर निघून नाही का जाणार? त्याला ही संधीच दिली नाही पाहिजे. त्यानं इथपर्यंत चालत यावं, स्वत:च्या डोळ्यांनी मी झोपलीय हे पाहावं आणि तिच्या जवळ येऊ दे, मग बघू या काय ते असे म्हणत कुमुदनं नुसती कडीच काढली असं नाही तर दरवाजाही उघडा ठेवला. दिवा पेटवला आणि बिछान्यावर पडून राहिली.

'बिछाना सोडून उठू न शकणारी पत्नी, तिची कसली भीती.' असं खदखदलेल्या रागानं म्हणाली.

कुमुद धुसफुसत बराच वेळ पडून राहिली. आता येईल, थोड्याच वेळात येईल, आल्यावर त्याच्याकडे तोंड फिरवून पाहणार पण नाही असं हट्टानं परत बोलत तोंड फिरवून पडून राहिली. तरीही रामण्णा आला नाही म्हणून दरवाज्याकडे तोंड करून वाट पाहत डोळे उघडे ठेवत पडून राहिली.

त्या रात्रीच्या तिच्या वागण्यानं कुमुदला आश्चर्य वाटलं. तिला किती पटकन राग येतो. तिनं इतका दृढनिश्चय केला त्याचं काय? शेवटी रामण्णा आल्यावर ठरवल्याप्रमाणे काहीही घडलं नाही. त्यामुळे तिला रामण्णाचा राग. रामण्णा येईल, आल्यावर तिच्याशी बोलेल, उशीर झाल्यामुळे तिला राग आलाय हे पाहून कारण सांगत बसेल, तेव्हा ती न बोलता तोंड फिरेवल. शेवटी खोचक बोलून त्याच्या मनाला दुखवून सोडेल अशी शपथ घेऊन ती पडून राहिली. पण रामण्णानं आल्यावर दरवाजा बंद केला व दिवा मालवला. कुमुदचं एकुलतं एक शस्त्र गळून

पडलं, कारण काळोखात बोलताना राग दाखवणार कसा! म्हणून तोंड फिरवलं आणि त्याच्या बोलण्याची वाट पाहत राहिली. त्यानं जोरानं श्वास घेतल्याचा आवाज ऐकला. नक्कीच काहीतरी फसवायचा खेळ दिसतोय, पण ती फसणार नाही म्हणत ठप्प काळोख असूनही डोळे गच्च मिटून घेतले. एक-दोन मिनिटात रामण्णा तिच्याजवळ येऊन पडला. तशी थोडी दूर सरकली. रामण्णानं तिच्या शरीरावर हात फिरवत जबरीनं तिला जवळ ओढलं. मनात सुखावली, पण काळोखात तिला रामण्णा दिसू शकत नव्हता. बरंच झालं म्हणत अजूनही रामण्णाकडे तोंड फिरवलं नाही. एकदा त्याला बोलू दे मग बघू म्हणाली. पण रामण्णा बोललाच नाही. आपल्या अनुभवी हातांनी तिच्या अंगांगाला स्पर्श करीत गारुडी सापाला हवं तसं खेळवतो तसा कुमुदचा देह वश करून घेतला. हातात धरलेल्या बर्फाच्या खड्यासारखं रामण्णाच्या हातात आलेलं तिचं शरीर जणू विरघळून गेलं. स्वतःच्या देहाचा आसरा कमी पडतोय की काय असं वाटून तिचं हृदय रामण्णाच्या हृदयाच्या आसऱ्यास धावलं.

तारुण्याच्या नैसर्गिक आवश्यकतेपुढे कृतक् कोपाची नामोनिशाणीही उरली नाही. एका क्षणात पूर्वीचे सर्व अनुभव विसरून क्षणिक सुखात तन्मय झाली. आणखी काही वेळाने चिरंतन सुखाचा ठेवा सापडल्यासारखी सद्यस्थिती विसरून सुखाचे हुंकार तोंडावाटे उच्चारू लागली आणि नंतर अखिल सृष्टी दया करण्याजोगी आहे अशा वात्सल्यपूर्ण भावनेनं तिचं हृदय विश्वरूपासारखं विशाल झालं. कुठलं पूर्व जन्मीचं पुण्य ह्या जन्मी तिचं दुःख निवारतंय. अशा रामण्णावर, असा सुरेख अनुभव देणाऱ्या रामण्णावर राग? त्यावेळी कुमुद हृदय भरून आल्यासारखी त्याला अधिक अधिक बिलगू पाहत पांघरूण सारखं करतेय तर –जवळ कोणी नव्हतं. हे स्वप्न की भुताटकीचा खेळ म्हणून घाबरतेय तोच हळूच दरवाजा बंद करून कोणी तरी बाहेर गेल्याचा आवाज आला. रामण्णाच बाहेर पडला होता. हे काय? असं काय झालं? असं म्हणत कुमुद धाडकन बिछान्यावर उठून बसली. कशाला आला? असा का गेला? ह्या प्रश्नाचं उत्तर तिला माहीत नसावं असं नाही. पण तिला ते उत्तर हवं होतं कारण मन विदीर्ण झालं होतं. शरीरावरची अस्ताव्यस्त वस्त्र, कपाळावरचे घामाचे थेंब, आत धडधडत असणारं हृदय आणि बाहेर चुरगळून दुखावलेली वक्षस्थळं, थरथरत्या मांड्या सगळं काही रामण्णा येऊन गेल्याची साक्ष देत होतं, म्हणजे त्याला येऊन निघून जायला हे एकच उद्दिष्ट होतं? शारीरिक संबंधाव्यतिरिक्त दुसरा कुठलाच उद्देश नाही.

ती कदाचित रागावली असेल असं गृहीत धरून रामण्णा असं वागला असेल असं एकदा तिला वाटलं. त्यानं घेतलेले दीर्घ श्वास तिनं ऐकले नाहीत का? बिच्चारा! काय झालं असेल बरं? त्याला कसला तरी मनःस्ताप असेल ह्याचाही विचार मनात

आला. थोड्या वेळापूर्वीच नाही का तो सरलेशी बोलत बसलेला पाहिला. तिकडेच काही तरी मानसिक उद्रेक असणार. सरला मनाला लागेल असं काहीतरी बोलली असेल का? कुमुदच्या विचारांनी तिचं हृदय ठप्प झालं असा तिला भास झाला.

सरलेला समजलं तर नाही ना? ह्या विचारासरशी ती घाबरून गेली, क्षणात त्या आधी आलेला राग, तिटकारा सगळं अधिकच भडकलं. जिवंत असूनही नसल्या-सारखी, रामण्णासारख्या पुरुषास बेडीसारखा अडथळा करून सरलेनं पतीचं मन दुखावलं असणार अशी खात्री पटली तिची. काय बोलली बरं ती? हां, 'एवढं झालं तरी मी सुखानं डोळे मिटेन.' एवढं म्हणजे काय? सदा रोगट पत्नी आपला पती सतत सान्निध्यात असावा अशी इच्छा करू शकते? तिचं सुखदुःख कोणास हवंय, ती मेली तर सगळे सुखी...''

पलंगावर बसलेली कुमुद घाबरून उठली. सर्व अंग थरथरू लागलं. मागल्या आठवणी तिला बेजार करत होत्या. त्यावेळचे ते विचार आठवताच तिचे डोळे पाण्यानं भरून आले. त्यावेळी सरलाच तिच्या सुखाच्या आड येतेय असं वाटलं नव्हतं का तिला? आता तर सरला कोणाच्याही आड नाही तरी ती सुखी नाही. एकाचं सुखदुःख दुसऱ्याच्या हातात नसतं हे आज कुमुदला कळून चुकलंय. काही वर्षांपूर्वीच जेव्हा सरला जिवंत होती, तेव्हा ते समजलं असतं तर? पण तेव्हा समजणं शक्य नव्हतं. कारण सुख म्हणजे काय, ह्याची तेव्हा कल्पनाच नव्हती. रामण्णाचं सान्निध्य म्हणजेच सर्व सुख असं मानून रामण्णाला सरलेऐवजी तिच्याकडे आकर्षित करणं हेच एक ध्येय होतं. त्या व्यतिरिक्त रामण्णाचा सहवास लाभणं त्याच्यावरच अवलंबून आहे हे तिला त्यावेळी कळलंच नाही. केवढी मूर्ख ती. त्यावेळी सान्निध्य म्हणजे शरीर सान्निध्य असं समजत होती आणि आता ह्या शरीर सान्निध्याचा मनातून तिटकारा. तिच्या सुखाची वाट तिलाच समजली नव्हती. त्यावेळी दुसऱ्यांवर दोषारोप केला पण आता दोष तिच्या स्वतःचा हे कबूल केलं, कबूल की सरलेबद्दल तो विचार करणं पण पाप होतं.

आतापर्यंत जुन्या स्मृती विसरायला हव्यात म्हणून डोळे गच्च मिटून झोपलं पाहिजे म्हणणारी कुमुद आणखी एक आठवण परत परत करते, होणारं होऊन गेलं, पण ते आठवत राहील तर पापाचं प्रायश्चित्त होईल हे समाधान.

त्यादिवशी रामण्णा यांत्रिक बाहुल्याप्रमाणे येऊन गेल्यानंतर राग, असूया, द्वेष, असहनशीलता ह्या सर्वांनी कुमुदला पिशाच्चाप्रमाणे जखडून टाकलं होतं. रामण्णावर तिचं अनिवार्य प्रेम होतं अशी तिची खात्री होती. तिच्या प्रेमाच्या वाटेवर सरला काटे पसरून आहे असा तिला संशय होता. पण रामण्णा तिच्या जीवनातला श्वास होता, तो नसेल तर तिच्यापुरता तरी सूर्यालापण प्रकाश नव्हता. त्याच्यावाचून जीवनच नव्हतं. हा तिचा समज जितका ठाम होत होता, तितकीच सरलेची भीती

दूरदूर सरकत होती. असल्या प्रेमापुढे बिचारी सरलेसारखी अशक्त रोगट निर्जीव बाई काय टिकणार? शेवटी शेवटी तर ग्लानीत असलेल्या सरलेची तिला दयाच आली. तिच्याबद्दल असे वेडेवाकडे विचार करणं जरुरी आहे? बिछान्यापासून उठू न शकणाऱ्या त्या बाईपासून तिला कसली भीती? रामण्णाला कसलं सुख? ती जगली काय, मेली काय, दोन्ही एकच. नेहमीप्रमाणे तिच्याशी वागलं तर तिला कसलाही संशय येणार नाही ही तिची युक्ती तिला फार आवडली. तिचं हृदय रामण्णानं भरून गेलं. तिथे दुसऱ्या कोणास काहीही झालं तरी जागा मिळणार नाही असं स्वत:ला बजावलं.

पण परत एकदा रामण्णाच्या दीर्घ उसाशांची आठवण होऊन विचार करू लागली. कसला मन:स्ताप असेल त्याला? काहीही असो, तो हटवायला हवा. पत्नीचं काही तरी ऐकून त्याला निराश वाटत असेल का? सरलेला समजेल अथवा समजलं आहे असं समजून कुमुद घाबरली अशी भीती तर नाही रामण्णाला? म्हणून तो असे सुस्कारे घेतोय का? छे, हा मन:स्ताप आहे तरी कधीपासून? जरी शेषनागाच्या दोरांनी लपेटून तिला आठ दिग्गजांपासून खेचण्याचा प्रयत्न केला तरी तिचं हृदय रामण्णाला सोडणार नाही हे त्याला ठाऊक नसावं काय? तिचं रामण्णावरचं प्रेम इतकं कणखर आहे असं त्या रात्री तिला पूर्णपणे कळून चुकलं.

त्या दिवशी झोपू पाहणाऱ्या कुमुदची देवाकडे एकच प्रार्थना 'देवा, मी त्याच्यावर जेवढं प्रेम करते, तेवढंच त्यानं माझ्यावर करावं एवढीच माझी मागणी. मग मला कोणाची भीतीही नाही आणि मदतीची गरजही नाही.'

आता मात्र कुमुदला ह्या मागल्या स्मृती नकोशा झाल्यात. ही सुबुद्धी की दुर्बुद्धी! तो माझ्यावर प्रेम करेल असं कर असे शब्द तिच्या तोंडून त्या रात्री पडले होते. ते शब्द किती सूचक होते हे आज दोन-अडीच वर्षांनतर तिला जाणवतंय. रामण्णा तिच्यावर प्रेम करत नाही असा त्यावेळी तिला संशय आला होता काय? म्हणूनच त्याला जिंकायला देवाचं साहाय्य मागण्याची पाळी आली. त्यावेळी नक्की जाण नव्हती, नुसता संशय होता. पण आज समजतंय की....

वाक्य पुरं न करताच कुमुद पलंगावरून उठली. झोपेच्या गुंगीत की विचाराच्या भाराखाली ती यंत्राप्रमाणे बिछाना सारखा करायला कष्टानं उठली. तिला नकळतच आवाज न करता जांभया येऊ लागल्या.

-११-

द्वीपादन्यस्मादपि मध्यादपि जलविधेर्दिशोऽ प्यंतात्।
आनीय झटिति घटयति विधिरभिमतमभिमुखीभूत:॥

रामण्णानं डोळे चोळून साफ केले आणि नेटानं बघत राहिला. हे काटे? किती वेळ तो हा श्लोक समोर घेऊन बसलाय. मनाला त्रास देणारे विचार विसरण्यासाठी संस्कृत ग्रंथ वाचावयाचं त्यानं ठरवलं हे माहीत आहे. जरासं शोधल्यावर श्रीहर्षाचं रत्नावली नाटक हाती लागलं. तरुणपणी वाचलेलं हे नाटक मनात बसून राहिलंय त्याच्या. हे नाटक हातात आल्याचा फार आनंद झाला त्याला. आरामात खुर्चीवर बसून टेबलावर पाय पसरून नाटक सुरुवातीपासून वाचायला सुरुवात केली. सूत्रधारानं प्रस्तावनेच्या शेवटी द्वीपादन्यस्यादपि..... हा श्लोक सांगितला. ह्या श्लोकाचा अर्थ कधीपासून त्याच्या मनात भरलाय. बुद्धी आणि तर्क ह्या दोघांवर पूर्ण विश्वास ठेवणाऱ्या रामण्णाला ह्यांच्या आवाक्यापलीकडे एखादी घटना घडवून आणण्याची निसर्गाच्या युक्तीची (की शक्तीची) नेहमीच मौज वाटत आली आहे. तीच गोष्ट ह्या श्लोकात सांगितली असल्यामुळे त्याचा हा आवडता श्लोक. मनात आणल्यास निरनिराळ्या द्वीपांमधून अथवा थेट सागराच्या गर्भामधून किंवा दशदिशांच्या एखाद्या कोपऱ्यातून काही घटना घडवून किंवा व्यक्ती पकडून आणून निसर्ग हा खेळ चालू ठेवतो. मनुष्याला ज्या घटना अचानक घडल्या असं वाटतं, त्या निसर्गाच्या नियमानुसार घडतात. किती मजेदार पण महान सत्य आहे त्यात. सर्व श्लोकांमध्ये श्रेष्ठ हाच. रामण्णा थांबला. हे सगळं बरोबर आहे, पण जवळ जवळ अर्धा तास श्लोक समोर ठेवून गुणगुणत बसायचं कारण काय? एक दीर्घ श्वास घेतला. त्यानं जाणूनबुजून ह्या पुस्तकाच्या मदतीनं कुठलं काही विसरायचा प्रयत्न केला, पण शेवटी ह्या श्लोकामुळे त्या घटनांच्या स्मृती परतल्याच.

दातांच्या फटीत अडकलेले भाजीचे कण काट्यासारखे टोचत असता जीभ फिरवून ते काढावे लागतात. ते बाहेर आल्याशिवाय बरंच नाही वाटत. पण मग ही स्मृती कुठली? तीच की जिनं काही मिनिटांपूर्वी त्याचं डोकं फिरवून टाकलं होतं? ती स्मृती.

तो प्रेम सरलेवर करतो, की कुमुदवर, असं त्यानं स्वत:लाच विचारलं होतं आणि उत्तर हवंय कोणाला म्हणून हात झटकले होते. तोच प्रश्न ह्या श्लोकाद्वारे त्याचं हृदय कुरतडत होता. कोणाला हवंय उत्तर असं उदासवाणं आता म्हणतोय. पण दोन वर्षांपूर्वी त्याची मन:स्थिती फार निराळी होती. ह्या दोनापैकी एकाचं उत्तर निश्चित स्वरूपात हवं होतं.

एका दिवशी, नाही रात्री, त्या प्रश्नानं त्याला हतबल केलं होतं. कधी हे तर कधी ते उत्तर खरं वाटायचं. त्या रात्री हृदयाच्या दडपणापुढे बुद्धी निर्बल ठरून तो एखाद्या पशूसारखा वागला होता. पशू आणि मानवात फरक तो बुद्धीचाच. बुद्धी निर्बल झाली तर मानव पशूच होतो हे त्या रात्री त्याला कळलं होतं. त्याच रात्री त्याला हा श्लोक आठवला होता.

त्या रात्री कुमुदबरोबर त्यानं पशुतुल्य व्यवहार केला हे त्यावेळी कळलं तसं आताही कळतंय त्याला. त्यानं तसं कसं केलं? हा, त्यादिवशी त्याचं मन ठिकाणावर नव्हतं. रोज रात्री ३-४ दिवस कुमुदच्या सहवासात असायचा तो. शरीरसुखाची आस? भर जवानीतल्या मुलीच्या सहवासात आलेला नवा जोश, की एक गुप्त संधान साधल्याची मनाची खळखळ? काही का कारण असेना, पण तेव्हा त्या अनुभवाच्या अभ्यासाची चटक लागली होती त्याला. तीन-चार दिवस न चुकता हाच कार्यक्रम. त्या दिवशी तो रात्री जवळ जवळ साडेदहा वाजता कुमुदकडे जायचं म्हणून उठला. हळूच दरवाजा उघडून त्याच्या खोलीतून बाहेर पडत दरवाजा पाठी बंद करत असता सरलेच्या खोलीतून खोकण्याचा आवाज आला. त्या अनपेक्षित आवाजानं तो थोडासा बावरला आणि दरवाजा बंद करणारे हात कापू लागले. आवाज न करता दरवाजा बंद करण्यात चूक झाली. तेव्हाच त्यानं पटकन सरलेच्या खोलीत जायचा निर्णय घेतला. एकदम घाईत दरवाज्याबाहेर पडल्यानं दरवाज्याचा आवाज झाला असेल हे कोणालाही पटलं असतं नाही का? परंतु सरलेच्या खोलीत पाय टाकताच त्याचे आतापर्यंतचे सर्व विचार दूर सरून काळजीनं ग्रस्त झाल्यासारखा तो सरलेकडे धावला.

ती थकलेली दिसत होती. चेहरा काळवंडला होता. अशक्तपणामुळे श्वास घेणं कठीण जात होतं आणि अतीव शरीरश्रम होत असल्यासारखं नाकपुड्या श्वासोच्छ्वास करताहेत असं दिसलं. पण त्याला पाहताच मोठ्या प्रयासानं तिनं मंदस्मित केलं. काय हे जीवन! तिला त्रास होत असताही दुसऱ्यांना बरं वाटावं ही इच्छा. हे लक्षात येऊन रामण्णाला गळा भरून आल्यासारखं झालं. गेल्याबरोबर लगेच जवळ बसून तिचं कपाळ, शरीर चाचपलं.

"एवढं धावत येऊन बघायला मला काय धाड भरलीय?" सरला म्हणाली.

रामण्णाच्या मुखावाटे एक अक्षरही बाहेर पडलं नाही.

"लिहायचं सोडून आलात का परत?"

"असं काय महत्त्वाचं लिहितोय!" रामण्णा विषय बदलण्याचा प्रयत्नात म्हणाला.

"जळलं माझं जगणं! मलाही सुख नाही की दुसऱ्यांना पण नाही." असं म्हणताना अश्रू लपवण्यासाठी तिनं पांघरुणात तोंड दडवलं.

रामण्णा ध्यानस्थासारखा स्तब्ध राहिला. एक-दोन मिनिटं. जणू जन्मोजन्मीची सवय असल्यासारखे त्याचे हात वात्सल्याची थंड झुळूक दिल्यासारखे तिच्या पाठीवर फिरू लागले. रामण्णाच्या स्पर्शानं तिच्या हृदयाची तळमळ शांत झाली. त्या मौनामध्येच त्यांच्या हृदयांचं परस्पर मीलन झालं. बऱ्याच वेळानं रामण्णानं प्रथम सुरुवात केली.

''सरला, आज एवढा कसला त्रास झाला?''

पडल्या पडल्याच मान हलवत काही नाही असं सुचवलं सरलेनं.

''मग एवढा वेळ झोप कशी नाही आली?'' एकदम काटा टोचावा तसं चपापून ''मला बोलवायचं होतंस'' असं रामण्णा म्हणाला.

सरला गप्पच होती.

रामण्णानं हळुवारपणे तिला पाठीवर थोपटलं. तिची हनुवटी डाव्या हातानं उचलून धरीत आग्रहानं म्हटलं, ''काय झालं, सांग ना?''

''काहीही नाही.''

''ऊहूं. खोटं सांगतेयस. तुझा चेहराच सांगतोय काहीतरी झालंय म्हणून.''

''काऽही काऽऽही झालेलं नाही.'' म्हणताना सरला हसली.

''मग झोप का नाही आली?''

''ती तरी किती वेळा येईल? कित्येक वर्षं चाललंय ते चाललंय. कधी संपणार कोण जाणे.''

''चल वेडी, असा विचार करायचा नाही असं सांगितलं तरी तेच परत डोक्यात धरून बसलीय.''

''त्याला मी तरी काय करू? मला जर इतका वीट आलाय तर दुसऱ्यांना किती आला असेल.''

''तुला सारखं पडून राहावं लागतं म्हणून कंटाळा येतोय. आम्हाला काय धाड भरलीये बरं न वाटायला? त्यातूनही तू लवकरच बरी होशील ह्या आशेत आमचे दिवस एखाद्या क्षणासारखे भुर्रकन निघून जातात.'' रामण्णा.

''मी सुधारणार ही एक कल्पनाच फक्त खोटी. मी पाहतेय ना, तुम्ही काही बाकी नाही ठेवलंय करायचं. सर्व प्रकारच्या बाटल्या झाल्या, इंजेक्शन झाली. एक पण नावाजलेला डॉक्टर उरला नाही.''

''म्हणजे काय? तू सुधारणार नाहीस म्हणून मी हे सगळं करतोय?''

''छे छे! तुम्ही तुमचं कर्तव्य करता आहात. पण हा बरा होणारा रोग नाहीच त्याला कोण काय करणार?''

रामण्णा हसून ह्या विचारांना घालवण्याचा प्रयत्न करतो. ''कर्तव्य म्हणजे? इतकी वर्षं माझी पत्नी म्हणून स्वयंपाक करून जेवायला वाढलंस, संसारसुख

दिलंस, माझे फाटलेले कपडे शिवून दिलेस, केवढ्या शर्टाची तुटलेली बटणं शिवून दिलीस. इतक्या सगळ्यांचा हिशेब ठेवून इतक्या दिवसांचं इतकं बिल झालं, तेवढ्या पैशांची औषधं घ्यायला पाहिजेत असं....''

''पुरे पुरे, बस्स झालं! मी असं म्हणाले नाही हे तुम्हाला माहीत नाही असं नाही. पण वठलेल्या झाडाच्या मुळांना पाणी ओतण्यात काय फायदा? इतकंच....''

''जरा इकडे पाहा सरला, तू मरणाचा विचार सोडून दे. जिवंत कसं ठेवायचं ह्याचा विचार ही माझी जबाबदारी. खरं की नाही? आणखी एक गोष्ट, साप दिसताच अस्तिक अस्तिक म्हणत चल.''

''ह्याचा अर्थ नाही लागला.'' हसत म्हणाली.

''असे भयानक विचार येण्याचा संशय जरी आला तरी लगेच मला बोलवायचं. तुला झोप येईपर्यंत मी इथं बसून राहीन.''

एक मिनिट गप्प राहून सरलेनं आवंढा घेतला. मग म्हणाली,

''तेच तर मी सांगतेय.''

''तेच तर सांगतेस म्हणजे?'' रामण्णाला खोच समजली नाही.

''मी म्हणजे इतक्या सर्वांना त्रास देतेय.''

''इथे बसण्याचा त्रास होतो असं कधी मी म्हटलं?''

''तुम्ही तसं म्हणाला नाहीत आणि तुम्हाला तसं वाटणारही नाही. पण तुम्ही लिहीत बसलात तर मी त्रास देणार नाही.''

''माझं लिहिणं तुझ्यापेक्षा महत्त्वाचं थोडंच आहे?''

''का नसावं? तुम्ही लिहिता त्याचं तुम्हाला सुख तसंच इतरांनाही. हे सोडून आज की उद्याच असे दिवस मोजणाऱ्या माझ्याजवळ ठिय्या मारून बसून काय साधणार?''

''तू लेखिका असतीस तर तुझ्या घरातल्यांना चांगलंच समजलं असतं.'' असं हसत म्हणून सरलाला हसवत तो विचार विसरायला लावला रामण्णानं.

''तरी पण, का कोण जाणे गेले चार-सहा दिवस असलेच विचार मनात सतत येत राहतात, मी कितीही प्रयत्न केला तरी.''

''हे बघ, सरला. येणारे विचार त्रासदायक होऊ नयेत म्हणून तुला एक युक्ती सांगतो. आले रे आले की बाहेर हाकलून द्यायचं. विचार म्हणजे शिंकच आणि शिंकेला बाहेर काढलं नाही तर....''

''विचारांना बाहेर काढणं म्हणजे काय? खोकायचं की शिंकायचं...''

''दुसऱ्यांना सांगायचं, म्हणजे मला सांगायचं. ठीक आहे. सांगून तर बघ. उद्याचे विचार नकोत, आत्ता काय आहेत ते सांग.''

''ऊंहू,'' सरला.

"औषध नाही घेतलं तर रोग बरा होत नाही असं म्हणतात कळलं ना?"

"चला, तुम्ही हसाल."

"नाही हसणार."

"रागवाल."

"नाही, अरे पण हसायचं नाही, रागवायचं पण नाही असा कसला विचार आहे बरं तुझ्या मनात?"

"इतकं सगळं सांगून काही उपयोग आहे का?"

"आधी सांग तर खरं. त्याचा उपयोग कसा करायचा ते सांगितलं नाही का?"

"ऊहूं! नुसतं तोंडानं बोलल्यानं विचार जाणार नाहीत." सरला.

"मग काय केल्यानं जातील ते सांगा ना."

"तुम्ही ते पूर्ण कराल?" असं म्हणून जरा वेळ थांबली. "उगीचच तुम्ही तरी कशाला वेळ घालवताय? अकरा वाजायला आले, मला झोप येतेयस वाटतं." असं म्हणाली.

एक-दोन मिनिटं रामण्णा न बोलता तिच्याकडे निरखून पाहत राहिला. काही वेळानं त्याच्या चेहऱ्यावर स्मितहास्याची कळा पसरली. त्याचं खाली पडणारं हृदयच जणू जपायचंय इतक्या हळुवारपणे त्याचे हात सरलेच्या कपाळावर फिरत होते. हळूच तिचं मस्तक उचलून स्वतःच्या मांडीवर ठेवलं. तसाच तिची मुखमुद्रा निरखून पाहत राहिला. ती पण डोळे उघडून त्याच्याकडे पाहत राहिली. नजरेत नजर मिळाली. हृदयाला हृदय मिळालं. तिच्या मनातील विचार रामण्णाला कदाचित समजले असावेत का?

"हे एक सोडून सांगशील ते करीन." रामण्णा म्हणाला.

"काय सोडून?" ती चिडवण्याच्या स्वरात बोलली.

"तुझ्या मनात आता जे काही आहे ते."

एक दीर्घ श्वास सोडून म्हणाली, "मला माहीत होतं."

"ते शक्य नाही हे तुला कधीपासून माहीत असायला हवं होतं."

"तुम्ही काय शक्य नाही हे नाही सांगितलं." थकली असली तरी तिच्या आवाजात धार होती.

"काय म्हणजे? हे पाहा, सरला. तुला काही होणार नाही. तू हा विचारच सोडून दे."

"काही होणार नाही" स्वतःशीच बोलत असल्यासारखी सरला त्याची पुनरुक्ती करते.

"काही होणार नाही असं कुठल्या सुखाचा विचार मनात आणून तुम्ही बोलताय. एक वर्ष निघून गेलं बिछान्यात पडल्या पडल्या. घर कसं खायला

उठतंय. माझ्याकडून ह्या घराला कसलंही वैभव मिळालं नाही. काही होणार नाही. म्हणजे मिळण्यासारखं नाहीच? तुम्ही काय म्हातारे झालात? मुलं नाहीत ते घर कसलं?''

''वेडी! पत्नी असेल तर मुलांच्या गोष्टी.''

''माझ्यासारखी पत्नी असेल तर हा प्रश्नच उद्भवत नाही.''

रामण्णाला तेव्हा उत्तर देता नाही आलं. अधून मधून सरला हा प्रश्न उजळत असली तरी आताच्या संदर्भात त्या प्रश्नानं त्याला चक्रावलं. कुठल्या तरी आंतरिक संवेदनेमुळे ती ह्यातून सहीसलामत सुटणार नाही ही सरलेची भीती. तिचा हा विचार हाकलून लावण्यात रामण्णाला यश आलं नाही. तिचा हा विचार त्याला नकोसा झालाय. कित्येक वेळा ह्या विचारानं तो आतल्या आत हादरला होता. आता पण त्याचं शरीर कापत होतं.

''का?'' सरलेला ते कापणं जाणवलं.

रामण्णा जरा रागावून म्हणाला, ''तुझ्यासंबंधी असले भीतिदायक विचार नुसते मनात जरी आले तरी मला कापरं भरतं तेव्हा ते बोलून दाखवायचा प्रश्न नाही. मी तरी काय करू, तूच सांग.'' असे हताशवाणे शब्द त्याच्या तोंडून बाहेर पडले.

पडल्या पडल्या आपला हात उचलून त्याच्या गालावर फिरवित हसतच सरला म्हणाली, ''अय्या, आता सांगा कोण वेडं ते. दुःखी, वाईट विचार म्हणताय, मी असं कधी म्हणाले. मी मेल्यावर तुम्ही काय करता हे बघायला कोण येणार? मला जर मरू द्यायचं नसेल तर माझ्या डोळ्यांदेखत माझी इच्छा पुरी करा.''

सरलेचं बोलणं पुरं न ऐकता सुरुवातीच्या शब्दांनी उल्हसित होऊन ''तसं असेल तर सांग, हवं ते करीन.'' रामण्णा म्हणाला. पण ती एक चूकच झाली. त्याचे शब्द बाहेर पडताहेत तितक्यात सरला म्हणाली, ''हे सुदैव बघायला देव मला जिवंत ठेवो. खरंच पूर्ण कराल माझी इच्छा?''

त्यानं होय म्हणून मान हलवली असणार. तेव्हा ''आणखी दुसऱ्या बायकोला...'' तिचं वाक्य पुरं व्हायच्या आधीच विजेचा धक्का बसल्यासारखा रामण्णा 'आ' असं म्हणाला.

''खरंच तुम्हाला हात जोडून सांगते हीच माझी इच्छा आहे. माझ्यासाठी पुरी कराल ना? ह्या घरी मुलं खेळत, बागडत आहेत हे बघून मी प्राण सोडीन म्हणते.''

यंत्रासारखी मान डोलवत होता तो. होणार नाही, होणार नाही. अंतर्मन आक्रोशतं. ''एवढंच, फक्त एवढं झालं तर मी सुखानं डोळे मिटेन.'' सरला पदर पसरून भीक मागावी असं मनापासून बोलली.

''आज जे सुख आहे त्याच्यापेक्षा आणखी काही नकोय मला.'' त्याच्या मुखातून शब्द बाहेर पडले.

दोघेही अबोल झाले. सरलेच्या डोळ्यांत अश्रू तरारले. रामण्णाला खूप वाईट वाटलं. म्हणाला, "सरला, सरला मला किती दु:ख होतंय हे तुला दिसू नये!" ह्यावर उफाळून आलेल्या दु:खावर नियंत्रण ठेवत, "तुम्हाला दु:ख होत असेल तर ह्या गोष्टी नकोत." असं शांतपणे म्हणत सरला त्याचं समाधान करत होती.

इतका वेळ बोलून थकली की बोलून मन हलकं झालं म्हणून सरला एखाद्या लहान मुलासारखी दोन मिनिटांतच झोपून गेली. थोडा वेळ थांबून रामण्णानं हळूच त्याच्या मांडीवरील तिचं मस्तक उचलून खाली ठेवलं आणि आवाज न करता अगदी टाचांवर चालत तो बाहेर निघून गेला.

तिच्या खोलीतून बाहेर पडताच दूरचा प्रवास केल्यानंतर एखाद्या अपरिचित स्टेशनवर उतरल्यावर गांगरून गेल्यासारखं झालं रामण्णाला. कुठे जायचंय, कुठे आलो? किलकिल्या डोळ्यांनी इतस्तत: पाहत असता कुमुदच्या खोलीचा दरवाजा नजरेस पडला. अं! किती दिवसांपूर्वी नाही किती मिनिटांपूर्वी तो इकडेच यायला बाहेर पडला होता. म्हणत पाय उचलले तोच 'छे: असं काय करतोय' म्हणत त्वरेनं स्वत:च्या खोलीत जाऊन दरवाजा बंद करून घेतला. पण मन खिन्न झालं होतं. कुठली तरी अमूर्त हुरहूर त्याला बसू देत नव्हती. काही तरी शोधत असल्यासारखा शून्य दृष्टीनं तो इकडे तिकडे फिरत राहिला. 'आजचा एक दिवस जाऊन येऊया.' असं म्हणाला पण पाय उचलेना.

सरलेच्या मागणीतला दीनवाणा सूर त्याच्या कानाद्वारे थेट हृदयाला भिडला. किती काकुळतीनं मागणी करावी तिनं. म्हणाली, "माझ्यासाठी करा, तसं झालं तर मी सुखानं मरेन." का? तिला कळलं असेल का? पाठीच्या दुखण्यामुळे हतबल झालेल्या बाईच्या मनाला ह्या वंचनेमुळे केवढा आघात झाला असेल. कदाचित समजलं नसावं. कारण पूर्वी पण ती बऱ्याच वेळा असं बोलली नाही का? पण आज ती किती दीनवाणी होती नाही का? ती जिवंत असतानाच हे व्हायला हवं असंही म्हणाली ना? अरेच्या, तिच्या नात्यातल्या कुमुदशी हा विवाह व्हावा असं तर तिच्या मनात नसेल ना? पुढे तो कदाचित दुसऱ्या कोणाशी विवाह करील ह्याची भीती वाटून ती जिवंत असेपर्यंत ते होऊन जाऊ दे अशीच तिची इच्छा असणार. अरेरे! किती शुद्ध अंत:करण! किती सरळ स्वभाव! अशा पत्नीच्या सहवासात राहून तो दुसरा विवाह करायला तयार होईल असं तिला वाटलंच कसं?

आता मन जरा हलकं झाल्यामुळे रामण्णा ह्या विचारांवर स्वत:शीच हसला. दुसरं लग्न करा म्हणते. किती भोळी ही सरला. त्याला आणखी एक विवाह नको. दुसऱ्या कुणाही बरोबर नको. कुमुदबरोबर सुद्धा. रामण्णा परत दुग्ध्यात पडला. 'काय हे? परत गोंधळ झाला मनाचा.' म्हणाला. विवाह कुमुदशी तर नाहीच असा विचार त्याच्या मनात आला नाही का? मग आता कुमुदच्या खोलीतच जायला

निघालाय ना? तिकडे का जावं मग? तसला उद्देश मनात धरून तिकडे जात असताना तिच्याशी विवाह न करणं उचित का? ह्या भ्रमातून त्याला बाहेर पडायलाच हवं. 'जे झालं तेवढं पुरे. ह्यापुढे कुमुदच्या खोलीत पायही टाकणार नाही.' तो म्हणाला.

तरी पण त्याला हवं तसं करायला मन तयार होईना. 'मी माझ्या बाजूनं जायचं नाही म्हणून बसून राहिलो तर तिला ते कसं कळणार? दोघांनी मिळून केलेला करार एकानं मोडावा हा कुठला न्याय? आणि ह्या व्यतिरिक्त कुमुदच्या मनात जर त्याच्याशी विवाह करायची इच्छा असेल तरच त्याच्या निश्चयाला काही प्रमाणात पुष्टी मिळतेय. पण तिचा लग्नाचा विचारच नसेल तर? मग आडकाठी कुठे? असं वेड्यासारखं नाही करायचं. कुमुद तिकडे इतका वेळ वाट बघत बसली असेल. चल, ऊठ.' त्याचं मन त्याला प्रोत्साहन देत होतं.

पावलं पुढे टाकताच, 'मुलं नसलेलं घर काय घर म्हणायचं? माझ्यासाठी तरी दुसरं लग्न करा, घरात मुलं खेळत असलेली पाहून मरेन.' हे सरलेचं बोलणं अजूनही कानात गुणगुणत जणू त्याला जोरानं मागं खेचत होतं. 'मूर्खच आहेस तू. सरलेला बरं वाटावं म्हणून पुढे हवं तेव्हा विवाह कर हवा तर. पण तेव्हाच्या गोष्टींना घाबरून आताचं सुख अव्हेरायचं ह्यात कोणतं शहाणपण? चल पुढे' मन त्याला प्रोत्साहन देतं.

'खरंच, खरंच ना पुरी कराल? एवढं, एवढंच जरी झालं तरी मी सुखानं डोळे मिटेन.' सरलेचे दीनवाणे स्वर जसं काही खरंच त्याचा हात पकडून त्याला पुढे जायला प्रतिबंध करतात. 'हं : हं इतका कसला सरलेचा विचार. तुम्ही काय ठार म्हातारे झालात.' असं म्हणत तिनं तुझ्या जरुरीची दखल नाही दिली का? तिनं सांगितलेलं तुझ्या सुखासाठीच ना. तुझं सुख इथेच बिछान्यावर तुझी प्रतीक्षा करत बसलं आहे. आणखी उशीर करू नकोस असं मनाला समजावत दोन-चार पावलं पुढे सरकला. सरलेचे स्वर मागे पडले. अस्पष्ट ऐकू येत होतं. मागाहून 'मूर्ख, मूर्ख नुसता. आज आहे त्याच्यापेक्षा अधिक कुठलही सुख मला नको. असं कबूल केलंस नाही का सरलेसमोर? आता असलेलं सुख सोडलं तर दुसरे कुठे मिळणार' असं म्हणत त्याचं मन त्याला खोलीतून बाहेर घेऊन गेलं

रामण्णा प्रथम हताश झाला पण नंतर रागावला. इतक्या साऱ्या विचारांनी डोकं पिकवायची गरज? विवाहाचा विचारच कशासाठी? न्याय करण्याचा विचार कशाला? निसर्गानेच हा नियम आखून दिलाय असं म्हणत थोड्या धीटपणे त्यानं कुमुदच्या खोलीत पाय ठेवला. दिवा ढळढळत होता. जवळच्या भिंतीवरील आरशात त्याचं प्रतिबिंब दिसत होतं. स्वत:ला पाहून जरा दचकला का? ह्या प्रकाशात कुमुदसमोर जायची लाज वाटत होती का? कुमुदचं तोंड दरवाज्याकडे

नव्हतं ही संधी साधून खोलीबाहेर पळून जावं असं मनात आलं त्याच्या. परंतु रामण्णाच्या पुरुषीपणाचा अपमान होता त्यात. का म्हणून पळायचं? ह्या मुलीला घाबरून? माझा उद्देश स्पष्टपणे तिला दाखवून द्यावा असं म्हणून दिवा विझवून बिछान्यावर पडला. पुरुषाचा अधिकार गाजविल्यावर लगेच खोलीबाहेर पडला. 'लगेच बाहेर पडलो' असं तो म्हणाला पण खरं तर त्यादिवशी तो एखाद्या चोरासारखा खोलीतून निसटला. आतापर्यंतचा उन्माद उतरल्याक्षणीच रामण्णा एक निराळी व्यक्ती बनला. हे काय? हे काय करून बसलाय? असं म्हणत असला तरी तिथे उभं राहून तिची क्षमा नाही मागितली. सांत्वन नाही केलं, कारण तसं केल्याने त्याचा अभिमान दुखावला असता. म्हणूनच कुमुदच्या खोलीतून एखाद्या चोरासारखा निसटला.

त्याच्या खोलीत गेल्यावर तिथेपण दिव्याचा प्रकाश सहन न होऊन काळोखातच बसून राहिला. 'पशू. मी शुद्ध पशू आहे' असं म्हणाला. दुसऱ्याच क्षणी 'हा पशूंचा अपमान. कुठलाही पशू मनुष्यासारखा अति कामप्रवण नसतो. निसर्गाच्या ठरावीक नियमाचा ताबेदार फक्त पशू.' असं म्हणत निरनिराळ्या प्रकारे स्वत:ची निर्भत्सना केली. त्यावेळी त्याच्या मनात हा विचार आला.

कुमुदचा सहवास नसला तरी त्याच्या जीवनात काहीही उणीव भासणार नाही असा विचार निरनिराळ्या पद्धतीनं करूनही शेवटी तो कुमुदकडे धावलाच ना? काही मिनिटांपूर्वी कुमुदशी अनैसर्गिक वर्तन केलं तरी तिच्यावर त्याचा राग नव्हता. जाऊन तिची क्षमा मागावी असं वाटत होतं. त्या दिवशीचा अनुभव विसरून मन पण पूर्वीच्या स्मृती उजाळण्यात आनंद मानू लागलं.

कुमुद त्याला मनापासून आवडते का? त्यावेळी रत्नावली नाटकातला श्लोक आठवला होता. मन कसं आहे, ते कसं आणि का पराजित होतं, मानवाच्यापेक्षा श्रेष्ठ नियती आहे असं म्हणण्यापेक्षा 'काम' हा शब्द घातल्यास रामण्णानं ह्या श्लोकाचा अर्थ अधिक चांगला समजेल असं समर्थन केलं होतं. जर काम (नियती नको) मनात आणील तर दुसऱ्या द्वीपाहून नाही, समुद्राच्या मध्यातूनही नाही तर भूलोकाच्या खालच्या टोकापासून एक मुलगी अचानक उद्‌भवून तुमचं हृदय पळवून नेईल.

कुमुदनं असंच केलं का? असा विचार सबंध रात्रभर करत तो खुर्चीवर झोपून गेला.

आज ह्या सर्व आठवणींनंतर रामण्णा खुर्चीवरून उठला. त्या दिवशीसारखं आजपण खुर्चीवर झोपणं नको. तेव्हा सुखाची स्वप्नं होती. आत स्वप्नातही सुख नाही असं म्हणत कंटाळून जांभई देत हातातलं पुस्तक खुर्चीवर फेकून उठला. कुठेतरी घड्याळात बारा वाजल्याचे ऐकू येत होतं.

'जांभया झोपेचं लक्षण' असं म्हणतात हे खोटं आहे असं कुमुदला वाटलं. आता तिला एवढ्या जांभया आल्या, पण झोपेचं नावही नाही. झोप येत नाही म्हणून आलेल्या कंटाळ्याचा मनातला धिंगाणा आता जांभयांच्या रूपात बाहेर पडतोय वाटतं? दूर कुठेतरी घड्याळाच्या टोल्यांचा आवाज येतोय. एक, दोन, तीन... बारा! मध्यरात्र होत आलीय अजून झोपेचा पत्ता नाही. दूरच्या घड्याळ्याच्या टोल्यांचा आवाज ऐकू येण्याएवढी शांतता बाहेरील जगात पसरली असली तरी आतील विचारांच्या हलकल्लोळात झोप येत नव्हती. पूर्वी, त्यावेळी किती तरी वेळा झोप न यावी म्हणून प्रयत्नशील असायची आणि आता यावी म्हणून. एके काळी रात्रीच्या शांततेत घड्याळाचे टोले ऐकू येत नसत, झोप यावी अशी स्वप्नंपण पडत नसत तिला. हे सगळं पूर्वजन्मीच्या आठवणी होऊन राहिलंय आज. फक्त एक-दोन वर्षांपूर्वीची गोष्ट. त्यावेळी कितीतरी रात्री सुखाची स्वप्नं स्वत:च्या डोळ्यांनी पाहावी ह्या हव्यासानं ती झोप चुकवत पडून राहायची. एक अनुभव अजूनही डोळ्यांसमोर नाचतोय. त्यावेळी तिच्या जीवनाचा सूर्य उगवला असं वाटून, रात्र येणारच नाही म्हणत पहाटेपर्यंत जागत राहिली होती. त्यावेळी जागतेपणी स्वप्न बघायची आस पूर्ण झाली होती, परंतु ती स्वप्नंपण बाकी उरलेल्या स्वप्नांसारखीच आज नाहीशी झाली होती नाही का? असो. स्मृतींमध्ये स्वप्नातलं सुख ताजं करण्याची शक्ती आहे असं म्हणताना तिचा चेहरा फुलला. मागल्या गोष्टी पाहायच्या हव्यासानं तिचे डोळे आजूबाजूच्या घटनांना दुर्लक्षून काही तरी विलक्षण बघायला विस्फारले. केवढ्या वेळापूर्वी घडलेली घटना? जाऊ दे. वेळ नाही, गोष्ट महत्त्वाची.

त्या रात्री कुमुद खरंच उल्हसित नव्हती. कितीतरी दिवस अनुभवत असलेला सुखाचा प्रवाह ठप्प झाल्यासारखा होता. पती-पत्नीच्या एकांताचं दृश्य, रामण्णानं त्याच रात्री येऊन तिच्या शरीराचा तुच्छतेचा अपमान करून निघून जाण्यामुळे किती तरी दिवस तिची मन:स्थिती उद्विग्न होती. एकीकडे रामण्णाविषयी एक प्रकारची द्वेषभावना होती तर दुसरीकडे तो कधी जरी तिच्याकडे परतला तरी सर्व काही गिळून लाजलज्जा सोडून मन तृप्त करत असे. रामण्णा परतला तरच सर्व असं का म्हणायचं? पहिले तीन-चार दिवस रामण्णा आलाच नव्हता. ते ती कसंतरी सहन करू शकली होती. त्याच्या वर्तनाची त्याला लाज वाटून तो असं करतोय असं स्वत:ला समजावणं शक्य होतं. परतुं रामण्णाचं वर्तन तिच्या मनाला थोडं आणखीनच खुपत होतं. ते तीन-चार दिवस त्यानं तिच्याकडे डोळे उघडून बघितलं

नाही, तिच्याकडे आलाही नाही, तो त्याच्या लिहिण्यात गुंग असता तर तेही ती समजू शकली असती, पण तसं काहीही नव्हतं.

रामण्णा सारा दिवस सरलेजवळ असायचा, मन लावून तिचं औषधपाणी करायचा, रात्री झोप येईपर्यंत तिच्याशी बोलत असायचा, रात्रीपण औषधपाणी करण्यासाठी तिच्याकडेच, दुसरा बिछाना घालून झोपायचा. याचा कुमुदला संशय येत असे. का? जरूर पडतील ती औषधं– सेवा करायला ती कधीही तयार असताना रामण्णा त्याची सर्व कामं सोडून हा खटाटोप का म्हणून करतोय? कसला आलाय औषधोपचार! फक्त नावाचा. तिला विसरून जाण्यासाठी रचलेला एक डाव, असं लक्षात आणून कुमुद फार खिन्न झाली होती. आता ह्या घरात तिला काही स्थान नाही, सरलेची देखभाल पण करायला अयोग्य ठरवलेल्या तिची कोणाला गरज होती? कुमुद एकाकी अश्रू ढाळत होती. सकाळी उठल्यावर काय करायचं, कसं करायचं असं रोज झोपताना कसलेकसले निर्णय घेत होती. पण कसलाही निर्णय करायची वेळच आली नाही. इतकंच नाही तर हे सगळे निर्णय संपूर्ण बदलण्याचाच प्रसंग अचानक उद्‌भवला.

एक दिवस सकाळी रामण्णा तिच्याकडे धावत आला, "कुमुद, कुमुद" रामण्णाचा आवाज तिला हाका मारत होता. छे! निव्वळ स्वप्न असं तिला झोपेत वाटलं, पण ते स्वप्न नव्हतं. रामण्णा स्वत: येऊन तिला गदागदा हलवून 'कुमुद, कुमुद' म्हणत उठवत होता. धाडकन उठून भुतानं झपाटल्यासारखी कुमुद सभोवती बघत राहिली. "पटकन सरलेकडे ये." असं म्हणून रामण्णा स्वप्नात येऊन गेल्यासारखा खोलीतून बाहेर गेला. ती सरलेच्या खोलीत पाय टाकतेय तेवढ्यात रामण्णानं अंगात कोट चढवला होता, त्याच खोलीत एका कोपऱ्यात त्याचा बिछाना तिच्या नजरेस पडल्यावाचून राहिला नव्हता.

"मी डॉक्टरला बोलावून आणतो. तू इथेच थांब." असं म्हणून रामण्णा बाहेर धावला. त्या दिवशी विहिरीत उडी मारून जीव द्यावा असं वाटलं तिला. इतकी निर्लज्ज, इतकी स्वार्थी, इतकी क्रूर, इतकी कृतघ्न अशी तिनं स्वत:लाच मनातून दूषणं दिली. तीन-चार दिवसांपासून सरलेचं हृदय आणखीनच क्षीण झालं होतं हे तिला समजायला नको होतं का? रामण्णा सरलेकडे बसू लागल्यापासून ती तिकडे बसत नसे. हे खरंच! हेही खरं की तिला पाहताच सरला नेहमीसारखं मंदस्मित करायची. पण तिला काय त्याचं? केवळ स्वत:च्या मेंदूत जुनाट, खेडवळ विचारांची गर्दी करून दिल्यानं सरलाची अवस्था ती समजू शकली नाही. इतकी घरबुडवी होती ती. अरेरे! तीन दिवस रामण्णानं एकट्यानं हे कसं निभावलं असेल?

रामण्णानं तिला उठवायला एक अनिवार्य कारण होतं. त्यादिवशी संध्याकाळी

कितीतरी वेळा सरलेला ग्लानी आली होती. तिला शुद्धीवर आणून औषध देऊन शांत करून, त्यानंतर कुमुदला तिच्याकडे बसवून रामण्णा डॉक्टरकडे धावला होता. सरला संध्याकाळनंतर सुधारली ही सर्वांची पुण्याई असं कुमुदला वाटलं होतं. सर्वांची म्हणजे तिला धरून ना? सारा दिवस बाहेरच्या धावपळीनं, घरातल्या काळजीनं रामण्णा थकून गेला होता, त्याचं पुण्य असं म्हणाली. त्या दिवशी तिनं नावालाच रात्री नऊनंतर भोजन केलं. त्यावेळेपर्यंत सरला केवढीतरी सुधारली. त्या रात्री डॉक्टरांनी तिला झोपेचं औषध देऊन काळजी करण्यासारखं काही नाही असं म्हणून प्रयाण केलं. त्या रात्री जेवण, औषधोपचार संपवून स्वत:च्या डोळ्यांनी सरला सुधारलीय हे बघून कुमुद तिच्या खोलीत निघून गेली. ती सबंध दिवस रामण्णाला बघत होती. तिला त्याच्या मुखावरील भाव समजला. पत्नीशी बोलायला त्याला संधी मिळावी म्हणून ती तशीच उठून गेली होती. त्याच्या परिश्रमाचं सार्थ करण्यास रामण्णा आतुर आहे हे तिला समजलं होतं.

त्या दिवशी खोलीत येताच कुमुद फार प्रसन्नचित्त होती. रामण्णा-सरला आपापसात इतक्या आनंदानं बोलत असतील ह्या कल्पनेनं ती आनंदित झाली. थकलेल्या शरीरानं पण प्रफुल्लित मनानं विश्रांतीत डोळे मिटूनही सजग राहण्याचा विचित्र अनुभव ती घेत होती. बराच वेळ अशीच टेकून बसल्या बसल्या एकदम रामण्णा तिच्याजवळ येऊन उभा राहिल्यानं तिचे डोळे उघडले. दमून गेलेल्या चेहऱ्यावरील मृदूभाव, आनंदाच्या ऊर्मींनं उजळलेलं मंद स्मित अशी रामण्णाची मुखमुद्रा बघताच तिच्या मनात त्याचा कळवळा आला, मन एकदम हलकंफुलकं झालं.

त्या दिवशी रामण्णा हे जन्मोजन्मीच्या पुण्याचं फळ आहे असं तिला वाटलं. किती शांत. किती निर्मळ मनानं बोलला. त्या दिवशी त्याच्या पाठीवर हात फिरवत त्याला जवळ ओढून घेतलं तिनं. न समजणाऱ्या दु:खानं हताश झालेलं मूल जसं आसऱ्याच्या शोधात धावतं तसा रामण्णा तिच्याकडे धावत आलाय हे समजायला तिला वेळ नाही लागला. गोष्टी करत करत तिच्या खांद्याच्या आश्रयाने तो पहाटेपर्यंत तसाच झोपून राहिला. तिला झोप उशिराच लागली. पहाटेच रामण्णा तिच्या आधी उठून तिच्या कपाळावर ओठ टेकत असता तिला जाग आली. थोडं घाबरल्यासारखे डोळे उघडल्यावर घाबरलेली मुलं कशी एकमेकास खुणावतात तसं ओठावर बोट ठेवून आवाज करू नकोस असं रामण्णानं सुचवलं. पण चेहरा हास्यानं फुलला होता. त्या पहाटे स्त्रीजन्माला येऊन तिचं सार्थक झालं असं कुमुदला वाटलं. एक मिनिटभर रामण्णाचं हसरं मुख पाहून तिच्यामुळे एक हृदय शांत झालंय असं तिला वाटलं. त्या दिवशी तिच्या मनातील आनंद तेवढ्यावरच संपला नाही. तेवढ्यावरच संपला असता तरी जन्माचं सार्थक झालंय असंच तिनं मानलं असतं.

पण सुखाचे काय न दुःखाचे काय, प्रसंग थोड्या वेळापुरतेच, मर्यादित असतात. त्यांच्या आठवणी मात्र चिरकाल टिकतात. प्रत्यक्ष प्रसंगात अनुभवास येणारे सुख किंवा दुःख असा फरक असला तरी त्याच्या स्मृतीत मात्र सुख नि दुःख सारखंच. दुःखदायक स्मृतींनी जरी डोळ्यांत अश्रू आले तरी मन हलकं होऊन सुखच अनुभवतं. हे सर्व कुमुदला स्पष्टपणे कळत नव्हतं. (कळलं असतं तर ती सुख-दुःखातीत असती ना) पण त्याचा अनुभव मात्र त्या संध्याकाळीच आला.

रामण्णाचा एखाद्या मुलासारखा मुग्ध चेहरा सारखा डोळ्यांसमोर येत होता. 'त्याच्याविषयी मी काय काय कल्पना करत होते? सारा दिवस मन आणि तन पूर्ण थकून गेल्याने तो माझ्याकडे आला होता. सुख-दुःखाच्या गोष्टी करत माझ्या कुशीत मुलासारखा गाढ झोपला होता का? त्याच्या जीवनात मला स्थान असलंच पाहिजे. नाहीतर दुःखाच्यासमयी त्यानं अशी आत्मीयता का दाखवावी? त्याचं आणि माझं हृदय 'एकमेकात विरघळून गेलं असावं.' असं ती म्हणाली. काही दिवसांपूर्वीच्या शरीरसौख्यापेक्षा हे हृदयाचं मीलन तिला जास्त सुखकारक वाटत होतं. तीन-चार दिवसांपासून रामण्णामुळे तिच्यात निर्माण झालेलं दुःख, संताप वगैरे आजच्या आठवणीत सुखाच्या पालवीसारखे फडफडत होते. बारा तासांच्या त्या एका दिवसात कुमुदचा चेहरा फारच मोहक दिसत होता. तिच्या चालण्यात सूर्योदयाचं नवचैतन्य आलं होतं. तिचं बोलणं पावसाळ्यातील पहिल्या थेंबाप्रमाणे थंडावा शिंपडत होतं, तिचं हृदय आसपासचे झरे, ओढे सामावून घेऊन सागराकडे एकरूप होण्याच्या निश्चयानं धावणाऱ्या नदीच्या पात्रासारखं विशाल झालं आहे असा तिला भास झाला.

ह्या अपरिचित भावनेला आत्मसात करून परत परत आठवत राहिल्यामुळे तिच्या मुखचर्येत फरक पडला होता. त्या दिवसापासून सरला तिला डोळे भरून पाहायची. वरच्यावर जवळ बोलावून तिचा हात धरून शांतपणे लोडाला टेकून बसून राहायची. एके दिवशी मात्र (तो दिवस ती कधीही विसरणार नाही.) बराच वेळ न बोलता बसून झाल्यावर सरला मोठ्या गंभीरपणानं कुमुदला म्हणाली, "कुमुद."

कुठेतरी तरंगत असणारं तिचं मन, खेळात रमलेल्या मुलाला शोधून काढून त्याला मुके देत घेऊन येणाऱ्या आईसारखं, त्या स्वरांनी जिंकलं.

"काय ग अक्का?" किती उत्कंठेनं तिनं विचारलं.

"माझा सर्वांना त्रास होतोय."

"तुला कोणी सांगितलं असं?"

"कोणी सांगायला कशाला हवं, माझं मलाच समजू नये? मला फार त्रास होतोय कुमुद. ह्या दुर्दैवी जीवास चिकटून पलंगावर पडून राहण्यात मला कसलीही

वासना नाही, कुमुद.''

"तुझी सर्वांना गरज आहे हे विसरू नकोस, अक्का.''

"वेडी आहेस, कुमुद! कोणाची गरज कोणाला? जिवंत असेपर्यंतच, गेल्यानंतर सगळं संपलं. तसं नसेल तर जग चालेल कसं.''

"नको म्हटलं तेच तेच बोलतेस, अक्का.''

"मी करू तरी काय? काल घेरी येऊन पडले तेव्हा वाटलं गेलेच की काय नि घाबरले.''

"हां, असं म्हण की मरायची भीती वाटते. ती भीती असणं चांगलंच.''

"भीती माझ्यासाठी नाही गं. माझ्या हातून कोणाचंच भलं झालं नाही. बुरं तरी न व्हावं हीच प्रार्थना.''

"कोणाचं काहीही वाईट करण्यात तुला रस नव्हताच.''

"तरी पण मरायच्या आधी काही चांगलं करता आलं तर...''

"काय ते, काय म्हणालीस?''

"तुझं लग्न.''

"चल अक्का, आधी बरी हो.'' मागाहून तिथेच कुमुद थांबली. तिच्या लग्नाची गोष्ट आल्यावर सहजच एक क्षणभर तिला लाजल्यासारखं झालं. पण लगेच दुसराच विचार मनात आला. तिचं लग्न? सरलेला का बरं सुचला हा विचार? तिच्याबद्दलच्या वात्सल्य भावनेनं की? की आणखी कुठल्या संशयामुळे? ती मरायच्या आधी लग्न होऊन जावं असं तिच्या मनात आहे. म्हणजे दुसऱ्या कोणाबरोबरही तिचं लग्न?

"अक्का, तू बरी होत नाहीस तोपर्यंत असले विचार मनात आणूच नकोस. मी त्याला कधीच संमती देणार नाही.'' कुमुद म्हणाली.

"मी त्यांच्याकडे बोललेय तसंच तुझ्याकडे पण बोलले. माझ्या भाग्यात असलेलं डोळ्यांनी बघूनच मरेन.'' असं म्हणून तिनं आवंढा गिळला.

त्यांच्याजवळ बोलली? काय काय बोलली सरला? कुमुदची हृदयक्रियाच बंद पडली असं तर नाही की दुसऱ्या कोणाबरोबर माझा विवाह लावण्याची सरलेची इच्छा बघून रामण्णा तिच्याशी काल रात्रीसारखाच फक्त मैत्रीचा संबंध ठेवणार? मी काही तरीच समजत होते. हा काय नवाच पेच आता?

ती म्हणाली "अक्का, तुला हात जोडून सांगतेय तू बरी झाल्यावरच.''

"तू वेडीच आहेस अगदी. ह्यापुढे मी बरी होणार हे तू विसरून जा. म्हणून मरायला पडलेल्या अक्काची शेवटली इच्छा मान.''

"अक्का, माझी शपथ ही गोष्ट पुढे रेटलीस तर.'' कुमुद हृदयाच्या आवेगानं म्हणाली. तिच्या स्वरातला निश्चय आणि चर्येवर करारीपणा पाहून सरला बावरली.

"काय झालं, कुमुद. जाऊ दे बरं. त्यांनाच सांगते तुझ्याशी बोलायला."

सरलेच्या ह्या बोलण्यावर कुमुदचा प्राणच जणू निघून गेला. फासे कसे उलटे पडतायत असं तिला वाटलं. काहीतरी करून विषय बदलायचा प्रयत्न करू लागली. तीन-चार दिवसांपूर्वी रामण्णानं तिचा औषधोपचार कसा केला, तिला घेरी आली तेव्हा कसा घाबरला, रात्री जेवणाची शुद्ध पण नव्हती अशा कितीतरी गोष्टी रंगवून सांगितल्या. हळूहळू सरलापण आनंदाभिमानानं उजळून निघालेल्या तिच्या तोंडून पडणाऱ्या गोष्टी ऐकण्यात तल्लीन झाली. पुरेसा वेळ गेल्यानंतर परत तिच्या लग्नाचा विषय निघणार नाही ह्या भरवशावर कुमुदनं बोलायचं बंद केलं. शेवटी सरला म्हणाली,

"बघितलंस किती बारीक नजरेनं तू सर्व काही बघतेस. माझं भाग्य काही खोटं नाही बरं का?" तिच्या पाठीवर हात फिरवत हसत होती सरला. कुमुद सरलेच्या ह्या बोलण्यावर चकित झाली. "कसल्या संदर्भात सरला असं म्हणाली? तिनं रामण्णाची तारीफ करत गोष्टी केल्या म्हणून? हां समजलं. एवढा चांगला पती तिला साथ देत असता तिचं भाग्य खोटं कसं असेल असंच सरलेला म्हणायचं असेल." असं तिला एकदा वाटलं नंतर "भाग्य खोटं नाही म्हणजे तिच्या इच्छेप्रमाणेच कुमुदचं लग्न लावल्यावर मरायची खात्री तिला वाटतेय." अशीही रुखरुख कुमुदच्या मनात. पण ह्या विषयी अधिक विचार करण्याच्या मन:स्थितीत कुमुद नव्हती.

सरलेच्या तोंडून तिच्या विवाहाचा प्रस्ताव निघताक्षणीच आतापर्यंत कुठेतरी लपलेले विचार एकाएकी भोवती पिंगा घालू लागले. लग्न! किती आश्चर्य! आत्तापर्यंत हा विचारच तिच्या मनात आला नव्हता. रामण्णाबरोबर तसला संबंध येऊनही तिला विवाह ह्या विचारानं सतावलं नव्हतं. सरला काय बोलली ते ती परत परत आठवू लागली. ती मरायच्या आधीच हा विवाह झाला पाहिजे ह्या सरलेच्या आग्रहाबद्दल तिच्या मनात शंका दाटली होती का? कदाचित रामण्णाबरोबरच तिचा विवाह व्हावा असं तर नाही ना सरलेला वाटत? म्हणजे त्या दोघांबद्दल तिच्या मनात संशय तर नव्हता ना? छे! सरलेचा स्वभाव अगदी निष्कपटी. बायकांना पती आणि मुलं हेच वैभव असं नाही का म्हणायची बऱ्याच वेळा. तिला मूलबाळ न होण्याचं दु:ख असूनही घरात मूलबाळ हसलं तर तिला सुख. पण हे कसं होणार? कुमुदला तिच्या विचारलहरी मनसोक्त बागडतायत असं वाटलं. इतका वेळ विचार करूनही मन शांत नाही झालं. डोळे मिटल्यावर लगेच एक चित्र डोळ्यांसमोर आलं, ती आणि रामण्णा सिनेमाला बाहेर पडलेत. त्यांची मुलं घरात खेळत आहेत. जवळच सरला पलंगावरून हसऱ्या चेहऱ्यानं मुलांना पाहत आता माझ्या जन्माचं सार्थक झालं, ह्यापुढे तुम्ही दोघं सिनेमाला जा की विलायतेला जा. माझं

आपलं हेच घर. असं म्हणतेय. डोळे उघडताच चित्र गायब झालं.

स्मृतींची गोडी आठवत कुमुद पलंगावरून उठली. त्यावेळी झोप नाही आली तर किती सुखदायक वाटायचं तिला आणि आता? त्यावेळी सहज येणारी झोप आता दुष्यंत जसा शकुंतलेला विसरला तसा तो तिला विसरून गेला की काय असं तिला वाटलं. ही गोष्ट तिच्या तोंडी कशी आली? हां! ही कथा एक रात्री... छे! तेच तेच परत. 'कुठेतरी पळून जावंसं वाटतं.' असं म्हणत रागानं पाय आपटत कुमुद झर्रकन पलंगावर चढली आणि तोंड बंदच करायचं म्हणून चादर ओढून झोपून गेली.

-१३-

रामण्णानं फेकून दिलेलं पुस्तक टेबलावर आपटून त्याची पानं उलट सुलट दुमडली गेली आणि एखादा गलितगात्र म्हातारा तोल गेल्यावर कसा जमिनीवर कोसळतो तसं जमिनीवर पडलं. 'जगात जन्माला आलेल्या प्रत्येक मनुष्यप्राण्याला प्रत्येकी किमान एक पुस्तक एवढी पुस्तकं उपलब्ध असताना माझ्या शंकेचं समाधान करणारं एकही पुस्तक नसावं ना?' असं रागानं बघत त्या पुस्तकालाच म्हणाला. जीवनातल्या समस्या सुकर करण्यासाठी साहित्य आहे असं म्हणतात. खोटं! जीवन म्हणजे तरी काय? त्याच्या समस्या इतक्या असंख्य आहेत त्या सुकर करायच्या, सोडवायच्या कशा? ह्या विचारांनी स्वतः साहित्यिक असूनही त्याला स्वत:विषयीच तिटकारा आला, कीव आली.

त्याच्या समस्या कोणत्या? कोणी म्हणतील समस्या नाहीतच मुळी. 'हीच काय एवढी मोठी समस्या' असं आणखी काही जण थट्टेनं म्हणतील. उडवून लावतील. मूर्ख सगळे, अजाणती मुलंच जशी! त्यांच्याच अज्ञानाची जाणीव नसलेले दुर्दैवी जीव. कुठे आहे समस्या? असलीच तर कुमुदसंबंधीच ना? त्यात समस्या कुठली? प्रिय पत्नी निवर्तली. आता दांपत्य सुखासाठी किंवा प्रेमासाठी मन तहानलेलं नाही, कुठलं बंधन नाही, आडकाठीही नाही, तिला सहज सोडून देऊ शकतो. सोडून द्यायचं म्हणजे बाहेर हाकलायचं नाही. इतकीच काळजी वाटत असेल तर एखादी बाई तिला सोबत, सल्लामसलत देऊ शकेल. काहीतरी करून एखाद्या स्त्रीशिक्षण संस्थेत पाठवून स्वावलंबी बनवू शकतो. त्यात काय कठीण आहे?

मूर्ख! असं म्हणणाऱ्यांना त्याची समस्या जराही समजली नाही. प्रिय पत्नी

निवर्तली हे खरंच. पण कुमुदवर प्रेम आहे की नाही कोणास ठाऊक. हे कोण विचारतंय? कुमुदवर प्रेम असेल तर तिच्याशी विवाह करावा ह्यात विचार तो काय करायचा?

छे, सगळे ठोंबेच! प्रीतीचं रहस्य माहीत नाही त्यांना. प्रेम आहे की नाही हे कसं सांगता येईल? पोटभर जेवून स्वयंपाक चविष्ट म्हटलं तर परत खाण्याचा आग्रह करणार. शक्य नाही, खाल्लं नाही तर चव बिघडल्याचा आरोप. पोटभर खाणं हाच जेवण चविष्ट झाल्याचा पुरावा काय? मग कुमुदवर प्रेम आहेच का? ह्या प्रश्नाचा रामण्णानं आतापर्यंत तसा विचार केला नव्हता, कारण ह्या प्रश्नाच्या निश्चित उत्तराशी निगडित शेकडो पूर्वीच्या घटना त्याच्या डोळ्यांसमोर उभ्या राहायच्या. कुठला दिवस बरं तो? त्या दिवशी, हां, सरला पहाटेच घाबरून गेली होती तो दिवस. त्या दिवशी अख्खा दिवस यंत्रासारखं काम केलं. रात्री सरला पहिल्यासारखी तजेलदार दिसत होती. डॉक्टरांनी पण दोन चार वेळा काळजीचं कारण नाही म्हणून धीर दिला होता. जरी त्याचे पाय चालत होते, हात काम करीत होते, डोळे पाहत होते, कान ऐकत होते तरी त्याला त्यात जराही स्वारस्य नव्हतं. सगळं काही सावरल्यावर थोडंसं खाल्लं तेव्हा जरा बरं वाटलं. पण लगेच झोपेनं ग्रासलं. सरलेबरोबर त्याचा पण पुनर्जन्म झालाय असं वाटून मन जरा आनंदित झालं आणि वाटलं कुठेतरी निवांत बसून पोटभर रडावं किंवा कोणाला तरी मनातला आनंद उघड करून दाखवावा. म्हणून तो कुमुदच्या खोलीत गेला.

त्याला नक्की आठवतंय. कुमुदकडे शुद्ध मैत्रीच्या नजरेनं बघितलं होतं, संभोगाची स्त्री म्हणून नाही. त्या रात्रीच्या आठवणी मनात येताच त्याला आश्चर्य वाटलं. दुसऱ्या दिवशी भल्या पहाटे त्यानं कुमुदच्या कपाळावर ओठ टेकले, तेव्हा त्याला ते एका स्त्रीचं कपाळ ह्याचं भान नव्हतं, त्या रात्री त्याच्या मानसिकतेवर त्याचा पूर्ण ताबा होता. म्हणजे? मनाचे अंत:स्थ कढ काही विचित्रच असतात. त्याचं मन जे मागतं ते दैवाला पण हवं असायला पाहिजे ना? हेच तर! कुमुद निराळंच मनात धरून होती, त्याबाबत त्याला यत्किंचितही संभ्रम नव्हता. कुमुद आणि तो, दोघांच्या संबंधाविषयी त्याच्या मनात आतापर्यंत कधीच कसा विचार आला नाही हा विचार त्याच्या डोक्यात शिरला. कुमुद त्याच्यावर प्रेम करते ह्या जाणिवेनं त्याच्या छातीत धस्स झालं. 'काय हा नवाच पेचप्रसंग' तो उद्गारला. भरीस भर म्हणजे हा पेचप्रसंग त्याच्या आवाक्याबाहेरचा होता. कुमुद त्याच्यावर प्रेम करते त्याला तो काय करणार. तो स्वत:वरचा ताबा हरवून बसला होता. त्याचा त्याला राग आला. स्वत:ची निंदा केली. त्याच्या वागणुकीनं कुमुदला प्रोत्साहन मिळत गेलं ह्या त्याच्या मूर्खपणाचं हे प्रायश्चित्त म्हणून स्वत:लाच दोष दिला. मूर्ख, शतमूर्ख. फक्त कामवासना शमविण्यासाठी तिच्या मुग्धतेचा फायदा घेण्याशिवाय दुसरा कुठलाही विचार मनात येऊ नये का? ती बिचारी सहज सरळ त्याच्याकडे

आकर्षित होईल हे समजायला हवं होतं. पण ती त्याच्यावर मोहिनी घालत होती म्हणून कपाळावर हात मारून घेतला. परत परत बायकांच्या जातीवर आग पाखडली. स्त्रीला कामजीवनाच्या आधीच लग्नाचा ध्यास, फक्त वासनातृप्ती नको, त्याला एक नैतिक बंधन हवंच हवं. दुसऱ्या कुठल्याही नैसर्गिक वासना मनुष्यावर इतका प्रभाव, पापपुण्याच्या भाराची इतकी जबाबदारी टाकत नसाव्यात. कुमुद त्याच्यावर प्रेम करत असेल तर पुढील मार्ग कुठला?

संकटं एकापाठोपाठ एक यायलाच पाहिजेत? किती क्रूर नियम हा निसर्गाचा. आधीच भाराभर संकटांनी भंडावून गेलेल्या रामण्णावर हे नवंच संकट पडलंय. त्या कठीण प्रसंगातून पार पडल्यानंतर ह्यापुढे सरलेवर जपून लक्ष ठेवलं पाहिजे असं डॉक्टर म्हणाले होते. 'तिला आघात सहन करायची शक्तीच उरली नाही. तिला हवं ते देऊन लहान मुलासारखं जपावं लागेल ह्यापुढे.' डॉक्टर म्हणाले होते. तेव्हाच्या परिस्थितीत हे रामण्णाच्या पथ्यावरच पडलं. कुमुद त्याच्यावर प्रेम करतेय असा संशय आल्यावर तिचा निकट सहवास टाळण्यासाठी सरलेजवळ बसून वेळ काढायचा बहाणा मिळाला त्याला.

"तुला मुलासारखं खेळवायला हवं असं डॉक्टर म्हणाले म्हणून इथेच बसून राहणार. चॉकलेट पाहिजे म्हणालीस तर लगेच आणून देईन बरं का?" असं तो म्हणाला. तेव्हा ती हसली होती.

"चॉकलेटच्या नावानं थट्टा करण्यापुरतंच आहे का तुमचं बोलणं?"

"चॉकलेटच्या नावानं थट्टा? तुला वेड तर नाही लागलं. पाहिजे तर घे माझी परीक्षा, तू त्रैलोक्य जरी मागितलंस तरी तेही आणून देईन." नाटकातल्या विनोदी पात्राच्या आविर्भावात तो बोलला.

त्यावर सरलेनं एक दीर्घ श्वास घेतला. हास्यविनोदाला खीळ घालणाऱ्या ह्या दीर्घ श्वासानं रामण्णा स्तंभित झाला.

"का? तुला खोटं वाटतंय?"

सरलेनं न बोलता मान हलवली.

"मग पतीवरचा विश्वास उडून गेला?"

"ऊहूं." म्हणत परत मान हलवली.

"मग मनात धरून ठेवलेलं बोलून टाक की."

सरला गंभीरपणाचा आव आणत हसली.

"त्यात हसण्याजोगं काय आहे? सांगावंसं वाटलं तर सांगून टाक पाहू सरला."

"तुम्ही सांगितलेलं पुरं करू शकणार नाही हे माहीत आहे."

"होय का," रामण्णाने तिला आव्हान दिल्यासारखं हसून म्हटलं, "तुझं माझं मन इतकं एकरूप झालंय की तुला माझे विचार आधीच समजतात नाही का?"

"झालं बोलणं सुरू."

"तोंड एकदम बंद, बस्स! की डोळेच मिटू? अच्छा, अच्छा, ही बघायची गोष्ट नाही म्हणतेस तर मग कानच बंद करतो, सांग." म्हणत कानात बोटं घातली.

"माझ्या बोलण्याकडे तुमचे कान नेहमीच बंद असतात."

"जाऊ दे चल. डॉक्टरांनाच सांगतो की तिला तोंड उघडून मागण्याचं एक औषध द्या. त्यांनीच तर सांगितलं की जे हवंय ते द्यायचं तिला."

"तोंड उघडूनच काय, हात जोडूनपण मागतेय."

"मग काय मागायचं ते माग, भक्तश्रेष्ठा! तुझ्यावर प्रसन्न झालेला तुझा देव तू काय मागशील ते डोळे मिटून देईल." त्यानं किती विनोदानं, किती उत्साहानं, लहान मुलाच्या खेळातील निष्पाप खोड्यांच्या अल्लडपणानं हे सर्व म्हटलं. पण भर उन्हातल्या अकाली पावसासारखं सरलेच्या उत्तरानं त्याच्या उल्हासावर पाणी फेरलं. पावसाच्या रिपरिपीनं भिजल्यासारखं त्याचं शरीर घामानं डबडबून गेलं. डोळे मिटलेले, चेहऱ्यावर हास्य नाचतंय. हृदय आतुरतेनं वाट बघतंय, पोरखेळातल्या पुढच्या टप्प्याची, फक्त काही क्षणच. पुढल्याच क्षणी सरलेच्या तोंडून "तुमचा विवाह कुमुदशी व्हावा असं म्हणते." हे शब्द बाहेर पडताच डोळे उघडून बघायची भीतीच वाटली त्याला...

"काय म्हणालीस? हे काय बोलणं झालं?"

"तुम्हीच नाही सांगितलं मागायला?"

"तूच असं बोललीस तर मी काय करावं?"

"विचारा डॉक्टरांना?"

हे ती खरंच शुद्ध हेतूनंच बोलली असं पुढे पुष्कळ दिवसांनंतर रामण्णाच्या लक्षात आलं. डॉक्टर काय म्हणाले होते हे त्यानंच सांगितलं होतं. तंग वातावरण निवळण्याच्या सद्हेतूनं सरलेनं 'डॉक्टरांना विचारा' असं थट्टेनं म्हटलं होतं. पण त्यावेळी ते रामण्णाला समजलंच नाही.

डॉक्टरना विचारा असं सरलेनं म्हणताच रामण्णाला एकच एक विचार मनात आला. त्याचा आणि कुमुदचा संबंध सरलेच्या लक्षात आला तर! कदाचित कुमुदनंच सांगितलं असेल तिला. गेले तीन-चार दिवस त्या दोघी आपापसात कुजबुजत असत. डॉक्टरचं नाव घेतलंय म्हणजे काही गडबड तर नाही? ती काय चुकणार! जे व्हायचं ते होणारच. पण वाईटच झालं. रस्त्यातलं भूत घरात आणल्यासारखं कुठल्या कुमुहूर्तावर ह्या कुमुदला घरी पकडून आणलं. ही पोरगी पण कशी धूर्त. त्याला का नाही सांगितलं? का म्हणजे? त्याला आपल्या जाळ्यात पकडायला पहिल्यापासूनच तिनं हा डाव रचला असणार. जरापण संशय नको. त्यावेळी पुस्तक शोधायला खोलीत आली, त्याच्या आधी त्याच्या हातात तिचा

हात धरवला, तिला सिनेमाला घेऊन जाण्यासाठी सरळ मनाच्या सरलेचं मन वळवलं ही सर्व पहिल्या-पासूनच तयार केलेली योजना असली पाहिजे. तिनं सरलेला सांगून पण टाकलंय तो संपूर्णपणे जाळ्यात अडकला जावा म्हणून. अरे बापरे!

"कुमुद काही बोलली का तुझ्याकडे?"

पटकन सरलेच्या तोंडून शब्द बाहेर पडले, "नाही तर! ती पोरगी स्वत: होऊन असं काही बोलेल? मी तुमच्याजवळ बोलले हे पण तिला माहीत नसावं." सरलेचं हे उत्तर ऐकताच रामण्णाचा संशय बळावला. सरलेला न दुखावता उत्तर देणं जरुरीचं होतं. त्याच्या मनातील विचारांचा थांगपत्ताही लागू नये अशाप्रकारे हसऱ्या चेहऱ्यानं तिला म्हणाला, "बरं मग, विचारीन डॉक्टरांना."

त्या दिवशी रामण्णाला एकांतात विचार करावाच लागला. दोन गोष्टी त्याच्यासमोर स्पष्ट होत्या. कुमुदशी असलेल्या संबंधाच्या परिणामाची कल्पना आणि कुमुदनी बुद्धिपुरस्सर पसरलेलं जाळं. त्यातून सुटण्यासाठी सर्वस्व पणाला लावायचं. त्याक्षणी कुमुदविषयी एक कठोर तिरस्काराची भावना त्याच्या मनात जागृत झाली. त्याला जाळ्यात फसवतेय? त्याच्या घरी राहून, त्याची पत्नी पूर्ण निराधार आहे हे जाणून त्याचा वाईट फायदा घ्यायचा मनसुबा? अपमान – राग – तिरस्कार – द्वेष ह्या भावनांनी वावटळीच्या वाऱ्यात सापडून दिशा चुकल्याप्रमाणे भांबावून गेला. दुसऱ्या दिवसापर्यंत सारा मनस्ताप शांत झाला होता. 'त्याची चूक झाली नाही असं नाही' हे रात्री झोपताना निरुपाय होऊन कबूल केलं. काही असो, ह्यापुढे ही डोकेदुखी अजिबात नको असा त्यानं निर्धार केला. त्या दिवसापासून डोळे वर करून कुमुदकडे बघणं पण बंद. सरलेसमोर ही गोष्ट काढली नसताही, त्याचं लक्ष नसताना ती त्याच्याकडे काही अपेक्षेच्या दृष्टीने बघतेय हे त्याला माहीत होतं.

दिवसा सरलेबरोबर गप्पागोष्टी, संध्याकाळी हवा खायला बाहेर चक्कर मारून यायचं, रात्री लिहीत बसायचं. सगळं सुखात चाललं असूनही मनातल्या मनात त्याला एक भीती नक्कीच होती. डॉक्टरचा प्रश्न कधीपासून निकडीचा झाला? डॉक्टरांना विचारा असं सरला एक दिवस म्हणाली होती, तेव्हा चपापला होता, "का? काय झालं?" असंही बेसावधपणे म्हणाला होता रामण्णा. "व्हायला काय हवंय? आरसा असेल तर पाहून घ्या." असं ती म्हणाली तेव्हा संदर्भ लागला.

"माझ्याबद्दल म्हणतेस होय. मला काय धाड भरलीय." असा उडवाउडवीचा प्रयत्न.

"उगीचच बोलतेय का? तोंड किती फिकट दिसतंय."

"काही तरीच नको बोलूस. ह्यावेळीपण मी तुला चांगला दिसायला पाहिजे. हां हां."

"माझ्यासाठी चांगलं दिसायचे दिवस कधीच संपून गेलेत." गोष्टी परत अंगावर उलटत आहेत ह्या भीतीनं रामण्णानं विषय बदलला.

"औषध घेतलंस ना? हवं की नको सांग. मी जाऊ लिहायला?"

"तुम्ही जा. कुमुदचं पण जेवण संपलं असेल, ती येऊन बसेल."

रामण्णा त्वरेनं गेला. तेवढ्या आणखी एक विचार त्याला खिजवत होता. तो त्याच्या खोलीत बराच वेळ घालवत असता कुमुद सरलेजवळ पुष्कळ वेळ बसलेली असते. कसलं नवं जाळं पसरतेय ती?

रामण्णा डोकं खाजवत उभा राहिला. समोर बघून त्याला हसू आलं. अरेरे! दिसलं नाही का? तो इतका वेळ स्मृतीच्या सिंहासनावर विराजमान असता ते पुस्तक बिचारं हरून मान खाली घातलेल्या शत्रूसारखं खाली जमिनीवर पडलं होतं. चूक त्याचीच! पुस्तकातल्या त्या श्लोकानं त्याचं डोकं फिरवलं होतं, का पण? त्या श्लोकात सत्य प्रतिपादन केलं होतं म्हणून त्या श्लोकावर त्याचा राग. त्या श्लोकात खरोखरच सत्य सांगितलं होतं. 'परत कसलं जाळं पसरलंय' असा स्वत:च्या मनाला प्रश्न केला नव्हता का? ते जाळं नव्हतं. कुमुदनं तर मुळीच पसरवलं नव्हतं. अनीय झटिति घटयति विधि: म्हणजे हा श्लोक म्हणतोय ते जाळं, सृष्टीच्या मायेचं जाळं, नियतीचं जाळं, अनादी काळापासून जगावर पसरलेलं जाळं. त्यामुळेच शेवटी तो त्यात गुरफटला गेला. आपली हार मानून शरणागतासारखे गुडघे वाकवून रामण्णा परत खुर्चीवर बसला.

-१४-

पांघरुणानं तोंड झाकलं तर बाहेरचं जग दिसत नाही, पण आतलं विसरता येत नाही हे कळायला कुमुदला फार वेळ लागला नाही. इतकंच नाही तर बाहेरचं जग पूर्ण विसरता आलं तरी आतलं जग आणखीनच विक्राळ रूप घेऊन उभं राहतं हेही तिला उमगलं. हळूच पांघरूण बाजूस सारून तिनं आजूबाजूस पाहिलं. सगळं पूर्वी एकदा बघितल्याचा भास झाला. खोलीत दिसणारं दृश्य नेहमीचंच असलं तरी कशानं तरी तिच्या खोलीतलं वातावरण – हो, वातावरणच – एकदा परिचित असल्यासारखं वाटलं. केव्हा बरं तीच खोली आज आहे तशीच दिसली होती? ती पांघरूण घेऊन झोपली असावी पण त्यानं अस्वस्थ होऊन तोंडावरचं पांघरूण बाजूला सारून आजूबाजूस पाहिलं असावं तेव्हाच सर्व अगदी असंच दिसलं होतं. रात्रीची पहाट होत आली, तरी झोप आली नाही म्हणून थकलेल्या कुमुदला कोणता

दिवस, किती दिवसांपूर्वी वगैरे स्पष्ट आठवलं नाही तरी संदर्भ नुसते संदर्भच काय, जे घडलं त्याचा एकेक क्रम, एकेक गोष्ट तिच्या संपूर्ण आठवणीत आहे.

त्या वेळी रामण्णाचं मन शांत नाही हे कुमुदला कळलं होतं. एका पहाटे सरलेला मूर्च्छा आली होती त्या दिवसापासून रामण्णाचा चेहरा चिंताग्रस्त झाला होता. सबंध दिवस सरलेची प्रकृती चिंताजनक होती, पण ती रात्री सुधारल्यावर रात्र तरून जाईल, हे लक्षात आल्यावर त्याच रात्री रामण्णा तिच्या खोलीवर गेला होता. त्यानंतर बरेच दिवस नव्हता आला. पत्नीच्या काळजीत असल्यामुळे तो असं करत होता असं पहिल्यांदा तिला वाटलं. पण दिवसांचे आठवडे झाले, आठवड्यांचे महिने झाले, तरी रामण्णा तिच्याकडे फिरकलापण नव्हता. तेच जर त्याच्या चिंतेचं खरं कारण असेल तर ते बरोबरच आहे. अशी तिनं स्वत:ची समजूत घातली असती. पण घरात काही कारणानिमित्तसुद्धा तो तिच्याकडे डोळे वर करून बघायचं टाळत असे. पहिल्यांदा नुसता संशय होता, पण तिला नंतर भीती वाटायला लागली. नाही तर तिनं स्वत:च त्याच्या खोलीत जाऊन त्याला विचारलं असतं. मनातील खळबळ किती दिवस सहन करणार? मनावर ताबा मिळवण्यासाठी रात्री बराच वेळ सरलेशी गप्पा गोष्टी करण्यात घालवत असे कुमुद. काहीच नाही तर रामण्णाला डोळे भरून पाह्यची संधी मिळेल ही तिची मनीची आशा. पण ती सरलेजवळ बसली असता रामण्णा तिच्याकडे एक कटाक्ष पण टाकत नसे. किती तरी वेळा रामण्णा सरलेकडे बसला असता ती दारात दिसली, की 'आली, सोबत आली.' असं छद्मीपणानं म्हणत बाहेर जात असे. हे सर्व बघून रामण्णा म्हणजे का-कशी एक व्यथाच होऊन बसली कुमुदला. एक दिवस अशा मन:स्थितीत असता धीर करून ती सरलेला म्हणाली होती,

"काय ग अक्का, त्यांची प्रकृती बरी नाही वाटतं?"

"विचारलं तर मला काय धाड भरलीय असं म्हणाले." सरलेनं आवंढा गिळत म्हटलं.

"तसं नाही, पण चेहरा फिका पडलाय म्हणून विचारलं."

"मी तेच म्हटलं तर उडवाउडवी केली."

"विचारून, बघ ना! कारण...."

"मी विचारलं तरी त्यांनी सांगितलंच नाही." परत त्याच सुरात सरला म्हणाली. कुमुदच्या संशयानं परत डोकं वर काढलं. म्हणजे काय? पति-पत्नी भांडले तर नाहीत ना? तिच्यासंबंधी तर नाही ना? तिच्याकडे जाणं तर सोडाच, पण बघणं पण नाही हे कसंतरी सरलेच्या लक्षात आलंय का?

"अगं, तुला नाही तर दुसऱ्या कोणाला सांगणार?" कृत्रिम पडद्यामागे मनातील विचार लपवायचा प्रयत्न केला कुमुदनं.

"माझ्यावर रागावले असणार." दीर्घ श्वास घेत सरला बोलली. पति-पत्नीच्या धुसफुशीत तिसऱ्यानं दखल घेणं फार नाजूक बाब हे समजून कुमुद गप्प राहिली.

"त्यांचं तरी काय चुकलं त्यात." सरला विषादपूर्ण स्वरात बोलली. ह्यावर पण कुमुद मान खाली घालून सरलाची रजई सारखी करत गप्प राहिली. पण सरलेच्या मनात जे काही आहे ते बाहेर पडायला फार वेळ लागणार नाही असं म्हणत ती आतुरतेनं वाट पाहत राहिली. अखेर सरलेच्या विचार लहरींचा बांध फुटला.

"त्यांचं काय चुकलं तूच सांग, कुमुद. बाहेरची कामं निस्तरायची म्हणून हात मोकळे हवेत त्यासाठी लोक लग्न करतात आणि इतके बिछान्यावर खितपत पडलेल्या पत्नीचं करायचं म्हणून हात बांधून उभं राहावं लागतंय ह्यांना. का पण? कुमुद." सरलेचा जणू विषाद, निराशा ह्यांच्या जळजळीत हास्यानं प्रकाशित झाला. "म्हणून म्हणते काय चूक आहे त्यांची ह्यात?" कुमुदनं अजूनही उत्तर दिलं नाही. ती उत्तर देईल असं खुद्द सरलेला पण वाटलं नाही. म्हणून सरला पुढे बोलत राहिली,

"घरात कुणीतरी वाट पाहत असेल, दमलात का विचारेल, त्यांच्याबरोबर हास्यविनोद करेल, असं काहीच नाही. घरात पाय पडताक्षणीच फक्त मरत नाही म्हणून बिछान्यावर पडून राहिलेली रोगट पत्नी..." आता मात्र कुमुदला बोलावंच लागलं.

"असं काय अक्का, नको ते बोलून मनाला त्रास नको करून घेऊस. एक दिवस जरी तू त्यांना दिसली नाहीस तरी वेड्यासारखे होतात. तुला कोणी सांगितल्या ह्या बिनबुडाच्या गोष्टी?"

"वेडीच आहेस, कुमुद. ह्या गोष्टी सांगाव्या का लागतात? त्यांच्या चेहऱ्यावरूनच कळतं. पहिल्या पहिल्यांदा आल्यावर लगेच बघत असत काही सुधारणा झालीय का. आता खात्रीच झालीच की हे शक्य नाही. आता ते आल्यावर मनातलं बाहेर पडू नये म्हणून दुसरंच काही तरी बोलायचा प्रयत्न करतात की नाही? आता तर त्यांचं तोंड बघताना माझी आतडी पिळवटून जातात. मी तरी काय करू शकते? सांग कुमुद. घरात एक-दोन मुलं असती तर बाहेरून घरात आल्याबरोबर मुलांच्या गजबजाटात मन रमलं असतं. माझ्या नशिबात तर हे नाहीच लिहिलेलं. येऊन नुसतं नुकसानच केलंय त्यांचं. निदान जाण्यापूर्वी..." इतका वेळ इतक्या कळवळ्यानं बोलत राहिल्यावर सरलेला थकवा आला, पण तो सहन करण्याची शक्तीपण देहात नसल्यामुळे तिच्या डोळ्यांत असहाय्यतेचे अश्रू ओथंबून आले.

कुमुदला ते बघून फार वाईट वाटलं.

"एकटी पडून राहिलीस म्हणून नको ते विचार करतेस. घरातल्या कोणाच्याही मनात असे विचार नाहीत."

दु:खाचा उमाळा आवरत सरला म्हणाली, ''तरी माझं समाधान होत नाही, कुमुद. जिवंतपणी मी माझं कर्तव्य पार पाडलं नाही अजूनही. मरायच्या आधी तरी करू दे म्हणून त्यांना काही सांगितलं तर रागावूनच बसले.''

''काय बोललीस अक्का? त्यांना राग येईल असं तुझ्या तोंडून बाहेर पडेल हे मला खरंच वाटत नाही.''

''काही असो, रागावले नक्कीच.''

''एवढं काय तू बोललीस?'' कुमुदनं तिला थोडं चिडवायला थट्टेनं म्हटलं. हे विचारताना पति-पत्नीची नेहमीचीच बाचाबाची असेल असं तिला वाटलं होतं. ती ह्या घरात आणली गेल्यापासून तिनं सरलेच्या तोंडचं कठोर, खोचक बोलणं किंवा तिच्या कुठल्याही बोलण्यावर रामण्णा रागानं गरजल्याचं ऐकलं नव्हतं आणि आता तर असहाय्य सरलेवर रागावणं रामण्णाला शक्यच नाही. सततच्या वेदनांच्या आघातामुळे अशक्त होऊन कसले कसले बुद्धिमान लोक लहान मुलासारखं वागतात, मनानं कमजोर होतात. त्यामुळेच सरला पण दु:खी झाली असेल असं समजून कुमुदनं तो प्रश्न केला होता.

''मी त्यांना दुसरं लग्न करायला सांगितलं.'' हे उत्तर ऐकताच चक्कर येऊन खाली कोसळलेल्या माणसाला शुद्धीवर आल्यावर कसं गरगरायला होतं तसं झालं कुमुदला. ती कुठे आहे. कोणाशी बोलतेय, काय बोलतेय, एक क्षणभर काहीही लक्षात आलं नाही तिच्या. लग्न? रामण्णाचं? आणखी एक? का बरं? सरलेनंच हे बोलावं? का पण? अशा बोलण्यावर खरं तर रामण्णा हसून हसून बेजार व्हायच्या ऐवजी रागावला? का... का पण? अशा नानाप्रकारच्या विचारांच्या गर्दीनं थयथय नाचत तिच्या मेंदूला तुडवून लोळागोळा केल्यासारखं वाटतं तिला. त्यावर आणखी तोंडावर कुठलाही भाव दिसू न देण्याचा अट्टहास. रामण्णाच्या लग्नाची तिला एवढी काळजी का असा संशय सरलेला आला तर? त्यासाठी तिच्या विचारांचं तांडव तिला ऐकू येऊ नये म्हणून स्वत:च जोरजोरानं हसू लागली कुमुद. वेदनेनं पण हसू येतं हा विचित्र अनुभव त्यावेळी तिला आला.

''अक्का इतकं पोरकट बोलणं ऐकल्यावर राग येणार नाही तर काय?''

''ते रागावले आणि तू हसतेस.''

सरलेला वाईट वाटल्याचं पाहून कुमुद उद्‌गारली, ''हसतेय म्हणून वाईट वाटून घेऊ नकोस तू. तूच बघ. पत्नीला बरं वाटावं म्हणून दिनरात्र काम करून थकून गेल्यावर आणखी दुसरं लग्न करा म्हणणं.''

''एवढं पण मला समजत नाही काय? मला वाचवायचा त्यांचा प्रयत्न चालू आहे तर मी मरायला तयार आहे असं कसं म्हणीन? तरी पण एवढे कष्ट सहन करणाऱ्या माणसाला थोडं सुख मिळावं, तेही माझ्या डोळ्यांदेखत असं...''

"आणखी एक बायको म्हणजे सुख मिळेलच असं नाही." हे बोलताच कुमुदला आपली जीभ कापून टाकावीशी वाटली. केवढी अभद्र गोष्ट तिच्या तोंडी.

चादर फेकून कुमुद पलंगावरून उतरली. त्यावेळी तिच्या तोंडून पडलेले शब्द अभद्र होते असं आता तिला समजलं, पण तेव्हा तसं वाटलं नव्हंत. पण त्या रात्री सरलेबरोबर झालेल्या गप्पागोष्टीनं तिचं मन धास्तावलं होते हे निश्चित. गोष्टी संपवून सरला निजल्यावर कुमुदला तिच्या खोलीत जाऊन एका जागी उभं राहणं जमेना. तसं उभं राहिलं तर तिचे विचार तिला गुरफटून टाकतील ही भीती. ते विचार विसरण्यासाठी ती येरझारा घालू लागली. पण विचारांनी तिला गुरफटलंच.

रामण्णाचं लग्न? ते तिच्याशीच का होऊ नये? लग्न ठरलेल्या बहिणीला जसा तिचा धाकटा भाऊ चिडवतो तसा हा विचार तिला चिडवत होता. एकदा तर परत परत तोच विचार केल्यावर तिला शेवटी असं वाटलं हे खरं होऊ शकेल का? पण हे पोकळ समाधान फार वेळ टिकलं नाही. ही गोष्ट खरी असती तरी रामण्णाला राग आणण्यासारखी आहे. ह्याचा मनावर आघात झाल्यासारखं झालं तिला. रामण्णाला तिच्याबरोबर विवाह एवढा अनिष्ट, इतका नकोसा? समोरच्या आरशात तिनं स्वतःला पाहिलं. त्या देहावर रामण्णाचा कसल्याप्रकारे अधिकार होता ह्याचं संपूर्ण चित्र तिच्या डोळ्यांसमोर साकार झालं. असं असून रामण्णाला राग. छे! तिचा ह्या विवाहाशी काही संबंध नाही. रामण्णा तिच्याकडे येऊन गेलेल्याला आज किती दिवस झाले बरं? डोळे उघडून तिच्याकडे बघितलं त्याला पण किती दिवस झाले? हां, परत दुसरा विवाह करण्याचं मनात आलं असेल, म्हणून माझा सहवास टाळतो तो.

हा विचार मनात येताच कुमुदचे प्राणच जणू निघून गेले. दुसऱ्या कोणाबरोबर रामण्णाचा विवाह हा विचार सहन न होऊन तिनं डोळे घट्ट मिटून घेतले. अंगात आल्यासारखं मान जोरानं हलवत 'नाही, नाही खोटं आहे हे, असं नाही होणार', असं आरशातल्या प्रतिबिंबाला बजावून सांगितलं. आरशाच्या अगदी जवळ गेल्यावर भानावर आली. हा काय वेडपटपणा? हलक्यासलक्या कल्पनेनं भ्रमिष्ट व्हायला काय झालं? पण ही कल्पना नाही, सरला असं बोलली. हे तिच्या कानांनी तिनं ऐकलं नाही काय? रामण्णाचं दुसरं लग्न...

"छे! हे कधीच शक्य नाही." स्वतःची समजावणी करत कुमुद म्हणाली. ह्याबाबतीत रामण्णा रागावला असं सरलाच म्हणाली. एक क्षणभर कुमुद खुष झाली, पण लगेच विषादाची छटा पसरली साऱ्या मुखावर. रामण्णाचं दुसरं लग्न शक्य नाही म्हणजे? म्हणजे? एक वेळ ही गोष्ट तिच्यासंबंधीच आहे म्हणून तो विवाहाला तयार नाही असं समजायचं का? आरशातल्या प्रतिबिंबाकडून उत्तराची अपेक्षा असल्यासारखं तिनं आपल्याच प्रतिबिंबास विचारलं.

मन खरंच एवढं चंचल असतं? प्रतिबिंबाकडे असं टक लावून पाहत उभी असता आधीचे विचार उडून गेले. प्रतिबिंबच फक्त उरलं तिचं, त्या प्रतिबिंबावर मोहित झाल्यासारखं तिच्या मनात आनंद आणि अभिमान निखरला, "ही रामण्णाची वस्तू.' म्हणाली, लग्न होवो की न होवो, ही वस्तू पूर्णपणे रामण्णाचीच. रामण्णा कोणाशीही लग्न करो, ही मात्र रामण्णाच्या मालकीची. समजलं!" असं प्रतिबिंबाला समजावून सांगितल्यासारखं म्हणाली. यज्ञात बळी जाणाऱ्या पशूला पण स्वर्ग मिळतो ह्यावर विश्वास ठेवणाऱ्या लोकांना स्वर्ग कळलाच नाही असा वादविवाद करायला कुमुद त्यावेळी तयार होती. एका प्रकारच्या यज्ञात तिच्या देहाची आहुती झालीय आणि म्हणून तिच्या देहाला आनंद झाला, त्या देहामुळेच ती पुलकित झाली असं वाटलं तिला. आरशात स्वत:च्या देहाला बघून त्याच्याविषयी सुरुवातीला अभिमान, त्यानंतर आनंद आणि शेवटी दया आणि वात्सल्य वाढू लागलं. आणखी कसलाही विचार मनात न आणता देहाचा झटपट शृंगार केला. आहुती गेली तर आनंद. जितक्या त्वरेनं आहुती द्यावी तेवढ्या जोराचा आनंद असेल तर आजच ही आहुती अर्पून टाकायचा निर्धार करून कुमुद खोलीतून बाहेर पडली.

दरवाज्याच्या खालच्या फटीतून रामण्णाच्या खोलीतून प्रकाश दिसत होता. त्या प्रकाशाच्या सूक्ष्म धाग्यांनी आकर्षली जाऊन जोरानं खेचून गेल्यासारखी त्या दरवाज्याजवळ गेली. तेच प्रकाशकिरण ती दरवाज्याजवळ पोहोचताच एक क्षण तिच्या पायांना अडवतायत असं तिला वाटलं. ती थांबली, का? अजाणता नाही, खोलीतल्या घड्याळाची टिक टिक? ऊं हूं, आत रामण्णा येरझारा घालतोय. तिला एकाएकी काहीतरी सुचलं आणि तिच्या चेहऱ्यावर हसू पसरलं. मनासारखी वेगवान दुसरी कुठली शक्ती आहे जगात! रंगीबेरंगी विचारांच्या अखंड प्रवाहाच्या ओघात एका क्षणातच मनातल्या मनात चौदा लोक पार करून आल्यासारखं तिला वाटलं. रामण्णाच्या येरझारा चालूच होत्या. कशासाठी? तिच्यासाठी, फक्त तिच्यासाठी, हे समजायला कुमुदच्या आतुर मनाला वेळ नाही लागला. तिला सोडून रामण्णा राहूच शकणार नाही, पण बिचारा तिच्याकडे येऊ शकत नाही, कारण सरलेला घाबरतोय म्हणून ह्या येरझारा. त्याला आता केवढा विस्मय वाटेल. भक्त देवाची वाट पाहत असता साक्षात देवच त्याच्यापुढे उभा राहिला तर त्या भक्ताची काय बरं अवस्था होईल? दरवाजा हळूच उघडण्यासाठी तिनं हात पुढे केला. दरवाजा उघडाच होता. आता तिला आत गेलंच पाहिजे, आत गेल्यावर रामण्णाचे डोळे मागाहून गच्च मिटायला पाहिजेत. उंहूं! नुसतं डोळे मिटून पुरायचं नाही, त्याला घट्ट आलिंगनच द्यायला हवं. त्याच्या बाहूंना घट्ट मिठी मारून त्याचं शरीर तिच्या शरीरात विरघळलं पाहिजे. नको, नको, असं आताच नको. तोच इकडे येतोय. मनातल्या खळबळीनं त्याचा चेहरा कसा सुंदर दिसतोय. कसल्यातरी विचारानं ओठ

पुटपुटत आहेत. ते पुटपुटणारे ओठ बघून कुमुदचे ओठ पण विलग होऊ लागले. त्या ओठांना तिच्या ओठांनी गच्च पकडावे. हलूच देऊ नये असं तिला वाटलं. एवढ्यावरच समाधान? दोन्ही हातांनी त्याचा चेहरा घट्ट पकडून... अगं आई गं! हा चेहरा असाच तिच्या डोळ्यांसमोर राहिला तर तिला खचित वेड लागणार. त्याला समोर नये ठेवू, त्याला लपवलं पाहिजे. त्याचं चुंबन घ्यायला, अगदी जोराचं.... त्या रात्री ती मनात भ्रमिष्ट झाली होती ह्यात शंका नव्ही. एकापाठोपाठ येणाऱ्या विचारांनी ती जर्जर झाली होती. रामण्णा पलंगावर बसला होता. ती त्याच्याजवळ होती, तो तिला आपल्या हातांनी थांबवत पलंगावरून उठत होता तेवढ्यात ती भानावर आली.

"हे काय? असं का? इथे कशाला आलीस?" असा विरोध दर्शवत रामण्णा तिच्यापासून दूर सरकला होता. त्यावेळी कपाळ, सर्व शरीर घामानं डबडबून गेलं होतं. वाटलं तिचं हृदयपण पावसानं चिंब भिजलेल्या पृथ्वीनं जसा जोराचा श्वास घ्यावा, तसं जोरजोरानं श्वास घेतंय. त्या श्वासाबरोबर तिचे प्राणच उडून चाललेत असा भास झाला तिला. रामण्णाच्या चेहऱ्यावरील भाव पाहून तिचं वेड पार गायब झालं. शेवटी काही न बोलता खालच्या मानेनं ती स्वत:च्या खोलीत निघून गेली.

आनंदात असता मनाचा वेग किती जोरदार असतो आणि दु:खात शरीराची शिथिलता तेवढीच वाढत असते. कारण तिच्या खोलीत जाताना, जड पावलांना युगं युगं चालावं लागतंय, असं तिला वाटलं. खोलीत आल्यावर पलंगावर पडली. तोंडावर गच्च पांघरूण ओढलं तरी थांबवू न शकलेले विचार मिटल्या ओठांना सर्रकन उघडून बाहेर पडले, 'मी त्यांना नकोशी झाले आहे, नकोशी झालेय.' दुसऱ्याच क्षणी साऱ्या जगालाच ती नकोशी झाली आहे असं वाटून तिचं शरीर गदागदा हलू लागलं.

कधीची आठवण ही? हां, त्या रात्रीची. त्यावेळी तिनं 'मी आता मनानं विधवा' असं स्वत:च्या मनाला बजावलं. बरोबर आहे. सरलेला शारीरिक अस्तित्व नसूनही तिची मूर्ती सर्व घरभर सर्वांची मनं व्यापून राहिली आहे. म्हणून ती मरेपर्यंत मनानं विधवा राहणार? ती शरीरानं विधवा होणार नाही हे ती विसरली नव्हती. मनाला अभिमान असला तरी देहाला स्वाभिमान असावा असं नाही. शरीराचा विचार मनात आल्यावर शरीर थकलंय ह्याची जाणीव झाली. शरीर! अरेरे, किती निलाजरं हे शरीर? ह्यातून सुटायचा कुठलाही पर्याय न सुचून शिकाऱ्यांनी घेरलेल्या हरिणीप्रमाणे थकून जाऊन कुमुद पलंगावर पडली आणि दोन्ही हातांनी डोकं गच्च दाबून धरलं तिनं.

येणारी शिंक पूर्ण बाहेर पडली नाही तर कसं कासावीस व्हायला होतं तशी होती रामण्णाची स्थिती. दुखलं तरी पण शिंका घ्यायलाच हव्यात नाहीतर सर्दीचा जोर कमी होत नाही.

रामण्णा खुर्चीवर बसून सरलेचा फोटो टक लावून पाहत होता. 'वेडी! बघितलंस, तुझा उद्देश जरी चांगला होता तरी त्याचा परिणाम किती भयंकर! शेवटी तूच श्रेष्ठ साहित्यिक ठरलीस. इतकी उद्वेगजनक शोकांतिका रचून निघून गेलीस. ते न समजणं ही तुझी चूक, चूक कोणाचीही नसेल तर शोकांतिका आणखीनच परिणामकारक होते.'

रामण्णा ताडकन उठला. 'मी म्हातारा झालोय' असं म्हणाला. वर्तमान विसरून भूतकाळातल्या स्मृती उजळत बसणं हे वार्धक्याचं लक्षण असं कुठं तरी वाचल्याचं त्याला स्मरतं. थू:! परत आठवणी म्हणत येरझारा घालू लागला. त्यादिवशीची आठवण. चला, ह्या आठवणींना एकदा पूर्ण प्रकाशात आणून मन हलकं करूनच झोपावं असा निर्धार करून पावलं जोरानं उचलत येरझारा चालूच ठेवल्या.

होय, त्यादिवशी तो असाच येरझारा घालत होता का बरं? त्या दिवशी काय झालं होतं? हेच नाही का? सरलेनं परत त्यादिवशी त्याच्या लग्नाची गोष्ट काढली होती. ती गोष्ट आली की त्याला लाज वाटून पळून जावंसं वाटायचं. का कोण जाणे सरला 'लग्न' म्हणताच कुमुदची मूर्ती त्याच्या डोळ्यांसमोर उभी राहिली. जवळ ती मूर्ती, समोर सरला. तेव्हा ती सरलेची वंचना तर नाही ना हा विचार पण मनात आला. त्यावेळी अपराध्यासारखं पळून जावंसं वाटलं. त्याच्या आणि कुमुदच्या चोरट्या प्रेमसंबंधाचा संशय सरलेला आला आहे. तो काढून टाकण्याची शक्ती तिच्यात नाही हे लक्षात येऊनच सरलेनं ही गोष्ट काढली होती. ती गोष्ट काढताक्षणी हा संशय त्याचं हृदय करवतीनं कातरतोय असं वाटलं त्याला. कधी कधी सरलेचं अंत:करण शुद्ध आहे, निर्मळ बुद्धीनंच ती तसं म्हणाली असावी आणि त्याला पण कुमुदच्या सहवासाची सवय झाली होती, तेव्हा हो म्हणून टाकावं झालं म्हणणार, तोच जीभ चावली. काय हा मूर्खपणा! सरलेच्या मनात काय आहे? त्याच्या मनात भलतंच काही. 'आणखी एक लग्न' एवढंच ती म्हणाली. कुमुदशी लग्न असं नाही म्हणाली ना ती? तसाच तिचा विचार असता तर स्पष्ट म्हणाली नसती का ती? तसं एकदाही म्हणाली नाही असं असताना त्याने आपण होऊन 'बरं मी कुमुदशी विवाह करायला तयार आहे' असं म्हणणं म्हणजे त्याची चूक स्पष्टपणे कबूल

करण्यासारखंच झालं नाही का?"

परंतु त्याचं चुकलं असं कबूल करायला तो कधीच सिद्ध नव्हता. एक वेळ जर तो कुमुदवर प्रेम करत असता तर एका दृष्टीनं ती चूक असं म्हणता येईल पण तो कुमुदवर प्रेम करत नव्हता. प्रेम करत नव्हता? म्हणजे प्रीतीवाचून शरीरसंबंध हा व्यभिचार नाही का? तो खरंच इतका कामुक वृत्तीचा होता? ते पण कबूल करायला तो तयार नव्हता. नाहीतर त्याला नकळत तो कुमुदवर प्रेम करत होता? कुठलाही निर्णय करण्याच्या मन:स्थितीत तो नसताना जेव्हा सरलेनं 'परत एक लग्न' हे बोलणं केलं, तेव्हा त्याला स्वत:वर काबू ठेवता आला नाही. त्याचा स्वत:बद्दल अजूनही निर्णय होत नसला तरी कुमुदबद्दल त्याला जराही संशय नव्हता. त्या रात्रीच्या प्रसंगानंच त्याची ती खात्री पटली होती. त्या रात्री कुठलाही निर्णय मनात होत नसल्यामुळे येरझारा घालून घालून मन आणि पाय थकल्यानं तो पलंगावर बसला. त्याचवेळी अकस्मात त्याच्या मनातला संशय, भीती, अपराधाची जाणीव ह्या तिघांचं परिपक्व मूर्तरूपच जणू अशी कुमुद त्याच्या दरवाज्याजवळ उभी होती.

कुमुदच्या चेहऱ्यावरचे भाव बघून ती त्याच्यावर प्रेम करतेय ही त्याच्या मनातली गाठ पक्की झाली. पण प्रेम जसं फुलासारखं कोमल असतं तसं क्रूरही असू शकतं, जितका आनंद तितकाच खेदही उपजवू शकतं. ह्याचा रामण्णाला आतापर्यंत अनुभव नव्हता. कशी मूर्तीसारखी दिसत होती त्याक्षणी कुमुद! पतंगाला आकर्षित करणाऱ्या ज्वालेसारखी त्याला आकर्षक दिसत होती. तिच्याकडे बघायचं पण धैर्य त्याला होत नव्हतं. तिच्याकडे बघितल्यास तिच्या सौंदर्यपाशात जखडला जाण्याच्या भीतीनं तोंड फिरवून पलंगावरून उठायचा प्रयत्न करत होता तो. त्यामुळे तिनं पुढे केलेले हात त्याला स्पर्शू शकले नाहीत.

एक क्षण – अर्धा क्षण – पापणी लवण्याच्या आत – त्याची आहुती पडेल, पडलीच असं वाटत असताच तिनं हात खाली सोडले आणि त्याच्याकडे तोंड वर करून पाहिलं. सृष्टीचा खेळ किती चमत्कारिक! त्या एका क्षणात घामानं तिचं सौंदर्य पण धुवून गेल्यासारखं झालं. त्यावेळी तिच्या चेहऱ्यावर प्रथम जरा क्रूर, पण नंतर असहाय्य एवढेच भाव उरले होते. हळूहळू त्यानं तिच्याकडे पाहिलं. ती बदललेली भावछटा बघून बघून तो तिच्याकडे निर्धास्तपणे पाहू शकतो हे त्याच्या लक्षात आलं. त्यावेळी बोलण्याची जरुरी नसतानाही त्याच्या तोंडून काहीतरी शब्द बाहेर पडले. त्या शब्दाबरोबरच कुमुदही बाहेर पडली होती. त्या दिवसापासून रामण्णाच्या भीतीत भर पडली होती. त्यानं प्रेम करणं आणि दुसऱ्यानं त्याच्यावर प्रेम करणं, ह्या दोन गोष्टीत फार फरक आहे हे त्यावेळी त्याला कळलं. त्यानं प्रेम करणं हा आनंददायक अनुभव. ज्यावर प्रेम करायचं त्यानं उलटपक्षी प्रेम नाही केलं

तरी सुखच. पण तो दुसऱ्या कोणाच्या प्रीतीची वस्तू आहे असं म्हटल्यास, विशेषकरून त्याला तसं प्रेम नसताना, शिकारीतल्या आहुतीसारखं वाटत असतं हे सर्व रामण्णाला अजूनपर्यंत समजलं नव्हतं. त्या दिवसापासून शिकारी कुत्र्यांना टाळणाऱ्या सशासारखा रामण्णा कुमुदला टाळण्यासाठी बराच वेळ त्याच्या खोलीतच बसून काढत होता. हळूहळू सरलेचा सहवासपण घाबरवू लागला. 'आणखी एक लग्न' हे शब्द कानावर पडताच त्याची अवस्था काय होईल ह्याची भीती. त्यांच्यापासून जेवढं दूर तेवढं बरं आणि सुरक्षित असं तो समजला. किती वेडा तो. दूर? म्हणजे कुठे? त्यात काही अर्थ नाही हे हळूहळू त्याच्या लक्षात आलं. शरीरानं कुमुदपासून जेवढा दूर तेवढाच मनानं तिच्याजवळ ओढला जात होता. कुमुद शरीरानं जवळ नसून मनात भरून राहिली आहे हे कळून आल्यावर हताश झाला. असं असताना नुसती शारीरिक दूरी राखून काय साधणार असं सारखं वाटायचं त्याला. कसं झालं तरी ती त्याच्यावर प्रेम करतेय, तेव्हा तिच्या तिरस्काराची भीती नव्हतीच. एक वेळ देहाची भूक तृप्त केली तर काय बिघडतंय, ती सुद्धा लग्नाचा आग्रह धरत नाही. मग भीती कशाला, असा स्वत:ला धीर दिला. आता जरी इथे सोडलं तरी सरलेनंतर...

त्यावेळी रामण्णाला स्वत:चीच उबग आली. 'सरला गेल्यानंतर' हा पूर्वी कधी कधीही न आलेला विचार आज कशाला? तो इतका कठोर, कृतघ्न, असंस्कृत होता की काय? मनातल्या मनात सरलेच्या निधनाकडे लक्ष ठेवून होता तो? छे, त्या देवीपुढे तो एक शुद्ध राक्षस! स्वत:ची सुख-दु:खं गिळून त्याच्याच सुखासाठी दुसऱ्या लग्नासाठी त्याची मनधरणी ती करत असता हा विचार कशाला? तिच्यापासून असा काय त्रास होणार होता की त्यानं तिच्या मृत्यूची आस धरावी? अशी किती प्रकारे रामण्णानं स्वत:ची निर्भर्त्सना केली. काही महिन्यांनंतर एकदा स्वत: होऊन तिचे पाय धरून सर्व काही कबूल करून दुसऱ्या लग्नाला तो तयार झालाय असं म्हणण्याचा निर्धार केला त्यानं, पण शेवटच्या घडीला धैर्य झालं नाही. त्यानंतर हळूहळू सरलेची प्रकृतीपण क्षीण होऊ लागली. अशा तऱ्हेची उद्वेगजनक भावना तिच्यात निर्माण होणं तिच्या प्रकृतीस हितकारक नाही हे कारण सकृतदर्शनी पुढं केलं त्यानं आणि कदाचित दुसऱ्या लग्नात कुमुद हे पात्रच नसेल तर? ही भीतीही होतीच. शेवटी क्षणोक्षणी दर एक गोष्टीत कुमुद रामण्णाच्या मनात घर करून बसली. सरलेची प्रकृती खालावल्यापासून कुमुदची नजर चुकवणं रामण्णाला अशक्य झालं. रोग्याची सेवा करण्यासाठी अटळ दु:खदायक घटनेच्या सावलीत वावरत असता कुमुद आणि रामण्णाचा सहवास वाढत गेला. सरलेचा अंत आता दूर नाही ह्या विचारांच्या भाराखाली हताश झालेल्या रामण्णाला मनावर नियंत्रण ठेवण्याची शक्तीच उरली नाही. एका रात्री फाशीचा अपराधी कसा फासाच्या

तख्ताखाली जाऊन उभा राहतो, तसा मनानं अगदी अगतिक होऊन तो कुमुदच्या खोलीत गेला.

कुमुद त्याच्यावर प्रेम करतेय. आज नाही तर पुढे कधीतरी, असंच चालत राहिलं, तर तिच्याशी विवाह करता येईल. हे दोन्ही विचार आंधळ्याच्या काठीसारखे, रामण्णाला आधारासारखे वाटले. कुमुद त्याच्यावर प्रेम करते ह्यात त्याला जराही संदेह नव्हता. त्याच्या नुसत्या स्पर्शानं एवढं शिथिल होणारं तिचं शरीर कधी कधी त्याचा हात लागताच ताठरतं. का बरं? तरीही कुमुदनं कधीही तिची अनिच्छा व्यक्त करून दाखवली नव्हती. त्यामुळे त्याच्या मनात धैर्य बाणलं. कधी कधी त्यानं पूर्वी पाहिलेली कुमुदची ताठरलेली मुखचर्या त्याच्या डोळ्यांपुढे उभी राहत असे. डोळ्यां-समोर ते चित्र येताच तो पण तिच्याशी कठोर वागायचा. त्याची ही चूक लक्षात येताच अपराध्यासारखा पळून जायची इच्छा करायचा. इतके दिवस त्याच्या विचारांची, त्याच्या वर्तणुकीची लाज वाटून कुमुदची दया येत असे. त्यावेळी तो तिच्याशी बोलून तिचं मन जिंकण्याचा प्रयत्न करायचा. नेहमी बरीच अबोल राहणारी कुमुद एक दिवशी त्याला निरुत्तर करण्यासारखं बोलली. तेव्हा त्याच्या मनात काहूर उठलं.

"कुमुद! तू माझ्यावर रागावलीस ना?" खूप पश्चात्ताप झाल्यासारखं मृदू स्वरात त्यानं म्हटलं.

कुमुदनं उत्तर दिलं नाही. पण एक दीर्घ श्वास रोखण्याच्या तिच्या प्रयत्नात तिचं शरीर कापत होतं हे त्याच्या हातांना जाणवत होतं.

"तू रागावलीस त्यात तुझी चूक नाही असं मी म्हणतो." क्षमा मागण्याच्या स्वरात रामण्णा म्हणाला.

"स्वत: चूक करणाऱ्यांना दुसऱ्याची चूक काढण्याचा अधिकार नाही." अरे बापरे! काय हे उत्तर.

"तेच मी म्हणतोय – त्यात तुझी चूक आहे असं मी म्हणणारच नाही."

"मी माझ्याबद्दल म्हणाले. दुसऱ्याची चूक काढण्याचा अधिकार मला नाही असं म्हणाले." असं म्हणत कुमुदनं दूर सरकायचा प्रयत्न केला.

तिला जवळ ओढून घेत, "वेडी कुठली! तू काय चूक केलीस? इतके दिवस तुला विसरून गेल्यासारखं वागलो ती माझी चूक. त्यामुळे तू रागावलीस तर ते योग्यच आहे असं मी म्हणतोय." असं रामण्णा म्हणाला.

काळोखात तिचा चेहरा दिसत नसला तरी तिच्या हसण्यात तिरस्कार, घृणा, निराशा ह्यांचं विष भरलंय हे रामण्णाला समजल्यावाचून राहिलं नाही. त्याचा धीर गळून गेला. पण ते दिसू नये म्हणून थोड्या करड्या स्वरात त्यानं विचारलं, "म्हणजे? माझ्या बोलण्यावर विश्वास नाही?"

“विश्वास खरा करायला पाहिजे असा कुठलाही करार नाही केलाय तुमच्याबरोबर.”

“असं काय कुमुद? मी तुला फसवीन असं वाटलं की काय तुला?”

“डोळे उघडे ठेवून काळोखात चालणारी मूर्ख मी.”

“एवढा विश्वास नसेल तर मी काय करायला हवं ते सांग. ते करायला सिद्ध आहे मी.”

ह्यावर कुमुद हसली. “चोरी करणाऱ्यांनी चोरी लपवण्याखेरीज दुसरं काय करावं?”

“तसं असेल तर आताच चल. सरलेच्या जवळ माझ्या तोंडानं सर्व कबूल करतो.”

“कशाला? अशा गोष्टी करून त्यांना मारायचा विचार आहे की काय?”

“अं! काय म्हणालीस?”

“काय म्हणाले म्हणजे? तू बिछाना धरल्यापासून आम्ही वाकडं वळण पकडलंय असं सांगितलं तर तिचं हृदय बंदच नाही का होणार? असले उपकार कधीही करू नका माझ्यावर.”

“बरं ते सोडलं. पण दुसरं आणखी काय करू ते सांग. तेपण करीन.”

“अक्का जिवंत असेपर्यंत माझ्याकडे यायचं नाही. करू शकाल हे?” ह्या गोष्टीची पार्श्वभूमी त्याच्या लक्षात आली नव्हती. ती एक विनोदच करतेय असं भासून हसला, “वाईट गोष्ट चोरून करतात. पण ती सोडायची चोरूनच असं तुझं म्हणणं हा विनोदच बघ. खरं की नाही.”

“म्हणजे हे काम वाईट असं तुमचं म्हणणं?”

“अं काय.... म्हणालीस? छे छे! माझं म्हणणं तसं नाही, लोकांना तसं वाटेल असं म्हणालो.”

“म्हणजे तुमच्या दृष्टीनं हे काम चांगलंच म्हणायचं.”

“हे काय कुमुद! मला शब्दात पकडण्याचा विचार आहे का तुझा? चांगलं काय, वाईट काय. तुझा माझा त्याच्याशी संबंधच येत नाही. दोघंही मनानं कबूल करून काम करत असतील....”

“तुम्ही मनानं कबूल केलंय?”

“म्हणजे? मन तुझ्याजवळ हरवलंय. प्रयत्न करूनही तुझ्यावाचून जगणं अशक्य. तूच बघतेस.”

“मला काय माहीत तुमच्या मनानं कबूल केलंय ते. मला वाटलं फक्त तुमच्या शरीराची चटक आहे ती.” मध्येच बोलून तिनं त्याला निरुत्तर केलं. काय हे बोलणं! तिला एवढं शहाणपण कुठून आलं? असले विचार! निसर्गच आलेल्या संकटांना तोंड द्यायची शक्ती प्राणिमात्रांना देतो काय? कधीही एवढं न बोलणारी कुमुद आज असं का करतेय?

“का? गप्प बसलात?”

“नाही कुमुद. चूक दाखवून दिलीच पाहिजे असाच तुझा हट्ट असेल तर काय करावं. झोपेचं सोंग घेतलेल्याला...”

“सोंग घेतलंय कोणी? एके काळी मी तुमचे प्रीतिपात्र म्हणवून घ्यायला मला जराही भीती नव्हती.”

“एकेकाळीच काय? अजूनही तू माझी...”

“पण असं म्हणवून घेण्यात मला आता जराही आनंद नाही.”

“उगीचच चूक...”

“मी बोलून चालून तुमच्या व्यसनाचं खेळणं,” असं म्हणून कुमुद तिथून उठून चालती झाली. रामण्णाला ते सगळं इतक्या खोलपर्यंत लक्षात ठेवायला तसंच कारण होतं, त्या दिवसापासून कुमुद त्याची नजर चुकवायची. तिच्या खोलीचा दरवाजा रात्री घट्ट मिटून घ्यायची. काही निमित्तानं त्यानं तिच्याशी हसत बोलण्याचा प्रयत्न केला, तर तिरस्कारयुक्त कटाक्षानं त्याला निरुत्साही करत असे. ती बराच वेळ सरलेजवळ व्यतीत करायची. तो तिथेच बसलेला असला तर उठून निघून जाईपर्यंत कपाळाला आठ्या घालून असायची. एका बाजूस तिच्या ह्या वागण्यानं रामण्णाला पश्चात्ताप व्हायचा, तर दुसऱ्या बाजूस डिवचल्यासारखं व्हायचं. परंतु ही मन:स्थिती विकोपाला जायची संधी मिळालीच नाही.

पुढे एक-दोन दिवसातच तो आणि कुमुद सरलेकडे बसले असता, “कुमुद, थोडीशी कॉफी किंवा काही करतेस. तोंडाची चवच गेलीय वाटतं कशानं तरी.” असं सरला म्हणाली. कुमुद उठून स्वयंपाकघरात गेली.

“थोडा तो दरवाजा ओढून घ्या बरं.” असं सरलेनं रामण्णाला सांगितलं. कुठला दरवाजा? कशाला ओढायचा? रामण्णाला काहीच अर्थबोध झाला नव्हता. “स्वयंपाकघराचा दरवाजा पुढे ओढून घ्या असं म्हणाले. तुमच्याशी जरा बोलायचंय.” असं जरा समजावत सरला म्हणाली. रामण्णाचे पाय उचलत नव्हते. ज्या प्रसंगाला तो घाबरत होता तो टाळणं अशक्यच होतं. कुमुदनं आपला सूड घेतला होता.

“दरवाजा पुढे ओढून घ्या म्हणते.”

“नाही, मला म्हणायचंय की उगीचच बोलून थकतेस कशाला? असं काय बोलायचंय माझ्याशी?” असं म्हणत दरवाजा पुढे ओढून शिक्षा भोगण्याच्या तयारीनं परत येऊन बसला.

“तुमचा हात द्या.”

यंत्रवत् हात पुढे सरकवला रामण्णानं.

“मी बोलतेय ते मनाला लावून नका घेऊ.”

“सरला, कशाला त्रास करून घेतेस?” तो शेवटचा प्रयत्न केल्यासारखा बोलला.

"त्रास," सरलेच्या चेहऱ्यावर तर वैराग्याची प्रभा फाकलीय. "माझ्या त्रासाची काळजी आता नका करू."

कोणी मागून गळा दाबतोय असं वाटलं रामण्णाला. त्यानं तोंड फिरवलं. तो क्रूर, कृतघ्न, दुष्ट, कामुक आहे असं वाटलं त्याला.

"अय्या, असं काय झालं वाईट वाटून घ्यायला? मी तरी आणखी किती दिवस तडफडत राहू?"

"काय म्हणालीस?" हा विषय दुसराच काही तरी आहे हे रामण्णाच्या लक्षात आलं. त्याच्या हातावर हात ठेवून सरला म्हणाली, "तुमचं मन खंबीर आहे समजून सांगतेय, माझी वेळ संपत आलीय." विचार करण्याआधीच रामण्णाच्या डोळ्यांतून घळाघळा अश्रू वाहू लागले.

"असं काय लहान मुलासारखं? जिवंतपणी ह्या घरात मी हवं तेवढं सुख पाहिलंय. गेल्यावर माझ्याकडून तुम्हाला त्रास होऊ नये म्हणून ही प्रार्थना करतेय. तुम्ही त्या आधीच रडायला सुरुवात केली का? रुमाल कोटाच्या खिशात विसरलात ना नेहमीसारखा! पुसा, मग डोळे माझ्या पदरानं..." तितक्यात रामण्णानं त्या बोलण्यावर स्मितहास्य केलं. तो तोंड वाकवून पदरानं डोळे पुसत असता सरलेनं त्याच्या डोक्यावर हात ठेवला. किती छान स्पर्श तो. मृत्यू समीप असूनही त्या स्पर्शानं त्याला चैतन्य दिलं. सरलेचा मृत्यू जवळ आलाय ह्याबद्दल त्याला संशय नव्हता. अश्रू वाहून गेल्यानं दुःखाचा आवेग कमी झाला होता.

"सरला इतके का आम्ही नकोसे झालोत तुला? परत परत मरणाच्या गोष्टी तोंडातून का काढतेस?"

तोंडानं नाही बोललं तर थांबणार थोडाच तो. मृत्यू जवळ आलाय म्हणून अधिकारानं सांगतेय, ऐकाल का?"

"मरायच्या गोष्टी नकोत. बाकी सांग काय सांगायचंय ते."

"ऐकाल?" त्याचा हात गोंजारत म्हणाली.

"त्यात काय संशय?"

"आतापर्यंत सांगितलेलं मनावर नाही घेतलं तुम्ही. रागावलात पण. पण मला परत असं बोलायची संधी मिळणार नाही म्हणून..."

"कसलं बोलणं?"

"मरायला आलेल्या पत्नीची अखेरची इच्छा आहे ती."

"कसली इच्छा सरला? एवढं मनाला का लावून घेतेस? कसली इच्छा, सांग ना?"

"कसली इच्छा काय? तीच..."

"तीच म्हणजे दुसरं लग्न... अरेरे!" गोष्ट उडवून लावण्याच्या उद्देशानं

रामण्णानं हसून दिलं.

"हो. कुमुदशी लग्न."

"काय?" रामण्णाला वाटलं कोणीतरी त्याच्या उघड्या पाठीवर चाबूक मारतंय.

"माझे डोळे मिटायच्या आधीच हे झालं..."

"खुद्द कुमुदशी लग्न?"

"काहीच समजत नाही अशा तऱ्हेनं नका बोलू. कितीतरी वेळा तुम्हाला सांगितलं."

"कुमुदशीच?"

"होय, एक दिवसपण माझं कधी पूर्ण ऐकलं नाहीत. किती वेळा सांगायचा प्रयत्न केला मी आत्तापर्यंत..."

रामण्णाला पटकन एक विचार सुचला. आता गोष्ट जास्त ताणण्यात अर्थ नाही. नाही म्हटलं तर तिच्या मनावर आघात होईल. एक-दोन दिवसांनी विचार करून सांगतो असं म्हणता येतं. तिला तसंच सांगितलं रामण्णानं.

"परत कसला विचार?"

"सरला, हे तुझं बोलणं मला किती दु:खकारक आहे हे माहीत नाही का तुला? जरा शांतपणे विचार करूनच सांगेन म्हणतो."

"तुम्ही सांगेस्तोवर जगेन की नाही." असं म्हणत सरलेनं दीर्घ श्वास घेतला.

"वेडीच आहेस तू.'

पण शेवटी तोच वेडा ठरला. ह्यानंतर दुसऱ्याच दिवशी पहाटे सरलेनं पण काहीही पाहायला नको म्हणून डोळे मिटून टाकले कायमचेच.

रामण्णा फोटोकडे पाहत बसला होता. त्या दिवशीच्या आठवणीत मग्न झाला होता. डोळ्यांतून अश्रुधारा वाहत होत्या. डोळ्यांसमोर आसवांचा पडदा दाटल्याने फोटो अस्पष्ट दिसत होता तरी टक लावून पाहत होता.

-१६-

डोकं गच्च दाबून धरून बसलेली कुमुद थोड्या वेळानं एक दीर्घ श्वास घेत उठली. शरीर नुसतं निलाजरं नाही तर सर्वतोपरी निर्लज्ज आहे असं तिला वाटलं, "तुमच्या शारीरिक गरजेची वस्तू मी" असं तिनं त्या दिवशी रामण्णाला सांगितलं नाही का? पण दुसऱ्या कोणाला बोलायचा अधिकार तिला कसा? मनात इतकी निरिच्छा, घृणा, तिटकारा असूनही देहाला रामण्णाचा हव्यास नव्हता काय? एक

दिवस तरी त्याच्या सान्निध्याचं स्वप्न तिनं सोडलं होतं थोडंच? मृत्यूच्या छायेत सरलेनं त्याला तोंड फोडून सांगितलं, पण तिला वाचवण्यासाठी तरी कुमुदशी विवाह करणं कबूल केलं का त्यानं? तिच्याशी लग्न होऊ नये म्हणून खुद्द पत्नीची आहुती द्यायला तयार नाही का झाला रामण्णा?

इतकं सगळं माहीत असूनही तिचा देह त्याच्या मालकीचा. इतकंच नाही, तर त्याचा अंकुर आत धारण केलाय. किती निर्लज्ज! तिला कळलं कसं नाही? एक महिन्यापूर्वीच कळायला हवं होतं. पण लक्षात नाही आलं खरं.

कुमुद परत पलंगावर बसली. कशालाही तोंड द्यायची तिची तयारी असल्यामुळे ह्या नव्या संकटाला ती घाबरली नाही. फक्त एकाच गोष्टीची तिला खंत होती. घरात मुलं हवीत ते स्वत:च्या डोळ्यांनी न बघताच सरला निघून गेली होती.

आता ते सुख कोणासाठी? रामण्णासाठी? खूप तिटकारा दाटला तिच्या मुखचर्येवर लगेच विजयाची छटा पण!

''ही बातमी रामण्णाला सांगितलीच पाहिजे. ऐकून त्याला जे दु:ख होईल ते डोळे भरून पाहून पोटभर हसून घेईन.'' म्हणत बाहेर गेली कुमुद.

रामण्णानं तोंड पुसलं. ''ह्यापुढे ह्या यातना नकोच. उद्याच कुमुदला स्पष्ट समजावून सांगायचं. एक निर्णय घ्यायचा, नाहीतर कोणालाच शांती मिळणार नाही.'' असं म्हणत उठला. घड्याळात बघितलं. पहाटे चार वाजले होते.

इतका वेळ तो असाच बसून होता ही कल्पना येताच अचानक थकल्यासारखं वाटलं त्याला. जांभया देत फोटोकडे पाहिलं.

''सरला, तुला वाचवायला मी कबूल करायला तयार होतो, पण आता त्याची गरजच नाही. ते झालं नाही म्हणून तू जीव सोडलास हे मी कधीही विसरणार नाही. तुझ्या आहुतीला कारणीभूत असलेल्या कुमुदला मी घरात राहू देणार नाही. क्षमा कर.''

दुसरं लग्न? छे?

अरेरे! सरलेला तर जबरदस्त आशा होती की मुलांसाठी तरी तो दुसरं लग्न करील. रामण्णा एकदम स्तब्ध झाला. थोडा विचार केल्यावर 'वाचलो बाबा.' असं म्हणून एक दीर्घ श्वास घेतला त्यानं.

'नाही तर काय? ही एक न सुटणारी दीर्घ समस्या बनली असती. पण आता कसलीही समस्या नाही.' असं समाधानानं म्हणत स्मितहास्य केलं त्यानं. समोरून कुमुद हसतच आली. रामण्णा काही क्षण गडबडला.

''काही नाही लिहीत बसलो होतो. आत्ताच संपलं. किती वाजले बघितलं.''

''तुम्हाला आनंदाची बातमी सांगायची म्हणून तुम्ही यायची वाट न बघता मीच आले.''

"ओहो! कसली बातमी? मला पण काही गोष्टी सांगायच्या आहेत."

"मी आई होणारसं दिसतंय." कुमुद त्वरेनं म्हणाली.

अं! रामण्णाचं हृदयच थांबलं. एकदम संयम राखून म्हणाला.

"अं! म्हणजे छान! आनंदाची बातमी." शब्द त्याच्या तोंडून बाहेर पडल्यावर त्याच्या लक्षात आलं की आणखी काही बोलायचं प्रयोजनच उरलं नाही. रामण्णानं तोपर्यंत स्वत:ला सावरलं, "मी आता सरलेच्या फोटोसमोर प्रतिज्ञा करून आलो." म्हणाला.

कुमुदला धीर धरवेना. "काय म्हणालात?" आवंढा घेत म्हणाली.

रामण्णा अनिश्चित स्वरात म्हणाला, "ही तिची शेवटची इच्छा पूर्ण करूनच दाखवतो."

अं! कुमुदच्या हृदयात धस्स झालं. पटकन स्वत:ला सावरून "स्वप्न खरं झालेलं पाहणं अक्काच्या नशिबात नव्हतं." म्हणत तिनं मान खाली घातली.

पुढे दोन महिन्यात रामण्णाचं कुमुदशी लग्न झालं. अक्काची शेवटची इच्छा पूर्ण करायला कुमुद, पत्नीची शेवटची इच्छा पूर्ण करायला रामण्णा विवाहाला तयार झाले अशी सगळेजण त्यांच्या निष्ठेची प्रशंसा करू लागले.

पति-पत्नीला सुख, दीर्घायु लाभो. घर मुलाबाळांनी भरून जावो असा मन:पूर्वक आशीर्वाद देणारं मात्र कोणीही नव्हतं.

भाग दुसरा : अनंत

(अनादिंतील घडामोडीच्या दहा वर्षांनंतर)

-१-

काम अनादि त्याला नाही अंत
प्रेम अनंत त्याचा आदि अगम्य
अनादि अनंत काम, अनंत अनादि प्रेम
त्या नियमाने काम म्हणजे प्रे...

रामण्णा थांबला. हा काय विचार? तो विचार करत तरी होता का? त्याने चेहरा वर करून समोर बघितलं. खिडकीतून बाहेर दिसत होतं शहर, जनसमूहाच्या जीवनाचा एक अणू, समाजाचं एक प्रतीक. तो इतका वेळ खिडकीबाहेर बघत राहिला होता, तरी हे एकही कसं दिसलं नाही? तो शून्यमनस्कपणे खिडकीबाहेर पाहत असता मन फक्त काम – प्रेम असलाच काही विचार करत होतं ना? म्हणजे तो शून्यमनस्क नव्हता असं नव्हे, त्याला जरी स्वत:ला शून्यमनस्क वाटत होतं, तरी अभावितपणे त्याचं मन त्याच्याहीपेक्षा अधिक जागृत होतं. म्हणजे तो निराळा, त्याचं मन निराळं. रामण्णा स्वत:लाच कोरडे ओढल्यासारखं हसतमुखानं दीर्घ श्वास घेत खिडकीपासून मागे फिरला

काम, प्रेम! तो – त्याचं मन! एवढा प्रदीर्घ विचार कशासांठी? एका तासाभरात त्याला एका सभेला जायचं होतं. सन्मानपूर्वक आमंत्रण देऊन त्याला

सभेला घेऊन जायला तिथली संचालक मंडळी येणार होती. वेळ घालवायला म्हणून तो त्यांची वाट बघत खिडकीजवळ उभा होता. तेव्हा हे विचार त्याला गुरफटून टाकत होते. काहीतरी विचार करत राहिलंच पाहिजे नाहीतर मन त्याच्या कुठल्यातरी आठवणींचा उपसा सुरू करील.

त्याने मनगटातील घड्याळ बघितलं. हे घड्याळ खरेदी केल्याला कितीतरी वर्षं झाली नाही का? कुमुदशी लग्न झालं त्यावेळी घेतलेलं. रामण्णाने विचार थांबवले. कुमुदला पण सभेला यायला हवं, ती तयार झाली की नाही? बघून यायचं म्हटलं तर ती तयार होऊन उभी असली तर, ही धास्ती आणि जर ती तयार झालेली नसली तर सभेला उशीर नाही का होणार? नाहीतर काहीतरी सबब सांगून तिनं यायचं चुकवलं तर? तिनं चुकवावं ह्या मनातील आकांक्षेबद्दल त्यानं स्वत:लाच ठपका दिला. सबबीची काय कमतरता? मोहन अजून खेळून परत आला की नाही? आपला मुलगा मोहन परतून आलाय की नाही हे बघायला रामण्णा परत खिडकीजवळ चालत गेला. मोहनला कसली घाई? सभासत्कारांची उत्सुकता त्याला कुठून असणार? एक क्षणच रामण्णा चकित झाल्यासारखा थांबला. तो एक तास आधीच तयार होऊन बसला नव्हता का? परंतु अशी सभा, असा गौरव, असा सत्कार, असं मानपत्र ह्या विषयी त्यालापण खास आनंद नव्हता, नाही का?

एक काळ होता, जेव्हा भाषणाचं आमंत्रण म्हणजे रामण्णाला अपूर्वाई वाटायची. तेव्हा एक काळ होता जेव्हा स्वखर्चाने लिखाण मुद्रित करून घ्यायला त्याने मागेपुढे पाहिलं नव्हतं. एक काळ असाही होता की तेव्हा त्याचे विचार लोकांनी ऐकावेत, त्याचं क्रांतिकारक लिखाण टीकाकारांनी लक्षपूर्वक वाचावं अशी इच्छा होती. सभेत त्याचा परिचय करून दिला जात असता त्याला आनंद व्हायचा. गळ्यात हार घालून घेत असता छाती फुलून यायची. परंतु तेव्हा जनतेनं त्याच्याकडे दुर्लक्ष केलं आणि आता! हं, म्हणतात ना दात असतात तेव्हा चणे नाहीत आणि चणे असतात तेव्हा दात नाहीत. त्याचं जीवन असंच होतं. की तेच असतं जीवनाचं सार? इच्छिलेलं सगळं मिळालं तर जीवनात काही रस, चव राहील का? हवं असलेलं सगळं मिळालं, तर मानवाची प्रगती, साहसी प्रवृत्ती साऱ्या क्षीण होतील ना? म्हणूनच दुष्यंत-शकुंतलेचं वैवाहिक जीवन वय निघून गेल्यावर सुरू झालं की काय? आजच्या सभेत ही गोष्ट विस्ताराने सांगावी काय?

विचारांना उमलू देत, रामण्णा हळूहळू चालत खुर्चीवर येऊन बसला. खरंच विचार करण्यासारखी गोष्ट आहे. मुलाचं निमित्त होऊन दुष्यंत-शकुंतलेचं पुनर्मीलन झालं. परंतु अपत्य स्त्री-पुरुषांना जोडणारी रज्जू होय असं म्हणणाऱ्या भवभूतीनेच त्याच्या नाटकात राम-सीतेच्या वियोगाचं कारण अपत्य असंच सुचवलंय. हा खरंच एक महत्त्वाचा विचार.

रामण्णा पटकन उठून खिडकीबाहेर पाहत उभा राहिला. बाहेर मोहन आला आहे का ते त्यानं बघितलं. रामण्णा आता उतावीळ आणि अस्वस्थ. संध्याकाळची वेळ. लहान असला तरी मोहन उशीर करणारा नव्हता, म्हणून उतावीळ आणि खेळून आल्याच्या आनंदानं डोळे विस्फारत येणाऱ्या मोहनला बघायचं म्हणून अस्वस्थ. लक्ष देऊन त्याच्याकडे बघितलं तर हमखास कोणालातरी बघितल्याचा भास व्हायचा. कोणाचं चित्र डोळ्यांसमोर येणार हे रामण्णाला फक्त ठाऊक होतं. मोहन हा त्याचा मुलगा. त्याच्या-कुमुदच्या पोटी जन्मलेला मुलगा. तरीही मोहनचे डोळे बघताच सरलेचं चित्र त्याच्या समोर उभं राहतं. आज दहा वर्षं होऊन गेली, तरी रामण्णाला हे गूढ उकलता आलेलं नाही. सरला त्याची पहिली पत्नी. तिला मातृत्व पेलण्याइतपत तिची प्रकृती नव्हती. त्यानं पुढे कुमुदशी लग्न केलं. तिला झालेल्या मुलाचे डोळे सरलेचे नव्हते काय?

पूर्वीच्या स्मृतींना घाबरून बऱ्याच वेळा रामण्णा मोहनला बघून गडबडून जातो.

-२-

"घरात मुलं असली तर छान." सरला एकदा म्हणाली होती.

रामण्णाला माहीत होतं, की तो असे प्रसंग कधीही विसरणार नाही.

"घरात मुलं नसतील, तर घरात कसं अगदी भणभणतं." ती म्हणायची.

"मुलांना जन्म द्यायला पत्नी हवी ना? म्हणून पत्नीच्या आरोग्याची काळजी मी घेतोय." हे रामण्णाचं उत्तर.

"आज की उद्याच असा बिछाना पकडून राहिलेल्या माझ्यासारख्या पत्नीत गुंतून काय साधताय तुम्ही?"

"माझी पत्नी कशी असावी ह्याचा विचार माझाच असणार नाही का?"

"माझ्यासारखी असली, तर फक्त विचारातच उरणार ती."

"वेडीच आहेस तू, सरला! एक-चार दिवस बिछाना पकडला, तर कधीच बरीच होणार नाहीस असं मानून कसं चालेल?"

"नसती आशा धरू नका तुम्ही म्हणून सांगतेय, माझे डोळे मिटायच्या अगोदर तुम्ही दुसरं लग्न करा. घर, मुलं हे सगळं सुखाचं वैभव बघायला मिळावं हीच माझी इच्छा."

"अरे वा! तुझा नवरा म्हणजे हव्या त्या मुलीनं पसंत करावा इतका स्वरूपवान

आहे असं समजलीस की काय? नाहीतर तुला इथंच टाकून वधूच्या शोधात जावं मी असं म्हणतेस की काय तू आता?''

''कोणी पसंत करणं नको आणि कोणाचा शोधही नको. आपली कुमुद आहे.''

''अरेरे! त्या मुलीनं बळी पडायचं?''

''छी: काहीतरीच बोलू नका. तिला अठरावं वर्ष. तुम्ही, तुमची पुस्तकं म्हणजे केवढा अभिमान म्हणता तिला.''

''त्याचा फायदा घेऊन टाकावा म्हणतेस.'' तो स्वत:च्या बोलण्यावर स्वत:च हसला. सरला निवर्तली. यथावकाश त्यानं कुमुदशी लग्न केलं. मुलगा पण झाला. पण ते बघायला सरला मात्र जिवंत राहिली नव्हती.

रामण्णानं बसल्याबसल्याच समोरच्या भिंतीकडे पाहिलं. तिथे सरलेचा फोटो लटकत होता. परत एकदा त्यानं तिच्याकडे टक लावून पाहिलं. अकस्मात काहीतरी सुचल्यासारखा तो एकदम ताठ बसला.

सरला जिवंत आहे. त्याचा संसार बघतेय. म्हणूनच मोहनच्या आणि तिच्या डोळ्यांत साधर्म्य आहे. त्याचा संसार बघायलाच हवा, ह्या उत्कट इच्छेमुळे सरलेचे डोळे तिच्या देहाबरोबर नष्ट नाही झाले, मागे उरलेत, ते त्याचं जीवन बघत आहेत. आज होणारा सत्कार समारंभ बघून ते डोळे आनंदानं चमकतील.

रामण्णाला भीती वाटली. त्याला कापरं भरलं. म्हणजे ही दहा वर्षं त्याचे सर्व अनुभव त्या डोळ्यांनी पाहिले असावेत?

''शू,'' रामण्णा म्हणाला. बाहेरून उडत आलेलं कबुतर सरलेच्या फोटोवर बसलं होतं.

''श्शू,'' आता रागावून तो म्हणाला.

कबुतर उडून गेलं. रामण्णाच्या मनातलं विचारचित्र पण पुसलं गेलं. कुठल्या तरी संकटातून पार पडल्यासारखा खुर्चीवरून उठून लांबलांब पावलं टाकीत रामण्णा खिडकीजवळ उभा राहिला. त्यानं तोंड उघडून बाहेरच्या हवेचा ताजा ताजा श्वास घेतला आणि घड्याळात बघितलं.

त्याला बोलवायला येणाऱ्या संचालकांना यायला अजून ५५ मिनिटं बाकी उरली हेती.

-३-

"अजून ५५ मिनिटं. खरं तर एक तासच म्हणायचा." हातातलं घड्याळ बघत कुमुद म्हणाली. घड्याळ परत एकदा बघून तिनं सुस्कारा दिला. असंच घड्याळ बघून असंच बोलायला दहा वर्षं होऊन गेली. जाऊ दे, मागच्या गोष्टी कशाला? 'मोहनला लवकर यायला सांगितलं होतं, पण तो अजून कसा नाही आला?' असं म्हणत कामात गुंतायचं तिनं मनात घेतलं. पण तसं काम करण्यासारखं नव्हतंच, झालेलंच परत सारवासारव ती करत होती. त्यावेळी सरला पण असंच सामान नीट लावून ठेवत राहायची नाही का? दुष्ट आठवणी, नको म्हटलं तरी परत परत उचंबळून येतात. आता ती दहा वर्षाच्या मोहनच्या येण्याची वाट बघतेय. तशीच त्यावेळी ती एक वर्षाच्या मोहनला जाग येण्याची वाट बघत असायची.

दहाच वर्षं! पण एका पुऱ्या जन्माचा कालावधी असा भास होतोय. एक न् एक गोष्ट अजूनही स्पष्ट डोळ्यांसमोर घडल्यासारखी ध्यानात आहे. मोहनच्या पहिल्या जन्मदिनाचा सोहळा. जन्मदिन खरा पण तो सोहळ्याचा दिवस नाही वाटला. लग्नाच्या आधीच तो पोटात साकारत होता. त्या मुलामुळेच रामण्णानं तिच्याशी लग्न केलं. पोटात बाळ नसतं तर लग्न बहुधा झालं नसतं आणि दुसऱ्यावर अवलंबून राहावं लागलं नसतं. त्या बाळामुळेच तिची ही दुर्दशा! त्यावेळी ती त्या बाळाला प्रेम देऊ शकली नव्हती. एक वर्षाच्या मुलाला आईच्या दुधाची आवश्यकता पण नव्हती. त्याच्या कामक्रीडेचं फळ त्यालाच चाखू दे म्हणत त्या मुलाला तिथेच सोडून कोणालाही न दिसता दूर निघून जायची कल्पना मनात बाळगून होती. सकाळी तिनं निश्चय केला की आज संध्याकाळीच इथून निघून जायचं

त्यावेळी रामण्णा तिच्या खोलीत आला होता. अचानक शरीर रोमांचित झालं होतं. भीती पण वाटली होती. तिचा निश्चय डळमळणार म्हणून ती अस्वस्थ आणि तो आला कशासाठी ह्या विषयीपण अस्वस्थता. कशाला? का? पूर्वीचे अनुभव जागे झाले. किती झालं तरी विधीपूर्वक लग्न झालेला पुरुष होता रामण्णा! बिछान्याला खिळलेल्या पत्नीच्या कण्हण्याची भीती पण नव्हती म्हणून मोठ्या हिमतीनं आला होता. त्याचा पुरुषी हक्क बजावण्यासाठीच आला ह्या विचारात अंतर्यामीचा द्वेष नजरेतून बाहेर पडतोय अशा तऱ्हेनं तिनं त्याच्याकडे बघितलं. ह्या घरात तिच्या अस्तित्वाला हेच एक कारण फक्त? त्याच्या खुद्द मुलाची आई हे विसरून फक्त त्याची एक भोगवस्तू म्हणून नव्हता ना तो आला तिच्याकडे.

"कुमुद."

हाच, हाच आवाज! त्याचा पूर्ण परिचय नव्हता का तिला? किती वेळा ह्याच आवाजानं मोहित होऊन ती स्वत:ला विसरून गेली होती. त्या आवाजातला अर्थ ती पूर्ण समजून होती.

"आज मोहनचा जन्मदिवस, कुमुद."

तिनं त्याच्याकडे रोखून पाहिलं. "छे! मीच मूर्ख! माझी त्याला पर्वाच नाही, तो आलाय मोहनसाठी. आता माझी काही गरज उरलेली नाही. फसवून माझं हरण करेपर्यंत गरज होती." आलेला राग दाबून टाकण्याच्या प्रयत्नात रागानं तिनं ओठ चावला.

पण फक्त राग आवरण्यासाठीच ओठ चावला होता का तिनं? तिनं हाच प्रश्न स्वत:ला मागेही एकदा विचारला होता. त्या प्रसंगाची तिला आठवण झाली. तिला राग आला होता, रामण्णाविषयी द्वेष धुमसत होता हे परत परत आठवत राहिल्यानं त्यावरच तिचा विश्वास बसला होता. पण कधी कधी विशेष म्हणजे स्वप्नात हे आठवलं की वेगळेच अनुभव दिसू लागतात. रामण्णा आल्यावर ती कासावीस झाली ती उत्कंठेनं, भीतीनं नाही. रामण्णाबद्दल डोळ्यांत द्वेष नव्हता, स्वत:ला विसरून आलिंगन दिलं पाहिजे असा आवेश होता. मनातले हे विचार दाबून टाकण्यासाठीच तिनं ओठ चावला होता.

कुमुद गोंधळून जायचं कारण नेमकं हेच. ती साधकबाधक कारणांचा बुद्धिपूर्वक विचार करूनच रामण्णाचा द्वेष करत होती असं हट्टानं म्हणताना एकीकडे तिचं हृदय रामण्णासाठी हपापलं होतं हे आजही तिला जाणवत होतं.

"मोहनचा जन्मदिवस म्हणून तुला हे घड्याळ," असं रामण्णानं म्हणताच तिची शक्ती पूर्ण गळून गेली. तिची जणू शुद्ध हरपली. कसंतरी तिनं परत खाली बघितलं तेवढ्यात रामण्णानं तिचा हात पकडून तिच्या मनगटावर घड्याळ बांधलं होतं.

"हेच ते घड्याळ," म्हणत त्याच्याकडे बघितलं.

'अजून एक तास' विषादानं सुस्कारा टाकत ती आरशासमोर बसली. चेहऱ्यावर हसू उमटलं.

'निर्लज्ज बाई कुठली' आपल्या प्रतिबिंबाला उद्देशून म्हणाली. एका तासानंतर रामण्णाबरोबर सत्कार सभेला जायचं आहे म्हणून हा साजशृंगार का? मोहनला त्यासाठीच लवकर परत ये सांगूनही तो अजून आलेला नाही. तिनं खालचा दरवाजा उघडून बघितलं. बाहेर मोहनची सावली पण नव्हती. कोणाचीच चाहूल नव्हती. 'आत पण कोणाचीही चाहूल दिसत नाही.' असं म्हणत एक दीर्घ श्वास घेऊन ती पुन्हा आरशासमोर बसली.

"आज रामण्णाची श्रीमती म्हणून त्याच्याबरोबर जाणार." म्हणाली.

त्यावेळी रामण्णाला सोडून गेली होती बुद्धिभ्रंश झाल्यासारखी.

रामण्णानं मनगटी घड्याळ दिलं, त्या क्षणापासून तिला स्वत:चाच विश्वास वाटत नाही. त्यातूनही रामण्णानं खोलीतून बाहेर पडताना झोपलेल्या मुलाला छातीशी कवटाळलं, तेव्हा त्याच्यावर अजूनही तिचं प्रेम आहे हे ध्यानात येताच ती अगदी गलबलून गेली. त्या संध्याकाळी रामण्णा परत तिच्या खोलीत आला. त्याला कोणाला तरी भेटायला जायचं होतं. "मी एक तासात परत येतो. तसं म्हटलं तर ५५ मिनिटांतच परत येईन." असं म्हणत हसतमुखानं तो बाहेर पडला.

तो बाहेर पडताक्षणीच तिनं मनगटी घड्याळात पाहिलं. "अजून ५५ मिनिटं तिला त्या घरातून नाहीसं व्हायला." म्हणाली. कुठून कुठे वाहवले? असं म्हणत स्मृतींना घालवण्याचा प्रयत्न केला.

मोहन आला की नाही ते बघायला ती परत दरवाज्याजवळ गेली. दार उघडून पाहिलं, निराश होऊन रागानं दरवाजा धाडकन बंद केला. रागातच आरशासमोर बसत ती आपले केस विंचरू लागली.

-४-

फाटकाचा आवाज ऐकून रामण्णा पटकन उभा राहिला. 'कोणीतरी आलं वाटतं.' म्हणत खिडकीजवळ गेला. बघितलं तर कोणाचीही चाहूल नव्हती.

'फाटकाचा आवाज तर झाला...' असं स्वत:लाच समजवल्यासारखं पुटपुटत तो खोलीत गेला आणि टेबलाजवळ जाऊन उभा राहिला. टेबलावरची पेन्सिल उचलत अचानक हसला. हसतच खुर्चीवर बसला. 'मनाचे व्यवहार विचित्र खरे' म्हणाला.

फाटक वाजलं, कोणी आलं म्हणाला. मूर्खच की नाही! फाटकाचा आवाज आला तर कोणी बाहेरपण जात असेल. 'प्रवेश फक्त' असा संकेत थोडाच आहे. खाडकन् घाबरल्यासारखा उठला. खिडकीकडे धावला. घाबरतच दूरवर बघितलं. शेवटी सुटकेचा नि:श्वास सोडत बसला.

कोणीतरी जाणार पण असेल असे अपशकुनी शब्द त्याच्या तोंडून बाहेर पडले नाही का? कोणीतरी खरंच बाहेर निघून गेलं तर? रामण्णाचं अंग शहारलं. विचारांना आळा घालू न शकल्यानं एक क्षणभर त्यानं डोळे मिटले. डोळ्यांसमोर असलेल्या स्मृतीची पुन्हा अनिवार्य भीती. त्यावेळच्या आठवणी आज नकोत, त्याच्या शत्रूला पण नकोत, म्हणाला. त्या दिवशी पण असाच एक सत्कार समारंभ आयोजित केला होता. पण हे फक्त त्यालाच माहीत होतं. कुमुदला त्यानं ते कळू दिलं नव्हतं. तिला अनपेक्षितपणे सांगून खुष करायचा विचार होता त्याचा.

त्यादिवशी होता मोहनचा वाढदिवस समारंभ. खरं तर मुलाचा जन्मदिन नव्हता, लग्नाचा पहिला वाढदिवस. मोहनचा प्रवेश त्याच्या संसारात लग्नाच्या आधीच झाल्याने त्याची जन्मतारीख काही महिने पुढे ढकलण्यास दोघांनीही संमती दिली होती. आदल्या दिवशीच त्यानं कुमुदशी बोलण्याचा प्रयत्न केला. लग्नाचा पहिला वाढदिवस असं म्हणून तिला खुष करण्याचा प्रयत्न केला. ''बांधलेल्या घराला गळती लागली तर ती थांबवायला दुरुस्ती करायची नाही का? तसंच आपलं लग्न,'' कुमुद म्हणाली होती.

अरे बापरे! किती कठोर शब्द! तरीही, दुसऱ्या दिवशी तो घड्याळ खरेदीला गेला. जातेवेळी शुद्ध हरवल्यासारखा उभाच राहिला.

हीच का त्याची कुमुद? कुमुद आई होईपर्यंत तो सतत तिच्याकडे बघत असता हा बदल त्याच्या लक्षात कसा आला नाही? एक वर्षांपूर्वी तर एक मुग्ध बालाच होती. त्याला बघून लाजायची, स्पर्श केला तर हसायची, तिच्या स्वप्नाळू डोळ्यांत भीतीची छाया असायची. पण आता! मातृत्वानं तिची छाती भरदार झाली आहे, मुलाला स्तनपान करण्याच्या सामर्थ्याचा अभिमान आहे. मुखावर सौम्य आकर्षक भाव आहे. बाळाला आधार वाटणारा कटिबंध नव्या जोमानं खुलून गेला आहे. रामण्णाची शांती पुन्हा ढळली.

तो कशासाठी आला होता हे विसरून 'कुमुद' असं म्हणाला आणि तिचं नाव बाहेर पडताक्षणीच शुद्धीवर आला. त्याच्या हाकेच्या ढंगानुसार कुमुदची गत आत्मसंरक्षणासाठी सज्ज होणाऱ्या प्राण्यासारखी झाली. त्याच्या हाकेचा अर्थ त्याच्याही लक्षात आला. पुरुषी हृदयाची साद होती ती. निसर्गात स्त्रीला भुलवणारी सर्व शक्ती ह्या स्वरात होती. कामातुर पुरुषाचा स्त्रीला वश करणारा सामर्थ्यसूचक हुंकार होता तो. तो हुंकार ऐकताच शिंगं रोखून ढोसायला येणाऱ्या गाईसारखी दिसली कुमुद तेव्हा.

रामण्णाची विवेकशक्ती भ्रांत झाल्यासारखी झाली. त्याच्या व्यक्तिमत्त्वाची त्याला जाणीवही आली. तो एक सुशिक्षित समाजजीवनात सुसंस्कृत साहित्यिक, बुद्धिजीवी मनुष्य आहे हे चित्र पुसट होऊन निसर्गातील इतर पशूंसारखा तो एक पशू. पाहिजे तर मानव पशू म्हणा, असं तो म्हणाला. स्त्रियांना फक्त 'स्त्री' ह्या दृष्टिकोनातून बघणं शुद्ध जंगलीपणा आहे. स्त्री-पुरुषांमध्ये भेदरहित समानता असणं हे सुसंस्कृतपणाचं लक्षण असं मानणाऱ्या रामण्णाला कुमुदला बघताच त्याच्यात जागृत होणाऱ्या लंपटतेची लाज वाटत होती.

''कुमुद, आज मोहनचा वाढदिवस साजरा...'' म्हणत दुसऱ्याच कुठल्या विषयाचा प्रस्ताव मांडला रामण्णानं. कसं कोण जाणे, शेवटी तिचा हात हातात धरून तिच्या मनगटावर त्यानं ते घड्याळ बांधलं. तो एक क्षण, क्षण नाही युग,

नाही नाही, क्षणही नाही, युगही नाही. खुद्द कालच ठप्प झाल्यासारखं तिच्या हाताला स्पर्श करताच रामण्णाला वाटलं. ह्याच कामवासनेत आपली वाट चुकली की काय?

तो आपल्या मित्राकडे गेला.

"वाट चुकली की काय?" असं मित्रानं विचारताच रामण्णा दचकला. घाबराघुबरा झाला. हे बघून हसणारा मित्र त्याच्या अवतारावर स्तिमित झालाय म्हणून त्यानं पण हसण्याचा प्रयत्न केला. तो मित्राच्या घरी आला कशासाठी? निघायच्या आधीच ह्याचा विचारच केला नव्हता. पण 'इतक्या उशिरा आलास' असं मित्रानं म्हणताच "एक खास काम आहे, पण गुपितच." पटकन् उत्तर दिलं त्यानं.

"कसलं रे गुपित, रामण्णा? चेहरा बघितला तर फार खुषीत दिसतोस तरीही गुपित म्हणतोस. ही काय नवी लीला परत? आं!" मित्र.

"चूप रे." रामण्णा.

"आरडाओरडा नको करूस. तुम्ही साहित्यिक, तुमच्यावर विश्वास नाही. साहित्य म्हणजे समाजजीवनाचं प्रतिबिंब. हे दाखवण्याच्या भरात प्रेमाची गोष्टी लिहायच्या आधी स्वत:च तो अनुभव चाखायला मागेपुढे पाहणार नाहीत. साहित्यिक. म्हणून म्हणतो ही आणखी कुठली एक नवी लीला! अं हं: हा!"

हसणाऱ्या मित्राचं दंताडं उपटून टाकावंसं वाटलं रामण्णाला. त्याला जमिनीवर लोळवून त्याच्या शरीरावर थयथया नाचावं आणि त्यानंतर सरळ कैलासात पळून जावं असं वाटलं रामण्णाला. पण सुसंस्कृत समाजात इतका प्रामाणिकपणा चालायचा नाही. त्याच्या आणि कुमुदच्या विवाहासंबंधीच लोकांच्या ह्या कोपरखळ्या, हे रामण्णाला कळलं. पण त्यावर तो काही करू शकत नव्हता. मित्राच्या बोलण्यावर एकच उपाय, कृत्रिम हास्य, तसं तो हसला.

"साहित्यिक म्हणजे परवाना नसलेला श्रीकृष्ण वाटला की काय?" रामण्णा म्हणाला.

"मला काय माहीत? मेल्याशिवाय स्वर्ग दिसत नाही, पुस्तक लिहिलं नाही तर बदनामी पण नाही, बरोबर ना?"

"पुस्तक लिहिलं तर नाव खराब होणार म्हणतोस?"

"मी कशाला म्हणायला हवं? तू बघतोच आहेस ना रामण्णा. पुस्तक चांगलं लिहिलं तर ह्याहीपेक्षा सरस लिहायला हवं होतं असं म्हणणार. पुस्तक वाईट निघालं तर रद्दीचा धंदा केला तर बरं म्हणणार. चांगलं पुस्तक सर्वांना समजलं तर कमी दर्जाचं म्हणणार. सार एकच, पुस्तक लिहिणाऱ्याला सुख नाही, वाचणाऱ्यालाही नाही, खरं ना?"

"म्हणजे लिहून घेणाऱ्यालाच सुख म्हणायचं." तो मित्रासारखाच फिसफिसला.

“जाऊ दे चल. काय बरं तुझं महत्त्वाचं? गुपित म्हणालास नाही का?”

मित्राच्या प्रश्नाचं त्यावेळी त्यानं दिलेलं उत्तर अजूनही रामण्णाला चकित करतं. किती खोटं आणि अप्रामाणिक उत्तर होतं ते आणि ते पण इतक्या सहजपणे दिलं होतं. तेव्हा तो जाणूनबुजून वंचकासारखा वागला हे समजल्यावर किंवा त्यानंच समजावून सांगितलं तर समाज त्याचा सन्मान करील? कोणी सांगावं! सन्मान करण्याची शक्यताच जास्त. त्याच्यासारख्या अनेक वंचकांचा मिळून एक समाज बनतो. आजचा त्याचा साहित्य सन्मान एक प्रकारची वंचना नाही असं कसं म्हणता येईल? तरी, तरीही त्या दिवशीचं त्याचं उत्तर ही खरंच वंचना होती का? त्यानं बुद्धिपूर्वक विचार करून तसं केलं का?

‘काय ते महत्त्वाचं गुपित’ असं मित्रानं म्हणताच त्यानं उत्तर दिलं होतं,

“सरलेला जाऊन आज दोन वर्षं झाली. ”

“होय, पण रामण्णा मागल्या आठवणी...”

“छे छे! मी दुःख करतोय असं नको समजूस. म्हणूनच महत्त्वाची गोष्ट असं म्हणालो. तिच्या मरणानंतर मी दुःखी राह्यचं नाही, सुखात राहून घरी मुलंबाळं वाढवावी, ती सर्वदा लक्ष ठेवून असेल असं सरलेनं हजार वेळा मला सांगितलं होतं. हे दुसरं लग्नपण सरलेच्या समाधानासाठीच. तिनंच ठरवलं होतं हे म्हणून घाईघाईनं मुहूर्त शोधून काढला. पण ती...”

“शंभर जन्मात एकदाच मिळते अशी पत्नी रामण्णा. तिनं डोळ्यांनी हे लग्न पाहिलं नाही अशी हळहळ ही चूकच. कुठेही असली तरी तुला बघत राहील म्हणाली नाही का?”

“पण आमच्या मनाचं समाधान व्हायला नको? म्हणून वर्षातून एकदा हा स्मृती दिवस म्हणून पाळणार. मोहनचा जन्मदिवस आणि योगायोगानं हा दिवस एकत्रच येतात. ह्यादिवशी आमच्या सुखी संसाराचं वातावरण तिनं बघावं, बघत राहावं ही माझी भावना. म्हणून ह्या दिवशी मुलाला एक सोन्याची साखळी आणि कुमुदला एक छान साडी.”

“हाः हाः हाः! ए, ऐकलंस का?”

“अरे असा ओरडू नकोस, महाराजा! हे गुपित म्हणून सांगितलं ना. हे गुपित राखायला तुझ्या घरवालीचं साहाय्य मुख्य हवंय म्हण.”

“त्यात कसलं गुपित?”

“संध्याकाळपर्यंत रहस्य समज. संध्याकाळी तू त्यांना फिरायला घेऊन जा आणि वाट चुकली म्हणून तसाच मार्केटमध्ये जा. तिथे पोहोचल्यावरच त्यांना सांग. दोन्हींची निवड त्यांना करू देत. तुम्ही घरी परत येईपर्यंत मी येऊन त्या वस्तू घेऊन जाईन.”

"म्हणजे मार्केटहून आम्ही आमच्या घरी यावं म्हणतोस? वा रे वा रामण्णा! आम्ही तुमच्या घरी यावं, मेजवानी झोडावी, गोडधोड खावं, नंतर तू त्यांना साडी देशील असं."

"आज नको. आज तुम्ही असलात तर...."

"आम्ही असलो तर तुला कसली अडचण? तू सुधारणावादी, साहित्यिक. नंतर तू तुझ्या पत्नीचं चुंबन घेतलंस तर आमची ना नाही. हं!"

"तसलं काही नाही बरं. पण आज नाही होणार. मी येतो. इथे पैसे ठेवलेत बघ."

"अक्कल नीट असेल तर कोणी साहित्यिक होईल काय?" मित्र असंच काहीतरी बडबडला. रामण्णा मात्र तिकडून निसटला.

रामण्णाला बाहेर पडताच नवीन पंख फुटलेल्या पक्ष्यासारखं वाटलं. दिवस कसाबसा बाहेर घालवून मित्रांनी आणलेल्या वस्तू घेऊन संध्याकाळच्या पक्ष्यासारखा तो घरी परतला.

घरात कुमुद आणि मोहन दोघंही नव्हते.

रामण्णा धाडकन खुर्चीवरून उठला. दहा वर्षांपूर्वीच्या आठवणीच्या प्रवाहात तो सापडला होता. ह्याची त्याला शुद्धच नव्हती, एक क्षणभर. साडी नि साखळी पकडल्यासारखे हात वरती धरून तो खिडकीजवळ चालत गेला. तेव्हाच त्याची शुद्ध परतली.

'मला वेड तर नाही लागणार' म्हणत हात खाली केले, नसलेली साडी खाली पडून खराब होईल ह्या भीतीनं हळूच हात खाली केले. 'मला वेड लागणार' असं परत एकदा म्हणून कपाळावर हात मारला.

त्यावेळी साडीसंबंधी मनात आलेले विचार आठवून रामण्णा एकाएकी हसू लागला.

"हूं! आजचा स्वागत समारंभ लवकर सुरू झाला तर चांगलाच नाहीतर त्याला वेड लागणार हे खचित." म्हणाला.

जीभ विषय बदलू पाहत होती, पण मनानं नाही मानलं. आठवणींच्या मागेमागेच जात होतं. फोटोपुढे उभा असता त्या दिवशी त्या साडीबद्दलचे विचार आठवत तो परत हसला.

कुमुदनं साडीवर राग पाखडला. मोहन अजूनही घरी परतला नसल्यानं विरसून रागानं आरशासमोर केस सारखे करत असता साडीत दिसलेलं यौवन सौंदर्य बघून राग आणखीनच उफाळला. एखाद्या मूर्तीसारखं प्रतिबिंब बघत, नेसलेल्या साडीमुळे तिचं व्यक्तित्व आणखीनच खुललंय, हे पाहून ती त्या साडीवर चरडफडली. 'जळो ही साडी, कधीपासूनच्या कडू आठवणींनीच विणली गेलीय.' असं म्हणत आरशाकडे पाठ फिरवून बसली. सरावाच्या जोशात साडीच्या निऱ्या मांड्यांवर सारख्या बसवत असता अचानक किळस वाटून सोडून दिलं.

दहा वर्षांपूर्वीची गोष्ट. सकाळीच रामण्णानं मनगटी घड्याळ दिलं. अगदी हात पकडून बांधलं नाही का? तेव्हा एकच क्षण त्याचा हात घट्ट पकडून ठेवावा, मागलं सगळं विसरून एकदा आयुष्यात फक्त एकदाच अंगात अंग विरघळून गेल्यासारखं आलिंगन द्यावंसं वाटत असतानाच रामण्णा तिचा हात सोडून निघून गेला होता. तिने गाढ झोपी गेलेल्या मोहनला प्रेमावेगानं मिठी मारली. त्यानंतरच ती शुद्धीवर आली. ती अशीच ह्या घरात राहिली तर रामण्णाची दासीच होणार हे निश्चित, हा अपमान सहन करायचा नाही, इथून बाहेर पडायलाच पाहिजे असा निश्चय केला. तापलेल्या तव्यासारखा दाह झाला तिच्या शरीराला, कुठल्याही स्पर्शानं थरथरायची. तिला इथून बाहेर पडायलाच हवं. बाहेर पडायला हवंच.

आज दहा वर्षांनंतरही कुमुदला हे गूढ उकललं नाही. एका बाजूस असीम प्रेम तर दुसऱ्या बाजूस तितकाच द्वेष. का? कधी कधी वाटायचं सर्व चूक तिचीच, रामण्णाची नाही. अशा वेळी सरलेची आठवण येऊन कुमुदला तिची सरलेबरोबरची वर्तणूक सुद्धा कृतघ्नता वाटते.

कितीतरी वेळा सरला म्हणाली नव्हती का? कधी कधी रामण्णाला परतायला उशीर झाल्यास कुमुद विचारायची,

"अक्का त्यांना घरी परतायला एवढा उशीर का?"

"उशीर कुठे? हीच तर वेळ यायची."

"तसं नाही, सरलाक्का, पण तू एकटीच घरात..."

"मग काय झालं! मला माझी कामं आहेत."

"अग, तू आजारी आहेस म्हणून म्हणाले."

"अय्या! तू तर अगदी लहान मुलगीच गं कुमुद. उद्या लग्न झालं की समजेलच. पुरुषांची कामं बाहेर."

"बायकोला बरं नसलं तरी...."

“हे बघ कुमुद! पुरुषांचा स्वभाव तसा. घराबाहेर काम म्हणून बाहेर पडावंच लागतं. बायकांची गोष्ट निराळी. ती न् तिचं घर, मुलं. घरकाम हे सगळं सोडून कुठे बाहेर जाणार बिचारी.”

सरलेचा सरळ स्वभाव कुमुदला गहिवरून टाकतो. रामण्णा सरलेकडे लक्ष देत नव्हता, पण सरलेला त्याचं वाईट वाटत नव्हतं.

‘पुरुषांची रीतच तशी. चार माणसं भेटली म्हणून गप्पा केल्या तर काय झालं? कोण? त्यांच्याविषयी विचारतेस होय? अग, त्यांनी बाहेर जाणं हे अहोभाग्य! वाचायचं असतं, लिहायचं असतं. कधीकाळी कंटाळा आल्यास पाय मोकळे करायला फिरून येणार.’ असं मोठ्या अभिमानानं रामण्णाचं समर्थन केलं तिनं. बाहेर जायची गोष्ट सोडून दे. घरी असले तरी तासतासभर घरात मी आहे का नाही ह्याची पण शुद्ध नसते. लिहिण्यातच गुंग असतात बराच वेळ.’ असं म्हणताना सरलेच्या फिकट गालांवर लाली यायची.

‘अशा पुरुषांना बायको असली काय नसली काय, सारखंच.’ कुमुद एखाद्या तात्पर्यासारखं स्वत:शीच पुटपुटली.

“चल वेडी, आपलं आपणच बोलू नये. पण मी जर नसले तर एक क्षण पण चैन पडत नाही त्यांना. पहिल्या पहिल्यांदा एक महिनाभर माहेरी गेले. नुकतंच लग्न झालं होतं तेव्हा. पुऱ्या महिन्यात एक अक्षरही लिहिलं नाही स्वारीनं!” तितक्याच खुषीनं ती म्हणाली.

“असला सुखाचा माझा संसार मी सुवासिनी म्हणूनच सोडणार हा माझा विश्वास बरं का.” ह्या सरलेच्या बोलण्यावर कुमुदला शेवटी रडू आवरेना.

तोच हा रामण्णा? तो रामण्णा तिच्या पूर्ण परिचयाचा नव्हता काय? सर्व काही माहीत असूनही तिनं त्याच्यावर प्रेम नाही केलं? तो रामण्णा तिचा नव्हता, तिचा होऊ शकणार नव्हता. हा विचार तिच्या मनात खिळून होता, म्हणून काय झालं? तिला रामण्णा आवडला. रामण्णाला आवड फक्त तिच्या शरीराची? पत्नी अंथरुणाला खिळलेली म्हणून, नवाच अनुभव म्हणून, की पुरुषी अहंकार म्हणून त्यानं तिला अंगीकारलं होतं. विवाहबाह्य मातृत्वामुळे समाज तिला त्रास देईल ह्याची कीव येऊन, दया येऊन त्यानं तिच्याशी गत्यंतर नाही म्हणून लग्न केलं अशी तिची ठाम समजूत होती.

त्याचं प्रेम हवं, उपकार नकोत. समाजानं वाळीत टाकलं तरी प्रेमासाठी सर्वस्व त्याग करायची तिची तयारी असता प्रेमावाचूनच्या लग्नाच्या बेडीत तिनं स्वत:ला अडकवून ठेवलं नाही का?

त्याचदिवशी तिची प्रेमकहाणी संपली असं कुमुद म्हणाली. लग्न झाल्याच्या एक महिन्यातच तिनं आत्तेचं निमित्त काढून गाव सोडलं होतं. लग्न तर झालंय,

आता समाजाची भीती नाही हे समाधान तिला नव्हतं. प्रेमावाचूनच्या लग्नाच्या व्यभिचाराचं बाळंतपण हे, म्हणून आत वाढणाऱ्या गर्भाचा द्वेष करू लागली. आत्ते नाही म्हटलं तरी दूरची म्हातारी नातेवाईक होती, तिच्याकडे एखादा महिना काढू असा विचार केला. ते सगळं सहन करण्यापलीकडंच होतं.

"काय तेज आलंय अंगावर. गर्भारशी आहेस होय?" दुसऱ्या दिवशी सकाळीच म्हातारीनं विचारलं. "लग्न झालं ते कळवलं नाहीस. लग्नाला बोलावणं पण नाही. दातांचं बोळकं झालेल्या म्हातारीला पुरणपोळी चावता येणार नाही असं वाटलं तरी काय तुला." एक-दोन दिवसातच प्रस्थान करावं लागणारसं दिसतंय असं वाटलं कुमुदला.

तरीही, ते आठवलं की आजही कुमुदला हसू फुटतं. ह्या म्हातारीच्या सहवासात इतकं छान वाटत होतं, की ते काही दिवस तिच्या जीवनातील सर्वांत सुखाचे होते असं वाटलं.

"उशिरा लग्न करायचं नि एका महिन्यात गर्भारशी व्हायचं. लग्नाची मजा नाहीच हल्लीच्या मुलींना." एक दिवस कुठल्यातरी गोष्टीवर म्हातारी उद्‌गारली.

"लग्न म्हणजे काय हे समजल्यावरच आमची लग्न होतात, आत्ते." कुमुदनं मजेत म्हटलं, सहज.

"काय समजतात त्यांचं कपाळ. लग्न म्हणजे फक्त तेच नाही."

"तेच म्हणजे काय, आत्ते?"

"जे तू करून बसली आहेस तेच." म्हातारी ठसक्यात बोलली.

"ते सोडलं तर आणखी काय असतं लग्न म्हणजे?"

"आजकालच्या मुली ह्या समजुतीमुळेच दुःखी होतात, कुमुद! ते सोडलं तर काय? नवरे पण असंच म्हणाले तर तुमची काय गत होईल."

"आत्ते, मला वाटतं पुरुषांचा तोच मुख्य हेतू. बायकांना जन्म दिलेल्या मुलांना सांभाळावं लागतं."

ह्यावर दंतविहीन तोंड उघडून मोठ्यानं हसली म्हातारी.

"पुरुषांचा मुख्य हेतू म्हणे, वेडी कुठली. तेच मुख्य म्हटलं तर पुरुष लग्नच करणार नाहीत. घरचं खाण्यापेक्षा बाहेरचं हॉटेलचं खाणं जास्त रुचकर पुरुषांना. तुमच्याशी लग्न करून तुमच्या मुलाबाळांचं दुखणं-खुपणं सहन करून तुम्ही म्हाताऱ्या होईपर्यंत काळ घालवणाऱ्या पुरुषास आणखी काय हवं असणार, कुमुद?"

ह्यावर पुढे काय बोलावं हे समजेना कुमुदला. अशिक्षित म्हातारीच्या जीवनाविषयीच्या तत्त्वज्ञानानं ती चकित झाली. तेवढ्यात म्हातारीच्या सूंसूं रडण्याच्या आवाजाने ती कावरीबावरी झाली.

"काय झालं आत्ते? मला तत्त्वज्ञान सांगताना स्वतःच रडतेस."

"रडत नव्हते मुली, पूर्वीच्या सुखद आठवणींनी डोळ्यांत आनंदाश्रू आले."

ह्या म्हातारीनं सुखाचे दिवस बघितलेत, ही माहिती नवीच होती कुमुदला. केव्हापासून ती विधवाच होती हा कुमुदचा समज. कुमुदला जरा हसू आलं.

"का ग हसतेस कुमुद?"

"काही नाही आत्ते. तू सुखद स्मृती म्हणालीस म्हणून विचार करतेय."

"म्हणजे? तुला असं वाटतंय की माझं कधी लग्न झालं नव्हतं, सुख पाहिलं नाही."

म्हातारीला कुमुदच्या मनातलं समजलं वाटतं. हसतच पुटपुटली.

"मी जन्मापासून अशीच होते असं समजलीस काय?"

"मला असं वाटलं की पूर्वीचे सुखाचे दिवस आठवून आता दुःख होतंय तुला."

"दुःख वाटावं. चल वेडी. सुखाचे दिवस आठवून समाधान होतं. तसं नसतं तर कशाला राहिले आहे जीव धरून? कुठल्यातरी विहिरीच्या तळाशी सुखानं राहिले असते. पूर्वीच्या सुखाच्या स्मृतीनंच तर आजपर्यंत जगवलंय मला."

"असलं कोणतं सुख ते आत्ते?"

"तू अजून लहान आहेस, नाही समजणार तुला."

"अय्या! हा बहाणा नको हं. हल्लीच्या मुली लवकर मोठ्या होतात."

"कशानं मोठ्या? ह्या कामासाठी गाईसुद्धा मोठ्या होतात."

"तुला दुसरा विषयच सुचत नाही काय गं?" दुखावलेल्या स्वरात कुमुद म्हणाली.

"तुझ्याबद्दल नाही म्हणत मी कुमुद. फक्त हल्लीच्या मुलींची गोष्ट सांगतेय. आमच्या काळात आठ-दहा वर्षं व्हायच्या आधीच लग्न होत असत. गण-गौरी, पंचमी-चतुर्थी, येणारे-जाणारे ह्या पोरखेळात एक-दोन वर्ष सहज आनंदात निघून जात. त्या निमित्तानं थोरल्या बायकांबरोबर ऊठबस करता करता त्यांच्या बोलण्यातून पुष्कळ शिकायला मिळायचं...

"ते जाऊ दे आत्ते! तुझी ती सुखद आठवण कोणती ते सांग बघू."

"ते पण सांगते, ते सर्व सांगितल्याशिवाय बाकीचं समजणार नाही तुला. एवढं सगळं करताना समज येईपर्यंत आम्हाला सगळं माहीत असायचं. पुरुष कसे असतात, त्यांचा स्वभाव कसा, आपला नवरा कसा, तो कोणाबरोबर असतो वगैरे वगैरे. म्हणूनच नवऱ्याच्या वागणुकीचा राग कधी आला नाही, आश्चर्यपण वाटलं नाही."

"का ग आत्ते, तुझ्या त्यांचा व्यवहार ठीक नव्हता की काय?"

"चांगला नि वाईट! चारचौघांसारखेच ते पण...."

"म्हणजे? म्हणजे.... बाहेर काही होतं...."

"बाहेर होती की तश्शीच कोणीतरी."

"तरीही त्यांच्यावर राग नव्हता असं म्हणतेस."

"तर तर! मुलानं कचऱ्यात हात घातला तर मुलावर रागावतं का कोणी? त्याला काय माहीत कचरा म्हणजे काय ते, त्याला बिचाऱ्याला नवा खेळ, एक नवी मज्जा!"

"ही कसली मजा, आत्ते? घरातली माणसं त्याच्यासाठी काळजी करून रडणार."

"रडायला मला काय धाड भरलीय? माझ्याशी भांडले की मला मारलं?"

"म्हणजे तुला सोडून दुसरीबरोबर..."

"मला का सोडणार. इश्श! मला सोडून म्हणते."

"तसं नाही आत्ते. पण तू घरात असूनही रोज बाहेर."

"रोज म्हणजे? म्हणून म्हणते आजकालच्या मुलींना लग्न म्हणजे ते एकच. माझ्याबरोबर संसार करत राहिले की? रोज काय करतात, बाहेर काय करतात, त्याचं मला काय? माझे हात अखंड कामात गुंतलेले, घरात तुडुंब माणसं. सासू-सासरे, दीर, भावजयी, नणंदा, येणारं-जाणारं ह्या सर्वांना टाकून दिवसा टवाळ्या करायला मी मूर्ख थोडीच होते."

"हीच का तुझी सुखद आठवण, आत्ते?"

"असं रोजचं चालायचं, सुखाचे दिवस आणखी निराळे कसे."

"मग एवढंच असताना त्यात सुखाचे दिवस ते कुठले?"

"एवढंच असताना म्हणालीस ना? पुढे ऐकशील तर समजेलच."

"सांगण्यासारखं असेल तर सांग, आत्ते."

"आत्तापर्यंत खोदून खोदून विचारलंस, आता म्हणते सांगण्यासारखं असेल तरच सांग – मोठी चतुर ग बाई तू! तोंडाला पाणी सुटल्यावर घास घ्यायचं कोण सोडणार? सांगते ऐक. एक दिवस सगळं काम संपवून रात्री आमच्या खोलीत जाऊन झोपायच्या तयारीत होते."

"एकटीच का?"

"म्हणजे मी काय घाबरट होते थोडीच."

"नाही, पण तुमचे ते?"

"आमचे ते जेवण संपल्यावर लगेच बाहेर पडले. बरोबर जेवले नव्हते. काहीतरी झालं असेल म्हणून मी गप्प राहिले. रात्री आल्यावर विचारू असं ठरवलं."

"रात्री येणार ह्याची खात्री होती तर?"

"कशाची तरी, कोणाची तरी खात्री नसेल तर संसारात सुख नसणार मुली. मागले तीन-चार दिवस ते घरी आलेच नव्हते. मला वाटलं मित्राबरोबर पत्ते खेळण्यात रमले असतील."

"तरीही सुखी आहे म्हणण्याचा हट्ट तुझा?"

"काय म्हणालीस?"

तिच्या बोलण्याचा अर्थ म्हातारीला समजला की नाही? तिच्या प्रश्नावर जरा गोरीमोरी झाली, म्हणाली, "कुठपर्यंत आलं आपलं बोलणं?"

"तीन-चार दिवस तुमचे ते घरात आले नव्हते, त्यादिवशी तू झोपण्याची तयारी करत होतीस."

"हां, इतक्यात खालचा दरवाजा वाजला, मी चकित झाले. बाहेर गेलेले इतक्या लवकर परत येत नसत, बरोबर जेवले पण नव्हते. खोलीत आले. शर्ट काढून टांगला. हुश्श म्हणत 'छोटी' म्हणून मला हाक मारली. कसला राग आला होता कोण जाणे."

"काय हाक मारली?"

"छोटी म्हणाले. मी लग्नात फार लहान दिसायची म्हणून छोटी म्हणायचे. मग पुढे संसाराला सुरुवात झाल्यावर एकदा मला बघून 'ए, तू तर आकाशातील तारकाच. लग्नात दुरून पाहिलं तेव्हा एवढीशी दिसत होतीस, पण जवळून बघितलं तेव्हा!' तेव्हापासून छोटी म्हणू लागले. 'आज बरोबर जेवला का नाहीत?' असं विचारलं. 'का म्हणतेस, डोकं फार दुखतंय म्हणून छोटी.' म्हणाले. 'अमृतांजन आणू.' विचारलं तर म्हणाले, 'अमृतांजन जाऊ दे.'

"काय म्हणाले?"

"अमृतांजन उडत गेलं म्हणाले. त्यांच्या बोलण्याची पद्धतच ती."

"कुठलं औषध नको. तूच जवळ ये." असं म्हणत, माझ्याजवळ बसून माझ्या मांडीवर डोकं ठेवून पडले. मी खाली बघतेय तेवढ्यात ते गाढ झोपले होते. कुमुद पुरुष म्हणजे खेळात रमलेली मुलंच म्हणतात ते तेव्हा कळलं मला. बाहेर कितीही खेळू देत. विश्रांती, समाधान, आधार हवासा झाला तर घरातल्या बायकोकडेच येणार बघ. आता माझ्या तोंडात दात नाहीत, डोळ्यांनी दिसत नाही, मांड्या म्हणजे सुक्या कांड्याच झाल्यात तरी आजसुद्धा तारुण्याची हिरवळ परतल्यासारखं वाटतं अशा स्मृतींनी."

"पुरे पुरे कर आत्ते."

"चल वेडी! तुला गं काय झालं रडायला?"

"मी रडले नाही, मी नाही रडले." म्हणत स्वतःला सावरता न येऊन कुमुद

खोलीबाहेर पळाली.

त्या रात्रीइतकी गाढ झोप पूर्वी कधीही आली नव्हती तिला.

सकाळ होताक्षणी बघितलं तर रामण्णा आला होता.

हातात धरलेली, तेव्हा हातात धरलेली हीच ती साडी.

त्याक्षणी आदल्या रात्रीच्या गोड आठवणी स्वप्नवत् नाहीशा झाल्या.

"ही कसली साडी. हा तर सुख विसरायचा पडदा आहे." म्हणाली.

पण कारण काही असो, आज तर तीच साडी नेसली आहे ना? पूर्वी कधी एकदा ही नेसली होती, तेव्हा मोहनला ताप आला होता. छे! किती वाईट विचार. मोहन इतक्यात येईलच असं म्हणत निराशा लपवण्यासाठी समोरच्या भिंतीकडे बघत बसली.

- ६ -

रामण्णानं हसतच खिडकीजवळ जाऊन बाहेर दूरवर नजर टाकली. मनगटावरच्या घड्याळात पाहिलं. किती झालं तरी अजून ४५ मिनिटं आहेत सभेला बोलावणारे यायला. नाहीतर त्याला विनाकारण हसताना पाहून काहीतरीच समज करून घेतील ते स्वत:चा, विनाकारण तर नाहीच म्हणायचं, पण हे कारण दुसऱ्यांना सांगता येण्याजोगं नाही. नाही तरी दहा वर्षांपूर्वीची घटना. तीही खास त्याच्या भावनांशी, अनुभवाशी निगडित.

"जाऊ दे झालं." एक दीर्घ सुस्कारा घेत तो खुर्चीजवळ गेला. पावलं वळवून कपाटाजवळ जाऊन ते उघडून पुस्तकं बघत राहिला. एक पुस्तक उचलून पानं उलटली. एक संस्कृत श्लोक. पुस्तकाचं नाव बघितलं. कालिदास कवीचं 'अभिज्ञान शाकुंतलम्' नाटक! श्लोक परत एकदा वाचला.

रम्याणि वीक्ष मुधरांश्च निशम्य शब्दान्।
पर्यत्सुकी भवति यत् सुखितोऽपि जन्तु:।
तच्चेतसा स्मरति नूनम्बोधपूर्व:
भावस्थिराणि जननांतर सौहृदानि।।
(पर्याकुलातिष्ठति)

हुं हुं असं गुणगुणत रामण्णा अस्वस्थ होऊन बसला.

म्हणूनच त्या पुण्य मानवाला सर्व लोक 'श्रेष्ठ कवी' म्हणतात अशी कालिदासाला शिफारस देत. तो श्लोक परत वाचत तो खुर्चीवर येऊन बसला. कालिदास श्रेष्ठ

कवी, त्यात जराही संदेह नाही. त्यानं मानवाच्या बाह्य सृष्टीपेक्षा त्याच्या आंतरिक सृष्टीमध्ये संचार करून मानवाच्या अंतर्मनाचं इतकं सूक्ष्म आणि सुंदर चित्र रेखाटलंय की ते सर्व मानवजातीला उपयोगी पडतंय असं म्हणावं लागेल.

आज रामण्णा फार आनंदात असायला हवा होता. दुसऱ्या कुठल्याही साहित्यिकाला न मिळणारा सन्मान त्याला मिळणार होता. सार्वजनिक सभा, सार्वजनिक सत्कार, आणखी काय हवं? सार्वजनिक प्रथा म्हणून असेल, पण कुमुद त्याच्याबरोबर जायला तयार झालीय. तिची वेशभूषा, तिचे अलंकार, दागिन्यांपेक्षाही प्रकर्षानं दिपवणारं तिचं निग्रही जीवन, हे नुसतं क्षणमात्र डोळ्यांनी बघितलं तरी स्वर्गप्राप्ती झाल्यासारखं वाटतं त्याला. स्वर्गच काय? कुमुदनं नेसलेली साडी बघून मोक्षपण प्राप्त झाला असं क्षणभर वाटलं.

ती साडी! त्यावेळी स्वयंस्फूर्तीनं प्रेमाची भेट म्हणून घेतलेली साडी. ती साडी नेसलेली सौंदर्यमूर्ती बघून क्षणभर आनंद झाला, पण दुसऱ्या क्षणापासूनच मन कासावीस झालं, अस्वस्थ झालं, का बरं? मागल्या आठवणी जाग्या झाल्या म्हणून की पुढलं द्योतक म्हणून?

कालीदासानं म्हटलंय, सुंदर गोष्टी बघताना आपल्याला नकळतच पूर्वजन्मीच्या आठवणी अस्वस्थ करतात. पूर्वजन्माइतकं पूर्वीचं कशाला? ह्याच जन्माच्या आठवणी रामण्णाला सतावत आहेत. दहा वर्षांपूर्वी मित्राला खोटं सांगून फसवून कामांधतेनं ही साडी कुमुदसाठी आणली होती. मोठ्या उत्साहानं घरी आला तर कुमुदच घरी नव्हती. एक क्षणभर घाबरून गेला होता. दुसऱ्या क्षणी निराशेनं सुन्न झाला. तिसऱ्या क्षणी खदखदून हसला. हसण्याचा आनंदाशी तसा काही सबंध नसावा. अत्यंत व्यथित हृदयपण हास्य सूचित करू शकतं हे त्या दिवसाच्या अनुभवानं त्याला समजलं. त्यावेळी तो हसला कशासाठी? नाटकातील पात्रासारखं एक लांब स्वगत भाषण ठोकून ते दुसऱ्यांना समजावणं शक्य होतं. "अहा रे रामण्णा, कशी काय झाली तुझी फजिती? कशी छान, थप्पड बसली गालावर. हं हं! साडी आणवलीस काय? कुमुदसाठी साडी आणलीस ना? हं हं वाहवा रे प्रेमवंचका, 'तुझ्यासाठी जीवपण देईन, तूच माझा प्राण.' म्हणणाऱ्या तुझ्या पत्नीसाठी ती जिवंत असता एक वेळ तरी तिच्यासाठी ह्याच्या अर्ध्या किमतीची तरी साडी कधी आणलीस काय? हं. आता आणली, कोणासाठी?" पण हे भाषण त्यालाच ऐकू जाईल, इतकं स्वगत होतं म्हणून त्याला हसू आलं असेल.

आता दहा वर्षांनंतर विचार केला तर किंवा अशा विचारांना धैर्यानं सामोरं गेलं तर? रामण्णा घाबरला. मनातील प्रश्नाबरोबरच समोर बघितलं तेव्हा त्याच्या लक्षात आलं, समोर सरलेचा फोटो होता. पूर्ण हसतमुख फोटो होता तो. तोंडावर, ओठांवर, डोळ्यात, गालावर बघाल तिथं नुसतं हास्य. रंगाच्या ऐवजी हास्यात

कुंचला बुडवून तयार केलेलं चित्रच जणू. सुरुवातीला गरिबी, नंतर आजार. सुख न बघता पण हसणारं जीवन तिचं.

"काय चाललंय तुमचं?" ती एकदा म्हणाली होती.

"लिहीत बसलोय." त्यानं उत्तर दिलं होतं.

"पुरे करा ते. बघाल तेव्हा लिहिणं आणि लिहिणं. काय सुख मिळतंय त्यात कोण जाणे?"

"सरला तुला सुखी करायची मला घाई झालीय, म्हणून असं सारखं लिहीत बसतो."

"मला आणखी किती सुखं द्यायचं मनात ठरवलंय तुम्ही. पोटात साठवलं तर पोट मोठं होईल."

"आणखी मोठं होऊ दे. शोभून दिसेल तुला." असं म्हणत अत्यंत हळुवारपणे तिच्या ओठांना बोटांनी स्पर्श केला.

त्यावेळी ती पान खात असल्यानं तिचे ओठ रसानं लाल झाले होते. रस ओठाबाहेर ठिबकत होता.

"असं बाहेर यावं." रस बोटांनी पुसत म्हणाला.

"बोलताय तसंच लिहा बरं का! मग तुमची पुस्तकं छान विकली जातील."

"बोललेलं घरची बायको ऐकणार, लिहिलेलं लोकांच्या बायका वाचणार." म्हणत तो हसला.

"त्यांना वाचायला एक दिवस होऊ दे उशीर. आता लिहिणं बंद करा."

"का? आज काय खास आहे?"

"कधीतरी खास झालंय का? तुमचा हात धरला त्या दिवसापासून..."

"हां, थांब, थांब! छी:, मी परत विसरलोच? ह्यावेळी पण विसरलो. सरला, मला क्षमा कर. माझ्या लिहिण्याच्या स्वार्थापुढे आपल्या लग्नाचा वाढदिवस आज..."

त्याच्या तोंडावर हात ठेवत सरला म्हणाली, 'असं नका म्हणू. आपलं लग्न म्हणजे वर्षातील एक दिवसाचा उत्सव नाही. मला तर सगळेच दिवस साजरे करावेसे वाटतात."

"सरला, तुझ्यासारखीचा हात धरायची माझी योग्यता नाही. जन्मजन्मांतरं लागतील ती यायला!"

"तेवढे जन्म तुमची पाठ सोडणार नाही बरं का?" तिनं थट्टेनं म्हटलं.

"मागल्या जन्मी तू कोणाला एखादी काडीही उचलून दिली नाहीस असं वाटतं."

"का बरं असला विचार तुमच्या मनात?"

"नाही, म्हटलं इतका दरिद्री नवरा पडला नाही का तुझ्या गळ्यात? एक

दिवसपण एखादी सुंदर, सौंदर्याला शोभून दिसणारी साडी आणायची ताकद नाही त्याच्यात.''

''बाईचं सौंदर्य खुलतं तिनं नेसलेल्या साडीनं. नाही तर तिनं ज्याचा हात धरलाय त्याच्या प्रेमानं.''

''म्हणजे सौंदर्याला पण कन्सेशन असतं काय?'' त्यावर सरला हसली. काही बोललं तर हसणार, तिचं नुसतं असणं म्हणजेच हसणं होतं. आताही फोटोत हसतच होती.

रामण्णानं दीर्घ श्वास घेतला. अस्वस्थ, कालीदास सर्वांतर्यामी होता काय? सुखाच्या स्मरणानी पण दुःख होतं असं किती मार्मिकपणे सांगितलं आहे त्यानं. होय, पण आणखी दुसरी गोष्ट मात्र नाही सांगितली. ती तो स्वानुभवानं बघत राहिलाय ती म्हणजे दुःखाच्या स्मरणात पण सुख असतं. तसं नसतं तर मागलं सगळं तो कशाला परत परत आठवत बसला असता.

पुन्हा एकदा त्यानं घड्याळात बघितलं. विचारांच्या वेगात आणि घड्याळाच्या वेगात केवढं हे अंतर! अजून ४२ मिनिटं स्वागत समितीच्या येण्याची वाट पाहायची. खरंच, त्यानं थोडं गंभीरपणानं बसायचा प्रयत्न केला पाहिजे. परत हसू आलं. छे, ह्या साडी प्रकरणाची गोडी पूर्ण चाखायलाच हवी, अर्धवट सोडलं आणि सत्कार समिती आल्यावर आठवत राहिलो तर योग्य दिसणार नाही.

''छे! हा काय पोरखेळ परत. जुन्या आठवणी कशाला?'' म्हणत परत खुर्चीवरून उठला. पाठीवर हात बांधून लांब लांब पावलं टाकत येरझारा घालू लागला. पहिली पत्नी वारली. तिच्या मरणाआधीच काही कारणानं घरातल्या एका बाईवर मोहित झाला. बिछान्यावर पडलेल्या पत्नीला समजू न देता त्यानं ह्या दुसरीशी व्यभिचार केला. ती बाई गरोदर राहिली. पत्नी वारल्यावर त्या बाईशीच विवाह झाला. जगात केवढी माणसं केवढ्या वेळा असंच करत असतील? त्यांना नसणारा मानसिक त्रास त्यालाच का सतावतोय? की व्यभिचार पचवायची हिंमत नसलेला षंढ होता तो?

छे! व्यभिचार म्हटलं तर कुमुदचा अपमान होतोय ना? तो व्यभिचार नव्हता, खरोखरच तो...

तर काय? प्रेम? काम?

अजूनही सरलेच्या गोड स्मृती येत असतात. म्हणून खरं प्रेम सरलेवरच असं त्याला वाटतं. का बरं? दोघांवर सारखं प्रेम करणं शक्य नाही काय? नाहीतर लग्नानंतरचं कामजीवन म्हणजे पहिल्या पत्नीवर प्रेम आणि कामजीवनानंतर लग्न म्हणजे दुसऱ्या पत्नीवर कुमुदवर व्यभिचार? असं म्हणायचं का?

कधी कधी रामण्णाला वाटतं कुमुदवर पण त्याचं प्रेम आहे, नाही होतं, का

नसावं? त्यावेळी तो साडी घेऊन घरी गेला तेव्हा कुमुद घरात नव्हती. त्यावेळी त्याचं अंत:करण त्याक्षणी सुन्न झालं नव्हतं का? ते प्रेमाचं लक्षण नाही का? पुढल्या क्षणाची गोष्ट निराळी. त्यावेळी मनातला क्षोभ, बुद्धिपूर्वक विचार करत खदखदा हसून, त्यानं पळवून लावला होता. परंतु पहिल्या क्षणी सुन्न वाटलं त्याचा अर्थ काय?

तरीही रामण्णाच्या मनात संदेह! कुमुदवर त्याचं खरंच प्रेम असेल तर तिला त्याचा इतका तिटकारा नसता वाटला. आज दहा वर्षं पूर्ण झालीत. एकमेकांच्या समीप न येता संसार चालत होता. तरीही त्याचं मन दुसरीकडे आसक्त झालं नव्हतं. हे पण खऱ्या प्रेमाचं लक्षण नाही काय?

विचारांच्या भाराखाली थकून रामण्णा परत खुर्चीवर बसला. लगेच कुमुदची मूर्ती त्याच्या डोळ्यांसमोर उभी राहिली. आजूबाजूस पाहिलं. खरी कुमुद नव्हती, त्याच्या मनातली कुमुद. मनातली नाही, स्मृतींनी साकारलेली कुमुद! दहा वर्षांपूर्वी ती घरात नव्हती. तेव्हा अचूक तर्क करून तो आत्तेच्या घरी पोहोचला तेव्हा समोर आली तशीच ही कुमुद.

तिच्या चेहऱ्यावर स्मित हास्य तरळत होतं ते बघून रामण्णा बावरला होता. रस्ताभर लोक त्याला पाहून हसत होते म्हणून कुमुदच्या हसण्याची पण त्याला भीती वाटली. अं – ते सगळे हसण्याखेरीज काय करणार? कुमुद घरात नसल्यामुळे त्याला कससंच वाटलं आणि शेवटी ती आत्तेकडे गेली असेल असा त्याने तर्क केला. त्या आधी बऱ्याच ठिकाणी शोधलं, कोणाला विचारलं नाही, कळवलं नाही, असाच वणवण करत भटकत राहिला. शेवटी निश्चय करून स्टेशनचा रस्ता पकडला. निर्णय पक्का करून, तिकीट काढून गाडीचा डब्बा शोधून काढेपर्यंत गाडी सुटण्याची वेळ झाली. आत घुसला. थोडे अप्पर क्लासचे प्रवासी त्याच्याकडे चकित होऊन पाहत होते. ते असं का बघतात ह्याचा विचार करत एक रिकामी जागा पकडली. तो बोलण्याच्या मन:स्थितीत नव्हता. लोकं पण त्याच्याशी बोलले नाहीत, पण चोरून चोरून त्याच्याकडे पाहत होते. बराच वेळ झाला तरी झोप आली नाही. वेळ झाली तशी हळूहळू लोकांनी आपली बेडिंगं पसरायला सुरुवात केली. तेवढ्यात थकला भागलेला रामण्णा झोपायचं म्हणून बिस्तरा पसरायला...

थू. किती मूर्ख तो! किती हास्यास्पद त्याची अवस्था! गावाबाहेर पडताना ती एक साडीच हातात होती. तीच त्यानं बिस्तरा म्हणून पसरून दिली. लोकांना हसू आवरेना. शेवटी तोही आपल्या हास्यास्पद स्थितीवर हसला.

सबंध रस्ताभर लोक त्याला हसले असतील हे लक्षात आल्यानं कुमुदसमोर जायला कचरत होता. त्याच्या मुखचर्येवर केवढी अवकळा पसरली होती. कुमुद पण तिथे त्याच्याकडे पाहत हसत होती. त्या दिवशी सकाळी ज्याप्रकारे ती

त्याच्यापुढे आली होती तशीच हसतमूर्ती आज रामण्णासमोर उभी होती.

रामण्णानं विचार केला. आता दहा वर्षं लोटली तरी त्याच्या डोळ्यांसमोर असणारी कुमुदची मूर्ती त्यावेळेसारखीच होती. कितीही प्रयत्न केला तरी दुसऱ्या कुठल्याही वेळची मूर्ती डोळ्यांसमोर येतच नसे. हा काय मनाचा खेळ की जगात माणसाचे व्यवहार असेच असतात? म्हणूनच शंकराचार्यांनी जग हे माया असं म्हटलं असेल का? कुठलीही वस्तू दिसते तशी नसते. बघणाऱ्याच्या आवडीनुसार, रुचीनुसार मिळणारं त्या वस्तूचं रूप कायम त्याच्यासमोर तरंगत राहतं. तत्त्वज्ञानाशी इतकी डोकंफोड म्हणजेही आत्मवंचनाच होय. आहे ते कबूल करायला हवं, स्वीकारायला हवं. प्रथम कुमुदनं त्याला कामिनीच्या रूपात मोह घातला होता. तीच कामिनी मूर्ती सदैव त्याच्या डोळ्यांसमोर असणार. या बरं असं आमंत्रणाचा संकेत करणारे डोळे, बघितल्याबरोबर आलिंगन द्यावंसं वाटणारा पुष्ट देह, जवळ गेल्यास लोखंडाचे कण खेचून घेणाऱ्या लोहचुंबकासारखं आकर्षून घेणारे ओठ, भरदार वक्षस्थळं, तिच्या पदन्यासानं अख्खं शरीर डोलतंय असं दर्शविणाऱ्या थरार मांड्या.

तो निर्लज्ज आहे असं त्याला कधी कधी वाटतं. पण इथे लाजेचा प्रश्नच नव्हता. त्यानं बुद्धिपूर्वक कल्पना केलेलं चित्र नव्हतं ते. ते चित्र खोडून टाकायला, विसरायला शक्तीपण त्याच्यात उरली नव्हती.

त्या दिवशी आत्तेच्या घरी गेल्यावर साक्षात कुमुदच पुढे उभी ठाकली. तिच्या तोंडावरचं हास्य पाहून त्याच्या डोळ्यांसमोर क्षणभर काजवे चमकले.

ओ हो! रामण्णाला चांगलंच आठवतं. साडी नेली होती त्या नाही, त्याच्या नंतरच्या वेळी आधी, मोहनच्या जन्माआधी, लग्नानंतर कुमुद आत्तेकडे गेली नाही का? पहिल्या वेळी, त्यावेळी पण त्याची अशी अवस्था झाली होती. त्यावेळीही कुमुद अशीच हसत पुढे आली होती. तेव्हा की आज, कधीही असो कुमुदची आठवण येताच कुमुदची मूर्ती त्याच्या डोळ्यांसमोर उभी राहते. तेव्हा पहिल्या वेळी मोहनचा जन्म व्हायच्या थोडं आधी, लग्नाचा विधी संपल्यावर तिला अचानक हे असह्य होऊन निघून गेली होती ना? त्यावेळच्या प्रसंगाची आठवण येताच अजूनही अंगावर काटा येतो. ती हसतमुख उभी होती म्हणून तो पण उभा राहिला. मातृत्व येणार म्हणून की काय तिच्या मुखावर गंभीर छटा पसरली होती. डोळ्यांत करुणा दिसत होती. त्यास सामोरे जाणं न जमल्यानं अपराध्यासारखा उभा होता. किती वेळ असंच उभं राहावं लागणार ह्याची भीती वाटत होती. ती मूर्ती आणखी काही वेळ तशीच उभी राहिली, तर त्याची शुद्धच हरवली असती निश्चित. तेवढ्यात आतून म्हातारीचा आवाज आला.

"कुमुद कोण गं हा माणूस?"

ती काय उत्तर देणार? तिचा ओळखीचा माणूस, मित्र, दूरचा नातेवाईक की

कोणी फटिंग म्हणून.

"आत्ते, आमचे हे आलेत, बाहेर ये ना."

त्या क्षणी रामण्णाला हायसं वाटलं. खात्री झाली की कुमुद अजूनही त्याच्यावर प्रेम करतेय, पण ती 'आमचे' म्हणाली. माझे नाही, तेवढी आत्मीयता नव्हती. "अय्या, तुझा नवरा का? असा कसा आलाय शाळा चुकवलेल्या मुलासारखा?" असं म्हणत म्हातारी खोलीत आली. एखाद्या चित्रातल्या बाहुल्यासारखे उभे असलेल्या त्या दोघांना पाहून म्हातारीच्या डोळ्यात थट्टेची लहर दिसली.

"काय रे बाबा! म्हातारीला लग्नाला नाही बोलावलंस त्याची भरपाई करतोस का? पहिलं बाळंतपण माझ्यावर सोपवून?"

त्यानं उत्तर न देता दंताड दाखवलं वेड्यासारखं.

"हस बाबा हस. आज नाही उद्या सर्वांना असंच म्हातारपण येणार म्हणून तरुणपणी हसावं, खेळून घ्यावं. अशी काय उभी आहेस कुमुद. घरी आलेल्याला बसायला पण सांगत नाहीस."

"घर तुझं आहे आत्ते."

"यजमान तुझे की नाही? तू असशील तिथे त्यांचं घर. बस बाबा, विश्रांती घे. गावातल्या गोष्टी सांगून तुझं डोकं नाही खाणार ती. मी चहा करून आणते. त्यानंतर वाटलं तर स्नान करून घे. बायको कुठे पळून जात होती की दुसऱ्या दिवशीच मागे धावत आलास?"

त्याच्या उत्तराची अपेक्षा न करता स्वत:शीच बडबडत म्हातारी निघून गेली तेव्हा रामण्णाला थोडा धीर आला.

"कुमुद."

"काय?"

"माझ्यावर रागावलीस."

"कशाला?"

"तुला लग्न नको होतं का?"

"नसतं तर देवदासीच व्हायची, तुमच्या दयेनं वाचले."

"समजलं, तू माझ्यावर रागावलीस."

"तुमच्यावर नाही, माझ्यावर."

"म्हणजे?"

"तुमच्या गोड बोलण्याला फसले."

"कुमुद, कुमुद. असं नको गं बोलूस. आपण दोघांनी आपल्या मनानं लग्न केलंय."

"लग्न झालं म्हणून जन्मणाऱ्या मुलाच्या नावापुढे बापाचं नाव लागेल, मला काय..."

"कुमुद, तुला मनानं..."

"पुरे तुमचं मनानं! तुम्ही साहित्यिक, शब्दांचं महत्त्व जाणून आहात म्हणून मनानं म्हणालात. चुकून सुद्धा प्रेमानं नाही म्हणालात."

"काय गं कुमुद, अजून बोलतच आहात की..." असं म्हणत म्हातारी बाहेर आली. ते रामण्णा कधी विसरू शकणार नाही. त्यावेळी म्हातारी आली नसती तर रागाच्या भरात तो काहीतरी बोलून गेला असता. म्हातारीच्या प्रवेशामुळे रागाचा पारा उतरला. त्यामुळेच की काय त्याला धीर आला. कुमुदला तेव्हा सांगितलेल्या गोष्टींमुळे आजही त्याला गोंधळायला होतंय. दहा वर्षं होऊन गेली गोंधळ काही कमी झाला नाही. कुमुदवर तो प्रेम करतोय, करू शकतोय असं म्हणायला हवं. परंतु सरलेची मूर्ती नाहीशी होत नाही तोपर्यंत कुमुदवर त्याचं प्रेम आहे हे सांगण्याचं धैर्य कसं होणार? त्यादिवशी हाच प्रश्न कुमुदला केला. तिचं निष्ठुर उत्तर,

"तुमचं प्रेम नको, तुमची संगतही नको." म्हणाली.

पण शेवटी उपचार म्हणून त्याच्या घरात राहायला ती कबूल झाली. एका अटीवर. ह्या प्रसूतीपर्यंत ती आत्तेकडे राहील. त्यानंतर त्याच्याकडे आल्यावर त्यानं तिच्यावर दांपत्यसुखाचा अधिकार गाजवू नये.

"कबूल, अगदी मनापासून कबूल." तो म्हणाला.

कबूल म्हणाला? आश्चर्य वाटलं. कसल्या संदर्भात? त्यानं काही कबूल केलं नाही का? शेवटी स्मृतिचित्रं अनुभवत असता दीर्घ श्वास घेऊन कबूल केलं की कालीदास महाकवी आहे.

-७-

"त्यावेळी कबूल झालं तेच चुकलं." असं कुमुद समोरच्या भिंतीला म्हणाली. आज ती नवऱ्याच्या सत्कार समारंभाला त्याची सावली म्हणून गत्यंतर नसल्यासारखी फरपटतेय हे त्यावेळी केलेल्या चुकीचं प्रायश्चित्त असं तिला वाटलं. किती झालं तरी स्त्रियांचा स्वभाव. परत आरशासमोर तोंड फिरवून बसली. 'तोंड दिसावं पण साडी दिसू नये असं कसं चालेल, वेडी!' असं स्वत:लाच तिनं दटावलं. दांपत्यसुख तर पाहिजे पण त्यानं होणारा त्रास नको असं कसं चालेल. लग्नाच्या आधी हवी तशी वागली पण आता लग्न झालेल्या गृहिणी, पतीप्रतिष्ठित, खाणंपिणं, कपड्या-लत्त्याची चिंता नाही, पण सुखाला अधिकार नाही. त्या दिवशी तिनं धैर्यानं

वागायला हवं होतं. पोटातल्या मुलासाठी तिनं सहन केलं. सुरुवातीस त्यामुळेच त्या मुलावर तिचा राग होता. रामण्णाचं मूल, त्याला बघितलं की ती रामण्णाला विसरू शकत नसे. रामण्णाच्या आठवणीत अजूनही तिच्या शरीरावर रोमांच फुलतात. एका प्रकारे हा मुलगा तिच्या आनंद निलयाचा शिखर होता.

"कुमुद, तुझ्या पोटाच्या आकारावरून वाटतं तुला मुलगा होणार." एक दिवस घरची म्हातारी म्हणाली.

"जे काय व्हायचं ते होईल. ती काय कोणाच्या हातातली गोष्ट थोडीच आहे?" ती थोडी गंभीर होऊन म्हणाली.

"हूं. आता म्हणतेय कोणाच्या हातातली गोष्ट का म्हणून." म्हातारीनं तिला टोमणा दिला. कधी कधी कुमुदच्या मनात विचार येतो. हे काय गूढ आहे? मनुष्य पूर्ण परावलंबी आहे हे म्हणायचं असेल तर त्याचा जन्मच बघावा. तिला हे माहीत होतं काय? आता विचारलं तर होय असं उत्तर मिळेल. पण तेव्हा? काहीही माहीत नव्हतं. अपेक्षा नव्हती, सावधपणा नव्हता.

काय आश्चर्य पाहा! आज, घडलेलं सर्व बघून, विचार करून, नफा-तोटा, साधक-बाधक हिशोब करूनच तिचा रामण्णावर राग. तरीही म्हातारी म्हणते त्याप्रमाणे सर्व पुरुष रामण्णासारखे किंवा रामण्णापण इतर पुरुषांसारखा. भूक लागली तर चविष्ट, पोट भरलं की गाढ झोप, ही जगाची रीतच, मग रामण्णाचंच काय चुकलं? चूक तर तिचीपण होती. टाळी दोन्ही हातांनीच वाजते. जीवाला दोन जीव लागतातच. नव्या पालवीसाठी जुन्या पानांनी गळायलाच पाहिजे. हे कबूल. पण तिनं एकट्यानंच का म्हणून जुनं पान व्हावं? रामण्णानं का गळू नये?

हळूहळू कुमुदमध्ये मार्दव येत गेलं. ती रामण्णाच्या रसिकतेची फसून शिकार झाली होती हे विसरून एका नवीन जीवाला जगात आणून त्याला जन्म देऊन पालन पोषण करणून वाढवणारी आई होती ह्या विचारानं तिचं मन प्रफुल्लित होई. ते करण्याची तिची योग्यता आहे ह्याचा अनुभव नसल्यानं भीती वाटे. पण दिवसेंदिवस ती योग्यता तिच्यात येत होती ह्या जाणिवेनं तिला उत्साह वाटायचा. मांड्या भरदार झाल्याचा अभिमान, जन्माला येणाऱ्या मुलास पाजून खेळवून मोठा करायला कारणीभूत होईल अशी शक्ती तिला पाहिजे ना? कधी कधी कशानं तरी हृदयात वेदनेचे कढ उठायचे. पण खरं म्हणजे हृदयात नाही पण मुलाच्या आहाराची पूर्वतयारी म्हणून बाह्य शरीराच्या वाढीच्या कष्टांच्या वेदना संतोष देत होत्या.

बिचाऱ्या रामण्णावर रागवायचं कारण काय असं परत परत म्हणायची. किती झालं तरी तो एक पुरुष. चंचल बुद्धी, क्षणिक सुखाचा लोभ. चिरंतन मातृत्वाचा अनुभव पुरुषांना येणारच नाही. सर्व पुरुषांसारखाच रामण्णा, म्हणून त्याच्यावर दया

करावी ह्या विचारांमुळे तिला मुलगा होणार ही खात्री होऊन तिला पुरुषांच्या जातीची दया यायची. आरशासमोर बसली की आत्मविश्वासाचं हास्य तिच्या चेहऱ्यावर फुलून यायचं. बिचारे पुरुष! असल्या सौंदर्याला भुलले तर त्यात काय आश्चर्य! कधी कधी विचार करताना सरलेची आठवण व्हायची. बिचारी! कसलंही सुख न उपभोगता तडफडत जीव सोडला नाही का तिनं?

'घर कसं मुलाबाळांनी भरलेलं हवं.' असं नेहमी म्हणायची सरला. त्यावेळी ती किती अजाण मुग्ध मुलगी होती. एके दिवशी सरलेजवळ बसून गोष्टी करत असता कसा मूर्खासारखा प्रश्न केला होता तिला.

"बघ कुमुद! स्त्रीचं सुख म्हणजे तिचं घर, पोटभर खाल्लेलं पचवणारा नवरा आणि घरभर बागडणारी मुलं."

"तुला तुझं घर आहे."

"खाणं नाममात्र असलं तरी ते खाऊन पचविणारा पती आहे." सरला थट्टेनं म्हणाली.

"आहे तर, आज नसली तरी पुढे मुलं पण होतील."

तिच्या बोलण्यावर सरलेनं दीर्घ श्वास घेतला आणि पडल्यापडल्याच वर छताकडे बघत गप्प राहिली.

"त्यानंतर..."

"शुद्ध वेडी आहेस तू." सरला म्हणाली.

कुमुदला काही समजेना. पती असला की मुलं होणारच हा नियम तिला ठाऊक होता.

"वेडी आहेस कुमुद. ह्या आजारातून मी बरी होणं फार कठीण...."

"अक्का..."

"जरी सुधारले तरी मुलांचं सुख माझ्यापाशी नाही."

"का म्हणून?"

सरला केविलवाणी हसली. हसण्याच्या प्रयासानं थकलेला तिचा चेहरा सुंदर दिसत होता.

"का म्हणून विचारतेस? का, कसं, हे सगळं उद्या तुला लग्न झालं की समजेल."

म्हणजे? लग्न झालं की मुलं आलीच अशी खात्री नाही, स्त्री मातृत्व मिळवेलच ह्याचीही खात्री नाही. हे काय गूढ आहे हे तिला तेव्हा समजलं नव्हतं. पण पुढे समजायला वेळ नाही लागला.

बुद्धी असता समजलं नव्हतं. बुद्धी हरवून गेल्यावरच सारं समजलं.

मन:स्थिती अशी उद्विग्न असूनही ह्या आठवणींनी कुमुदला मनात नवचैतन्य पसरल्यासारखं वाटलं.

बुद्धी हरवल्यावरच समजलं.

त्यावेळच्या तिच्या मन:स्थितीच्या आठवणींचं कुमुदला आजही आश्चर्य वाटतं. एक काळ असा होता, की रामण्णाला बघताच, त्याची नुसती आठवण येताच सर्व भान हरवून जायचं. असं का व्हायचं? सर्वांना असंच होत असावं अशी निश्चित कल्पना तिला नव्हती. तिचं फक्त तसं होतं. मन आणि शरीर, दोघांवरही तिचा ताबाच राहत नसे. योग्यांच्या गोष्टी सांगतात ना? प्रत्यक्षात नसतं ते योगी पाहू शकतात पण प्रत्यक्ष शारीरिक सुखदु:खाची त्यांना जाणीवही नसते. आई होण्याची योग्यता यायच्या आधीच तिला योगसिद्धी प्राप्त झाली होती का?

एके दिवशी जे घडलं ते अजूनही तिला स्मरतंय. त्यावेळी तिची कहाणी संपलीच असं तिला वाटलं. तिचं रहस्य सरलेला समजलंय असं खात्रीपूर्वक वाटत होतं. त्या दिवशीच्या तिच्या अनुभवाचं पुढे तिलाच आश्चर्य वाटायचं.

जे झालं ते क्षुल्लक होतं. रात्री ९ वाजले असणार. रामण्णा अजून बाहेरून परतला नव्हता. ती जेवली नव्हती. सरलेला रोजचं दूध पण दिलं नव्हतं. सरलेनं त्याची इतका वेळ वाट पाहत राहावं हे तिला रुचलं नाही. एकदोनदा तिनं विचारलं पण.

"तुला दूध आणू का अक्का?"

"मला काय घाई आहे? त्यांना येऊ दे, त्यांचं जेवण होऊ दे."

"मी थांबते ना ते येईपर्यंत."

"मीच थांबते. मला तरी दुसरं काय काम..."

"वाट पाहत बस तर, पण दूध घेऊन..."

"राहू दे ग कुमुद, मी भुकेनं मरतेय थोडीच." सरला थोडी चिडूनच म्हणाली.

बराच वेळ झाला. रामण्णा आलाच नाही. तिला काय झालं कोण जाणे. अकस्मात म्हणाली, "अक्का दूध आणते."

"नको म्हटलं ना? मी एकटी..."

"मग मी उरकून टाकते अक्का."

सरलेला तिचं बोलणं निरर्थक वाटलं.

"अग वेडे, तुला कोणी नाही म्हणालं? मी तुला कधीपासूनच सांगतेय. वाढत्या वयाची मुलगी तू, भूक मारू नकोस म्हणून. भूक लागली असेल तर जेवून घे. मी थांबते."

"असं नाही अक्का, मी भूक लागली म्हणून नाही म्हणाले. ते अचानक कुठल्या मित्राच्या घरी बाहेरच्या बाहेर जेवणार आहेत."

"असं? कधी म्हणाले ते?"

"कधीच सांगितलं होतं. म्हणून म्हणतेय दोघी मिळून उरकूया."

“काहीतरीच काय? कधी सांगितलं कोण जाणे.” सरला अविश्वासानं पुटपुटली. तिनं सरलेला दूध दिलं आणि आत तिच्या जेवणाची तयारी करू लागली. तितक्यात बाहेर कोणी तरी बोलल्याचा आवाज आला. लक्ष देऊन ऐकलं. बाहेर कोणीही नव्हतं. पण ऐकलं तर खरंच, असं मानून जेवणाची तयारी पुढे ढकलली. काही वेळानंतर बाहेर आली.

“अय्या इतक्या लवकर जेवण संपलं वाटतं कुमुद?” सरला म्हणाली.

“नाही जेवणारच होते, तेवढ्यात बाहेर कोणाचा आवाज ऐकला.”

“कोणाचा आवाज.”

“कोणीही बाहेर नव्हतं. पण आवाज तर ऐकला...”

“म्हणून उठून आलीस, जा इथंच घेऊन ये तुझं पान, एकट्यानं आत बसण्यापेक्षा...”

“नाही, मी अजून जरा वेळ वाट बघते.”

“आताच सांगितलंस ना ते कोणाकडे जेवून येणार म्हणून?”

“होय अक्का. पण आताच आवाज ऐकला नाही म्हणाले?”

“म्हणजे हे घरी आले तरी मला समजलंच नाही म्हणतेस?”

“नाही अक्का, मित्रानं जेवायचा आग्रह केला म्हणून बाहेर पडले ना? बाहेर पडले पण लगेच फार उशीर झालाय, मी घरी जातो, असं म्हणून घराकडे परत येत आहेत असं वाटलं.”

“भुकेल्या पोटी डोळ्यांना भास होतोय का?” असं सरला हसत हसत म्हणत असता बाहेरच्या फाटकाचा आवाज आला. डोक्यावर पदर घेत दार उघडलं आणि पटकन घरात धावली कुमुद. का कोण जाणे, ढोल बडवल्यासारखं छातीत धडधडत होतं. स्वयंपाकघराच्या उंबरठ्यावर उभी राहून ऐकत राहिली.

रामण्णानं आल्यावर भोवताली नजर टाकली.

“ओहो, औषध, दूध वगैरे संपवलेलं दिसतंय. छान झालं. तुम्ही उगीचच माझी वाट पाहत राहाल असं वाटत होतं.”

“तुमचं जेवण झालं?” सरलेनं विचारलं

रामण्णाला अर्थबोध झाला नाही.

“काय म्हणालीस?”

“नाही, कोणा मित्रानं गळ घातली असं....”

“आं! तुला कोणी सांगितलं.”

“कुमुद म्हणाली.”

“आणि तिला कोणी सांगितलं?”

“काय! तुम्हीच सांगितलंत ना जाताना?”

रामण्णानं कावरंबावरं होऊन इकडे तिकडे पाहिलं. तिलाच शोधत होता की काय? सरलेकडे डोळे फाडून बघत राहिला.

"का आता काय झालं? बाहेर खाऊन आलात ना?"

सरलेच्या बोलण्यावर रामण्णा पोट धरून हसला.

"तुम्ही दोघीजणी मी उशीर केला म्हणून मला उपवासाची शिक्षा देणार असं दिसतंय. मी चूक कबूल करतो कारण फार भूक लागलीय."

"भूक लागलीय? म्हणजे मित्राकडे जेवण..."

"त्या महाभागानं पुष्कळ आग्रह केला. मी कबूल होऊन अर्ध्यावाटेपर्यंत गेलो. पण लक्षात आलं की सर्व संपेस्तोवर फार उशीर होईल. तेव्हा रस्त्यातच त्याला सांगून परत फिरलो. हा हा!"

"म्हणजे तुमचं जेवण झालं नाही?" सरलेनं अत्यंत चकित होऊन विचारलं.

रामण्णानं मान हलवली.

"प्रथम त्याच्या आग्रहाला कबूल झालात पण फार उशीर होईल म्हणून सोडून आलात." सरला त्याच सुरात स्वत:शीच पुटपुटली.

पुढलं बोलणं ऐकायला कुमुद उभी राहिली नाही. रामण्णाच्या जेवणाची तयारी करायला ती आत गेली. त्यावेळी रामण्णा आणि सरला तिच्याकडे ज्या दृष्टीनं पाहत होते त्याचा अर्थ ती समजली होती. बाहेर झालेली घटना तिनं आधीच सांगितली होती ह्यावर त्यांचा विश्वास नव्हता पण विश्वास ठेवण्यावाचून गत्यंतर नव्हतं. एवढंच काय, स्वत: तिचा विश्वास नव्हता. पण तिनं मित्राचा आग्रह आणि रामण्णाचा उशीर होण्याचा बहाणा ह्या दोन गोष्टी स्पष्ट ऐकल्या होत्या. म्हणजे तिनं जे रचून सांगितलं ते खरंच होतं? चला, सगळं बरोबर पार पडलं. तिचा विश्वास बसला नव्हता, आणि बसला पण नसता जर ही दुसरी घटना ना घडती. त्या दुसऱ्या घटनेमुळे तिचं मन कावरंबावरं झालं. भीती पण वाटली. ही काय फसवणूक की भुताटकी, असं भय वाटलं तिला. पहिल्यांदा रामण्णाच्या जेवणासंबंधी त्या रात्रीची आश्चर्यचकित घटना ती काही दिवसांत विसरून गेली. अक्का आणि रामण्णापण आश्चर्य करत होते, पण तेही पुढे विसरून गेले. पुढले पुष्कळ दिवस 'आजचं भविष्य काय' अशी तिची हसत थट्टा ते करत असत, पण हळूहळू सर्व पूर्वपदावर आलं.

एक दिवशी सायंकाळ होत होती. ती सरलेशी गोष्टी करत बसली होती. रामण्णा घाईघाईनं एक पुस्तक आणायला बाहेर पडला. "आता लगेच परत येतो. एका गोष्टीवर अडून पडलोय. त्याचा संदर्भ शोधू म्हणतोय तर पुस्तकच नाही. ते घेऊन येतो." म्हणत थोडा धावतच तो घराबाहेर पडला.

चार-पाच मिनिटं ती सरलेशी गोष्टी करून चटकन उठली. उठता उठताच

"अग आई गं" म्हणत उजवा पाय दुखत असल्यासारखा धरून उभी राहिली.

"काय झालं ग तुझ्या पायाला?"

"ठेच लागली."

"काय म्हणालीस?" सरला असं म्हणताच ती भानावर आली. पांढऱ्या फटक चेहऱ्यानं सरलेकडे बघत राहिली.

"तू काय दिवसापण स्वप्न बघतेस काय ग कुमुद?" सरला हसत म्हणाली.

"नाही तर अक्का! खरंच ठेच लागून पाय दुखावला." असं म्हणत पाय वर उचलून बघताच दोघींना स्पष्ट जाणवलं की ठेचपण नव्हती नि वेदनापण नव्हत्या.

"बरं बरं! आम्हाला ह्या तुझ्या दुखण्याचं औषध लवकर शोधावं लागणार." असं सरला हसत हसत म्हणत असताच कोणी 'दरवाजा उघडा.' असं ओरडलं.

दरवाजा उघडला तेव्हा रामण्णा कोणाच्या तरी खांद्यावर हात ठेवून उभा होता. घाईघाईनं जात असता ठेच लागून उजव्या पायाला दुखापत झाली होती.

त्या दिवसापासून तिची खात्री झाली. हे असं का व्हावं ह्याची काहीच कल्पना नसली तरी रामण्णाविषयीच्या अशा संवेदनांमुळे तिचं हृदय रामण्णाशी एकरूप झालं होतं ह्याची खात्री तिला पटली.

इतक्या वेळा विचार केला. प्रेम म्हणजे हेच का? प्रीतीच्या वस्तूशी इतकं एकरूप होणं?

तिची तशीच अवस्था झाली होती. पोटातल्या बाळाला मूर्तरूप देण्यासाठी अशा प्रकारचा योग आचरायचा होता. मातृत्व म्हणजे कामतृप्तीची शिक्षा नाही, संभोगाच्या कष्टाची फलप्राप्ती नाही की स्त्री-पुरुषांच्या कारस्थानाचा दुष्परिणामही नाही. कुठल्याही ऐहिक कारणांनी घडलेलं कार्यही नाही. दोन हृदयं एक झाली, ह्याचा तो फक्त दृश्य परिणाम. ही भावना तिच्या बुद्धी – शक्तीच्या आवाक्याबाहेर असली तरी तिच्या मनात अस्पष्टशी तरंगत होती. त्या मातृत्वाच्या प्रभावामुळे त्यावेळी प्रसूतीनंतर तिनं रामण्णाबरोबर राहायचं कबूल केलं होतं, पण हट्टानं अट घातली, की ती वैवाहिक जीवन जगणार नाही.

परंतु त्याच्याजवळ राहायचं कबूल करायला नको होतं, असं तिला कधी कधी वाटतं. पुढे साडीच्या निमित्तानं तर कबूल केलं हे चुकलंय हे मत ठाम झालं. चारी बाजूला बघत म्हणाली, "मी कबूल करायचं नव्हतं."

"मी काही बोलत होते ना? कबूल करायचं नव्हतं हेच ना?" मनगटावरील घड्याळात बघितलं तेव्हा आठवण झाली की आज रामण्णाच्या सत्कार सभेस त्याच्याबरोबर जायचं कबूल करायला नको होतं, ह्या विचारात असल्यामुळे तोंडातून ते शब्द निघाले असावे, असं स्वत:चं समाधान करून उठली.

"ह्या मुलाचा स्वभाव माहीत आहे मला. खेळायला बाहेर पडला की दुसऱ्या

कशाची शुद्ध नाही. किती वेळा सांगितलं, आज सभेला जायचंय, लवकर ये म्हणून. तरी अजून आला नाही. यापुढे येणार कधी, तयारी होणार कधी?''

परत एकदा घड्याळात पाहिलं. ''अय्या! अजून अर्धा तास उरलाय बाहेर पडायला.'' असं चडफडत म्हणत मोहनची वाट बघत दारात येऊन उभी राहिली.

-८-

''अजून अर्धा तास! अरे, वेळ जातच नाही.'' म्हणत रामण्णानं घड्याळ पाहिलं.

''छे! किती मूर्ख मी. इतक्या वर्षांचा स्मृतिपट पुढे सरकतोय तरी वेळ जात नाही म्हणतोय ना? जाऊ दे झालं. आजचा सत्कार समारंभ तर स्मृतीतला विषय नाही ना?'' म्हणत तो वाट बघत राहिला.

त्याचा लेखक म्हणून सार्वजनिक सत्कार. वय पंचेचाळीस. खरंच अभिमान वाटावा अशी गोष्ट. प्रजातंत्र प्राबल्याच्या ह्या दिवसात खुद्द प्रजाच त्याचा सत्कार करतेय. खरोखरच अभिमान वाटण्यासारखी घटना ही. परंतु त्याला त्याविषयी जराही उत्साह का नसावा? का? का म्हणजे? सगळं जग ढोंगी आहे. क्षमा करा, हे सौजन्याला धरून नाही. सर्व जग म्हणजे माया आहे. हा ढोंगी शब्द जरा रानटी वाटतो, माया म्हटलं तर तत्त्वज्ञान. हीच तर साहित्याची शक्ती, पण घरातच विचार करत असता ढोंगी हाच समर्पक शब्द वापरूया नाही का?

ढोंगी : त्याची साहित्यसेवा ढोंगी! आजचा सत्कारसोहळा ढोंगी. त्याचं साहित्य तरी कसं? त्यानं आत्तापर्यंत आचरणात आणलेलं, त्यानं इतकं विचारपूर्ण लिहिलेलं, इतके दिवस अनुभवलेलं, कुठे तरी, कधी तरी त्यानं त्याचं वर्णन केलं का? एक प्रेमाची पत्नी, दुसरी कामुकतेची, ही गोष्ट कधी सांगितली का? सांगायला त्याच्याकडे भाषा, शैली, औचित्य, प्रामाणिकपणा ह्यापैकी काहीच नव्हतं, आणि सांगितलं तरी ऐकणाऱ्यांना ते नेमकं समजलं असतं का?

मूर्ख, मूर्ख! लोकांना समजतंय ह्या आत्मविश्वासानं स्वत:च्या खास शैलीत विचार परिपूर्ण, विचारोत्पादक लेखन आणि भाषणं आपण दिली. त्या आपल्या सेवेमुळे समाजाची प्रगती झाली का? खोटं! सगळं खोटं! एकच खरं. आमची पाशवी वृत्तीची जीवनपद्धती. भर्तृहरीनं सांगितल्याप्रमाणे आहार, निद्रा, भय नि मैथुन हेच खरं जीवन. माणसाचं सर्वसाधारण जीवन ह्या वृत्तीतच आहे. बाकीचं कृत्रिम, मिथ्या! थोडा वेळ ह्या वृत्तीस निग्रहानं बाजूस सारून आम्ही आम्हाला सुसंस्कृत म्हणवून घेतो. एक दिवस त्याचा दबाव सहन न होऊन युद्ध, व्यभिचार,

लूटमार करताना मागील सर्व बंधनातून मुक्त होतो. थोडा वेळ लाज वाटते. एकमेकांसमोर उभे न राहता पाठीला पाठ फिरवून जगतो. सुसंस्कृत होतो आणि परत – त्यानंतर – परत – निचैर्गच्छत्युपरि च दशा चक्रनेमिक्रमेण –

आजच्या सभेत ह्याच विषयावर भाषण दिलं तर. हां – मानपत्र पण देणार आहेत ना? दैव क्रूर म्हणायचं ते ह्यामुळेच. माझ्या नुसत्या साहित्याचाच नाही तर माझ्या आदर्श दांपत्य जीवनाचा उल्लेख आहे त्या मानपत्रात.

काय पण आदर्श! दहा वर्षं निघून गेली, दांपत्य म्हणजे काय ते विसरून. दहा वर्षं निघून गेली संसाराचं नाटक करता करता. तरी सुद्धा आजच्या सभेला जायचं कबूल केलं ना कुमुदनं? आश्चर्यच. मागे एकदा असंच मोहनच्या जन्मानंतर घरी येऊन राहायचं कबूल केलं तेही आश्चर्य!

हां! आता आठवतंय. साडीचा प्रसंग, त्यानंतरचा मोहनचा जन्मदिन सोहळा. त्याचदिवशी बाहेर निघून गेली नव्हती का? माझ्याबरोबर राहण्यासाठी तिनंच घातलेल्या अटीप्रमाणे ब्रह्मचर्य पाळलं असतानाही निघून गेली होती. आजही असं केलं तर? सत्कार समारंभाला बोलावणारे यायच्या आधीच निघून गेली तर? त्याला भीती वाटली. हळूच खाली जायच्या जिन्याच्या पायरीवर येऊन उभा राहिला. खाली कुमुदची हालचाल अजूनही ऐकू येत होती.

छे! किती अधीर वृत्तीचा झालाय तो. आणखी एक विचार. मोहन घरी नाही. त्याला सोडून ती येणार नाही.

मोहनशिवाय तो राहू शकत नाही. मोहनला सोडून तीही राहू शकत नाही. म्हणजे दोघंही एकमेकांना सोडून राहू शकणार नाहीत.

“शाब्बास! हे गणित चांगलं.” म्हणत परत वरती गेला.

एका गोष्टीमुळे साम्य असणाऱ्या दोन वस्तूंमध्ये परस्पर साम्य असतंच. एकाच जीवाला जपणारे दोन जीव एकमेकास जपू शकतील नाही का?

भवभूतीनं पण हेच सांगितलंय.

“आनंद ग्रथिरेकोयं अपत्यमिति भव्यते!” पतिपत्नीला एकत्र बांधणारा दोरा म्हणजेच अपत्य.

मोहनला घेऊन आत्तेच्या घरून पहिल्यावेळी जेव्हा कुमुद परतली, तेव्हा त्याला असंच वाटलं होतं. त्याच्याशी मोहनच्या गोष्टी करेल, आत्तेच्या घरी त्यानं केलेल्या खोड्या वर्णून सांगेल, तो मुलाशी खेळत असता त्याच्याकडे अभिमानानं पाहील. त्याला वाटलं हळूहळू त्याच्या आणि तिच्यातलं वैमनस्य दूर होईल आणि तो आणि कुमुद – कुमुद आणि तो...काय? प्रेमानं संसार करतील असं म्हणायचं काय?

नाही. नुसतं अशा प्रकारचे विचार त्याच्या मनात आले नाहीत तर तो आणि

कुमुद पहिल्यासारखे राहू शकतील अशी आशा उत्पन्न झाली होती. पहिल्यासारखं का राहू नये? एके दिवशी जरा धैर्य करून कुमुदला तसं विचारलं पण...

"पहिल्यासारखं म्हणजे नक्की कसं?" कुमुदनं प्रतिप्रश्न केला.

"नाही, म्हटलं, नुसतं असं राहण्याऐवजी...कसं म्हणू?"

"असं म्हणजे कसं?"

"तसं नाही. ह्या सगळ्याशिवाय म्हणजे...."

"तुम्हाला काय कमी पडतंय, सध्या?"

"कमी पडतंय असं नाही, म्हणजे खरं म्हणजे... एकाच घरात राहून का...."

"आवडत नसेल तर एकाच घरात नका राहू."

"छे छे, मी असं नाही म्हटलं."

"तर मग काय म्हणाला होतात?"

कसं सांगायचं? काय सांगायचं? पण अशी वेळच आली नाही.

इतकं सगळं बोलणं होत असता कुमुदच्या कडेवर बसलेला बाळ मोहन एकाएकी त्याच्याकडे झेपावण्याच्या प्रयत्नात असता सवयीप्रमाणे कुमुद त्याला घट्ट पकडून बसवायचा प्रयत्न करत होती. मुलाचा हट्ट वाढला, तेव्हा कुमुदनं जरुरीपेक्षा जास्त जोरानं पकडल्यामुळे मुलाने दोन्ही हात पसरत रडण्याची सूचना दिली. रामण्णाला जीवानिशी वाचल्यासारखं वाटलं. आतापर्यंतचे संवाद, संभाषण, कल्पना केली तसं झालं नव्हतं. सांगायलाच हवं म्हणून हट्टानं आठवलेल्या सगळ्या गोष्टी शब्दरूपातच राहिल्या.

चर्चा पुढे कशी रेटावी ह्याची काहीच कल्पना नव्हती. दोन्ही हात पसरून त्याच्याकडे येणारा मुलगा त्याला संकटातून सोडवायला खाली उतरलेल्या देवासमान भासला. श्रद्धाळू भक्ताप्रमाणे, पुढे हात पसरून मुलाला उचलून घेतलं. त्या मुलाला कुठनं आली खोड्या करायची अक्कल? आतापर्यंत त्याच्याकडे येण्याचा हट्ट करणारा तो. त्याला उचलायला रामण्णानं हात पुढे करताच दोन्ही हातांनी आईला घट्ट बिलगून बसला. मुलगा तसं काही करेल ह्याची कल्पना नसल्याने त्याला आईपासून उचलायला उद्युक्त झालेले रामण्णाचे हात...

आठवणींनी आजही शरीर थरथरतं, रामण्णानं त्या प्रकारचं, विद्युत संचारलेलं सुख आतापर्यंत कधीही अनुभवलं नव्हतं. एका क्षणात, नाही त्याच्या शंभराव्या, नाही त्याच्या हजाराव्या हिश्श्यात – पापणी लवते न लवते तोच त्याच्या शरीरात, कुमुदच्या शरीरात, त्याच्याकडून तिच्याकडे, तिच्याकडून त्याच्याकडे नुसता विद्युत संचारच नाही तर ह्या सुखसंवेदनांचा एकमेकास संकेत, एकमेकांच्या संकेतास एकमेकांस उत्तर आणि उत्तरास एकमेकांची संमती इतकंच सगळं नाही तर आणखीही कित्येक गोष्टी सामावल्या असल्या पाहिजेत. किती वेळ ते एकमेकांसमोर

पुतळ्यासारखे उभे होते. किती युगांचा, किती जन्मांचा अनुभव ह्या क्षणार्धात भरला होता. दोन जीव त्याच्यावर निसर्गात सोपवलेल्या कर्तव्याच्या जबाबदारीचा, जाणिवेचा, अत्युच्चतेचा अनुभव त्या क्षणार्धात घेऊ लागले. दोन देह अकस्मात एकमेकात विलीन होऊन जणू दोघांना अलग अस्तित्वच नव्हतं.

त्यावेळच्या आठवणींनी आणि त्याबद्दलच्या आजच्या विचारांनी रामण्णा निराश होऊन बसला. दोन जीवांना वेगळं अस्तित्वच नाही उरलं हे त्यानं त्याच्या साहित्य-शक्तीच्या कल्पनेनंच म्हटलं. खरं तर तिकडे दुसरा देह नव्हताच. तो भानावर येईपर्यंत कुमुद तिथून निघून गेली होती. तरीही रामण्णाला आनंदच वाटला. त्या एका क्षणाच्या अनुभवात मागल्या इतक्या महिन्यांचा मनःस्ताप तो विसरला, पार हरवून बसला. ह्यावेळी दुसरा एक विचार आला. इतके महिने असहकार दाखवून शेवटी सहकाराशिवाय त्याच्याकडे राहायला ती का कबूल झाली?

कुमुद त्याच्यावर पहिल्यासारखं प्रेम करतेय? त्याविषयी रामण्णाच्या मनात संशय उरला नव्हता. तिच्या शरीराला स्पर्श करणाऱ्या त्याच्या हातांनी त्याला पुरावा दिला होता. हा केवढा चमत्कार सृष्टीमध्ये. शरीर जड म्हणतात ना? पण हेच शरीर अत्यंत सूक्ष्म, अत्यंत गहन संवेदना इतक्या स्पष्टपणे, सहजपणे अनुभवतं. हे लक्षात घेतलं तर शरीराविषयी ही आमची चुकीची भावना दूर व्हायला हवी. देह नश्वर खराच पण जड नाही.

त्यादिवशी त्याच्या हातांचा स्पर्श होताच कुमुदच्या शरीरानं कसं चटकन उत्तर दिलं होतं. क्रिया-प्रतिक्रियेच्या तत्त्वानुसार त्याच्या हाताचा स्पर्श होताच कुमुदचं शरीर ताठरलं नव्हतं. उलट इतकं मऊ रेशीम होऊन गेलं, वाटलं की त्याच्या मुठीत मावू शकेल. थंडीचा आनंद लुटताना पाय दुमडून घोंगडीमध्ये अधिकाधिक लपेटून घेणाऱ्या देहासारखं तिचं सर्व शरीर त्याच्या मुठीत लपेटू पाहत होतं असं त्याला वाटलं.

त्या वेळची समजूत अजूनही ताजी आहे. ती त्याच्यापासून जितकी दूर तितकीच जवळ आहे अशी त्याची खात्री झाली होती. थोडा वेळ विरोध करून आणखी दूर जाण्याच्या प्रयत्नात रबराच्या दोरीनं बांधलेल्या चेंडूसारखी अधिकच जोरानं जवळ आली होती.

कुमुद त्याच्यावर प्रेम करते.

आज त्यामुळेच सत्कार सभेला यायला कबूलपण झाली.

कोणी सांगावं? आजच्या त्याच्या सत्कार सभेचं वैभव बघून तिचं हृदय द्रवेलही, विरघळू शकेल.

ह्या आशेनं रामण्णानं घड्याळात बघितलं. "छे! अजून कमीत कमी अर्धा

तसा. लवकर यायला हवं होतं नाही का? छे, आमच्या लोकांना वेळेचा नियमितपणा माहीतच नाही.'' असं पुटपुटत काहीतरी दिसेल ह्या आशेनं खिडकीजवळ उभा राहिला रामण्णा.

-९-

मोहनची वाट बघत असलेल्या कुमुदला एकाएकी भीती वाटू लागली. रस्त्यावर फार वर्दळ नव्हती. 'संध्याकाळ झाली. एक एक प्राणी घराच्या आसऱ्याला परतायची वेळ. मनुष्य मात्र सर्व प्राण्यांहून निराळाच.' असा विचार मनात येऊन कुमुदच्या चेहऱ्यावर मंदस्मित पसरलं. मनुष्याचं शहरी जीवन निसर्गाच्या अगदी विरुद्ध. संध्याकाळच्या वेळी सर्व प्राणी घराची वाट धरतात, पण माणसं मात्र घरातून बाहेर पडतात. माणूस खरंच विचित्र प्राणी. तिचा मोहनही तसाच.

''बापाप्रमाणे मुलगा. मनात येईल तेच करणार. मी ये म्हटलं तर येणार थोडाच. शेवटी भूक लागली तरच येणार.'' असं म्हणत कुमुद आत गेली.

भूक लागली तरच येणार म्हणताना आणखी एक विचार मनात येऊन कुमुद स्वत:शीच हसली. बापासारखा मुलगा. एकदा मनात काही आलं तर ते दुसऱ्याची पर्वा न करता पुरं करणारच. रामण्णा पण असाच.

किती सुखकारक आठवणी तिच्या. त्यामुळेच ती अजूनही रामण्णाच्या सहवासाची अपेक्षा धरते. इतक्या वेळा निर्णय केला नाही का? रामण्णाचं प्रेम तिच्यावर असल्याची खात्री नव्हती. रामण्णाला तिच्यविषयी आदर आहे ह्याचीही खात्री नव्हती. रामण्णाच्या घरात, रामण्णाच्या मनात तिला काहीच मान उरला नव्हता. रामण्णाच्या दृष्टीनं ती म्हणजे पश्चात्तापाचं प्रायश्चित्त. एवढं सगळं माहीत असूनही ती इथंच राहिली होती. रामण्णाजवळ राहायचं, पण त्याच्यापासून दूर ही एक कठीण तपस्याच. तरीही ती टिकून राहिली होती.

रामण्णाचा अवतार मोहन. नाही, रामण्णाबरोबर जगलेल्या सुखी अनुभवांचं प्रतीक मोहन. म्हणूनच का तिला मोहनविषयी इतकी ममता वाटते? आईचं प्रेम नि:स्वार्थी म्हणतात. पण तिचं तसं नाही, असं कित्येक वेळा तिला वाटतं. ती मोहनवर प्रेम करते ते मोहनवर नसून त्याच्यामध्ये दिसणाऱ्या रामण्णावर. अरेरे, दुसऱ्यावरच्या रागात मोहनला मारलंय पण तिनं. नाही का?

एकदा तर! ती ते कधीही विसरू शकणार नाही. आजही ते दृश्य डोळ्यांसमोर स्पष्ट आहे. ती मोहनला घेऊन उभी होती. जवळच रामण्णा काहीतरी गुणगुणत

होता. पुरुषी स्वभावानुसार तो तिला लुब्ध करण्याचा प्रयत्न करत होता. त्याच्या डोळ्यांतील भाव बघताच तिच्या लक्षात आलं, की रामण्णाचं हृदय तिच्यासाठी भुकेलं होतं. सावध राहायला हवं. मी म्हणजे त्याच्यासाठी एक भोगवस्तूच होते ना? पूर्वीच्या काळच्या बायका वापरात आणत असत तशी उष्टी पत्रावळच. मला पण स्वत:चे हक्क होते हे तो विसरला. तेव्हा सावध. काहीच न बोलता तिनं त्याच्या बोलण्याकडे दुर्लक्ष केलं. त्यावेळी मोहननं खोड्या करायला सुरुवात केली. त्याला कडेवर घेण्याच्या निमित्तानं रामण्णाच्या खोड्या सुरू झाल्या.

त्यावेळी तिनं मोहनला किती प्रकारे मारलं. का? का ते तिला नंतर समजलं. तिनं मोहनला मारलं कारण त्याने तिचा थिल्लरपणा उजेडात आणला. रामण्णाच्या हातांचा तिच्या छातीला स्पर्श होताच एका क्षणात तिची निर्णय घेण्याची बुद्धी नष्ट झाली. स्पर्श करणारा हात घट्ट पकडावा, छाती धनुष्यासारखी वाकवून त्याला कवटाळून घ्यावं असं तिला वाटलं. तेवढ्यात मोहन जोरात रडू लागला. बिचारं ते मूल! तिची घट्ट पकड सहन झाली नसेल त्याला.

रामण्णाबद्दल आतापर्यंत बुद्धिपूर्वक जोपासलेला द्वेष वगैरे एका क्षणात नाहीसं झालं की काय? भुकेलं शरीर सगळी ताकद गेल्यासारखं कापत होतं. ओठ भिजले होते. हृदयात कुठेतरी ठोका चुकला. तिला चक्कर येणार असं वाटलं. तेवढ्यात मोहनचं रडणं ऐकून सावध झाली. ती पटकन आत निघून गेली होती.

एवढं सगळं घडलं त्यात मोहनची काय चूक. पण त्याक्षणी रडणारा मोहन दिसताच एक जोराची थप्पड मारली त्याला. जितकं त्याचं रडणं वाढलं तितका तिचा आवेशही. जणू काय आत धुमसत असणारा सगळा द्वेष बाहेर उसळत होता. माझ्या मूर्खपणाची मोठ्ठी निशाणी, माझ्या व्यभिचाराचं मूर्त रूप, मला अपमानास्पद जीवन जगण्याचं कारण, असं किती किती मनात येऊन त्या विचारांच्या भरात मोहनला बदडून काढलं की नाही त्या दिवशी?

आज ती आठवण येताच काही क्षण कुमुद गदगदा कापत होती. किती प्रकारे मारलं. वाढत्या आवेशात मारता मारता शरीरावरचा ताबाच उडाल्यासारखं झालं होतं. रामण्णा तिकडे आला होता हे पण समजलं नव्हतं, तो तिला थांबवत होता तिकडे पण लक्ष नव्हतं. शेवटी तिचीच एक थप्पड रामण्णाच्या हातावर लागली, तेव्हा ती भानावर आली. रडणाऱ्या मुलाला एका हातानं उचलत दुसऱ्या हातानं तिच्या उगारलेल्या हाताला न रागावता जोरात पकडून रामण्णानं अडवलं होतं.

त्यावेळी रामण्णा रागावला असता तर? तिच्याशी भांडला असता तर? रामण्णानं तसं काहीही केलं नाही. तो रागावला असता, तर तीही तितकीच रागावली असती. तो भांडला असता तर ती पण जोरजोरात ओरडली असती. शेवटी त्यानं तिला चांगलंच बदडून काढलं असतं तरी बरं झालं असतं असं तिला

वाटलं. पण त्यानं काही केलं नाही. मुलाला उचलून तिला थांबवलं आणि जणू अपराध त्यानंच केलाय अशा चेहऱ्यानं तिच्याकडे बघत रामण्णा उभा होता. त्याला तसा उभा राहिलेला पाहून एक वेळ त्याला पण बदडून काढावं असं तिला वाटलं. पण तो शांत उभा होता म्हणून तिची तिलाच लाज वाटली.

"नको असेल तर मीच बाहेर जातो." तो म्हणाला.

प्रथम तिला ह्या बोलण्याचा रोख समजला नव्हता.

"माझ्यामुळे तुला एवढा त्रास होत असेल तर मीच घर सोडून जातो."

शेवटी त्याच्या बोलण्याला उत्तर देऊन मन हलकं करण्याची संधी मिळाली. म्हणाली,

"तुम्ही का जाता? घराचे यजमान तुम्ही."

"माझ्याप्रमाणे तुझंही आहे हे घर, कुमुद."

"माझं कसं असणार? वाट चुकून आश्रयास आलेली बाई मी."

"कुमुद, कुमुद असं नको ग बोलूस." त्यानं याचना केली.

"मग कसं बोलू? ह्या घरात माझ्या मुलावर हात उचलायचा अधिकार नाही मला." बोलताना आलेलं रडू ती थांबवू शकली नाही.

"कुमुद, ह्या घरात तुझ्या अधिकारात काहीही कमी नाही."

"मला तुमचं घरही नको आणि अधिकाराही नकोत." असं बोलत त्यानं पकडलेला हात सोडवायचा ती प्रयत्न करू लागली.

"कुमुद." त्यानं तिचा हात न सोडता म्हटलं, "तुला कसलं असमाधान आहे ते मला ठाऊक आहे. सांग, माझ्याकडून दूर होणारं असेल तर सांगशील ते करायला मी तयार आहे. माझी काही चूक असेल तर सांग."

"तुमची चूक? अरे देवा रे! तुमची कधी चूक होत असते काय? तुम्ही बुद्धिवंत. थोर साहित्यिक. तुम्ही केलेलं आवडणारे इतके सगळे लोक असताना..."

"कुमुद, तू अशीच बोललीस तर मी काय बोलू? घरात मी कधी तरी तुझ्याशी अरेरावीनं वर्तन केलंय का?"

"माझ्याबरोबर कसंही वागलात तरी सारखंच, वाट चुकलेली वाईट चालीची बाई."

"कुमुद, असं कठोर नको बोलूस. वाट चुकल्याच्या गोष्टी करू नकोस. वाट मी चुकलो. मला सरळ मार्गावर आणणारी तूच, कुमुद."

"तुम्ही नको आणि तुमचा मार्गही नको." म्हणत झटक्यानं हात सोडवून घेऊन दूर बाजूस सरली.

हात झटकला गेल्यानं घाबरलेला मोहन रडू लागला आणि परत कुमुदकडे जाण्याची धडपड करू लागला. ती परत मुलाला मारेल ह्याची रामण्णाला भीती

वाटली. रामण्णानं मुलाला उचलत विरोध केला. तेव्हा मुलानं तिच्याकडेच जायचा हट्ट धरला. शेवटी मुलानं रडायला सुरुवात केली.

कुमुदला राहवेना. आवेशानं मुलाला हिसकून ओढलं.

"कुमुद, कुमुद माझी शपथ आहे." असं म्हणत रामण्णानं मुलाला घट्ट पकडून ठेवायचा प्रयत्न केला. तिनं सोडलं नाही.

"मी बाहेर फिरवून आणतो, कुमुद." म्हणाला.

"तुम्ही फिरवून आणायला नको. येऊ पण नका. मीच त्याला घेऊन बाहेर जाते, परत येणार नाही. तुम्ही न् तुमचं घर, असंच राहा." असं म्हणून तिथून बाहेर पडली, आत तिच्या खोलीत गेली व मुलाला आदळून सामानाची आवराआवर करू लागली. 'हूं' असा स्मृतीच्या प्रवाहात बुडून वरती आल्यासारखा श्वास घेतला कुमुदनं.

"आज असा प्रसंग आला असता ती अशीच वागली असती का?" कुमुदला बसल्या बसल्याच हा विचार आला. त्यावेळी परत येणार नाही म्हणाली होती. त्यानंतर काय काय घडलं होतं. पण ह्याक्षणी इथंच आहे. रामण्णाच्या घरात. नाही, तिच्या घरात. तसंही नाही. मोहनच्या घरात. मूर्खच ती! तिच्या दुराभिमानामुळे ती तसं बोलली होती. हे घर रामण्णाचं आहे, तिचंपण आहे म्हणून मोहनचं घर. त्यांच्या दोघांच्या तपस्येचं फळ मोहन. नाही तर मोहन कोण?

आज ती तशी वागणार नाही ह्याचं खरं कारण दुसरंच असं काहीही आढेवेढे न घेता तिचं मन कबूल करतं. आज ज्या कारणामुळे ती तशी वागणार नाही त्याच कारणामुळे ती तेव्हा तशी वागली होती हे तिला पटलं.

ते कारण – रामण्णाविषयी असलेली तिची भावना.

कुमुद नेहमीच हरण्याचं कारण त्या भावनेमुळेच. आतापर्यंत प्रत्येक वेळी शेवटी हरणारी तीच असा तिचा समज झाला होता.

नऊ वर्षांपूर्वीच्या त्यावेळचा प्रसंग हा तिचा पहिला पराजय असं ती समजून होती. "मीच बाहेर घेऊन जाते. परत येणार नाही." ही तिची बडबड पराजयाची पहिली घोषणा होती.

का? ती तसं का म्हणाली होती? पूर्ण विचार केला होता? नाही. एखादा निश्चय ठरला होता? तेही नाही. मनात जे होतं ते धीटपणे बोलून दाखवायचं होतं म्हणून? ऊंहूं! तसल्या कुठल्या कारणांमुळेही नाही.

फक्त एकच कारण – भीती, तिच्याविषयी भीती, रामण्णाविषयी भीती, रामण्णाच्या हातांचा स्पर्श तिच्या अंगाला होताच तिला स्पष्ट कळून चुकलं की हा जन्मोजन्मीचा संबंध एका शब्दानं तोडून टाकता येणं शक्य नव्हतं.

एकदा रामण्णानंच नाही का सांगितली दुष्यंत शकुंतलेची कथा?

"मी जर शकुंतला असते तर दुष्यंताला जवळ पण येऊ दिलं नसतं." ती

म्हणाली होती.

"का? काय केलं असं त्यानं?" असं रामण्णानं विचारताच तिला आश्चर्य वाटलं.

"काय म्हणालात? त्यानं असं काय केलं? आणखी काय हवं करायला? गुप्तपणे तिच्याशी लग्न करून ती गरोदर राहिल्यावर तिच्याशी लग्न झाल्याचं आठवत नाही असं नाही म्हणाला तो?"

"अरेरे! त्यात त्याचा काय दोष? त्याच्यावर शापाचा प्रभाव होता."

"आई आई गं! कोणाला सांगताय ह्या कावळा चिमणीच्या गोष्टी? कालिदास पुरुष आणि दुष्यंतही पुरुषच."

"पण ही गोष्ट मूळ कालिदासानं लिहिलेली नाही. महाभारतात आहे ती कथा."

"मग ही खुळचट कहाणी का विस्तारावी त्यानं. दुसरं काही हसायला नव्हतं का?"

"का म्हणून?"

"का म्हणून काय? लग्न केलं ते आठवत नाही म्हणणारा माणूस कसला?"

"फार थोर माणूस तो."

"बस पुरे करा."

"का पण कुमुद? उद्या मीही असं म्हणालो समज की माझं लग्न झालेलं मला आठवत नाही तर लोक मला वेडं म्हणतीलच की नाही?"

"ह्याहीपेक्षा घाणेरडं नाही बोलले तर तुमचे सुदैव समजा."

"बरोबर की नाही? मी केलं तर वेडा म्हणतील, कोर्टात केस करतील. तेच जेव्हा दुष्यंतानं केलं तेव्हा त्याला थोर मनुष्य म्हणून त्याच्यावर नाटक लिहिलं."

"पुरे करा."

"नाही, तू शकुंतला असतीस तर काय केलं असतंस, असं म्हणाली होतीस."

"होय तर, त्याला खरोखरच त्याच्या वाटेला परतून लावलं असतं."

"तू तसं करू शकली नसतीस हे दाखवण्यासाठीच कालिदासानं हे नाटक लिहिलं असणार."

"मी तसं केलं नसतं हे दाखवायला?"

"म्हणजे, तूच शकुंतला असतीस तर म्हणालो."

"काय म्हणताय कोण जाणे?"

"असं नाही, इकडे बघ. दुष्यंत शकुंतलेचा विवाह झाला कसा? दुष्यंताला त्याच्या राजवाड्यात हव्या तेवढ्या सुंदरी होत्या. शकुंतलेला तर प्रेमविवाहाची कल्पना पण नसणार. ते असो! दुष्यंत फक्त शिकार करण्यासाठी गेला होता आणि

काय, ऋषींचा आश्रम जवळच होता हे समजलं. महर्षींच्या पाया पडावं म्हणून...''

''ही सर्वच कथा ठाऊक आहे मला.''

''नाही पण मी ह्या गोष्टीतली मजा तुला दाखवतोय. कोणाला कसली कल्पना नसता अचानक भेट व्हावी, भेटीत परिचय व्हावा, परिचयांतून आकर्षण, आकर्षणातून मैत्री, मैत्रीचं प्रेम व्हावं.''

''शेवटी लग्न होतं.''

''हूं. हे सर्व अगदी थोड्याच दिवसांत.''

''हो. पण हे सर्व मला सांगायला...''

''संबंध आहे. काही ठरवलं नसता, आधी विचार नसता, आवश्यकता नसता, वडीलधाऱ्यांची मदत नसता हा विवाह झाला. का?''

''दुष्यंत दैववान म्हणून.''

''हं हं! शकुंतला काय कमी होती? दोघांची जबाबदारी, दोघांचं परस्परांवर इतकं उत्कट प्रेम होतं. नाटक लिहिताना कालिदासाला हेच दाखवायचं होतं ते हे की ती दोघं कुठेही जरी असली तरी एक ना एक दिवस त्यांची भेट झालीच असती म्हणून पुढे मारीच ऋषींच्या आश्रमात दुष्यंताला बघताच पूर्वी कण्वांच्या आश्रमात त्याला बघितल्यावर जसं झालं, तसंच झालं शकुंतलेचं.''

''गोष्टीत हवं तसं लिहिता येतं पण माझा विश्वास नाही त्यावर.'' असं म्हणाली.

त्यावेळी, त्या गोष्टीवर विश्वास बसावा म्हणून ही शिक्षा तिला झालीय असं तिला वाटलं होतं. शकुंतलेचं तेव्हाचं वर्तन बरोबरच होतं असं कधीही कबूल करायला ती आज तयार होती.

रामण्णानं तिच्याशी ज्या रीतीनं लग्न केलं होतं ते आठवताच तिनं त्याच्याबरोबर कधीही संसार करायलाच नको होता. तो स्वत: होऊन तिच्या मोहात पडला होता. वरतून सरला पण सतत सांगत असे म्हणून त्याला स्वत:लापण विवाह संमत होता. पण सरला जिवंत असेपर्यंत त्याने हा प्रश्न काढला नव्हता. तिच्या सहवासाची इच्छा तर होती. सरला निवर्तल्यावरही त्याने आपण होऊन तो विषय काढला नव्हता. शेवटी ती गरोदर होती हे समजूनच लग्नाला संमती दिली. ह्याचा अर्थ काय? त्याला तिचं आकर्षण उरलं नव्हतं. असंच म्हणायचं नाही का? बुद्धिपुरस्सर तिला फसवलं असं नाही का? कुठल्या मनानं अशा माणसाशी संसार करावा? त्यातूनही लग्नाचे उपकार आणखी लादले तिच्यावर. लग्न केलं नसतं तर ती स्वतंत्र असती का नाही? लग्न झालं नसतं म्हणजे? तिच्यावर फक्त तिचाच अधिकार असता, आजच्यासारखं नसतं. आता ती विवाहित स्त्री, कायदेशीर भोगवस्तू. विवाह न करता तर भोगवस्तूच्या प्राप्तीसाठी त्यालाच तिची याचना

करावी लागली असती.

हूं. हे सगळं खरं. पण तिला नको म्हणायला कोणीही नाही म्हटलं नव्हतं ना? विवाहाला तिनं संमती द्यायलाच हवी असंही नव्हतं ना? मग संमती दिल्यानंतर आता रामण्णाला दोष दिला तर?

"दूषणं कुठून देणार? स्त्रियांचं विधिलिखितच तसं! शकुंतलेचीच कथा." म्हणत तिनं सुस्कारा सोडला. कुठल्यातरी शक्तीनं तिला रामण्णाच्या अधीन केलं होतं. तिनं केलेले सगळे प्रयत्न व्यर्थ होते. बुद्धी एका बाजूला खेचते तर हृदय दुसऱ्याच बाजूला. तिनं जितक्या वेळा दूर राहायचा प्रयत्न केला होता तितक्या वेळा ती शक्ती अधिकच वेगानं तिला जवळ खेचत होती.

म्हणूनच तिला नेहमीच भीती होती. रामण्णाची भोगवस्तू होण्यात पूर्वी तिला आनंद होत होता तरी आजही तो तिला फक्त तसंच मानतो हे जाणून ती अस्वस्थ झाली होती.

ती त्याच्यावर प्रेम करते तसं तो तिच्यावर...

नाही, तिला एवढी खात्री नव्हती. म्हणूनच ती कधी त्याच्या पाशात पडेल अशी भीती वाटत होती.

रामण्णाचं सान्निध्य तिला आणखीनच भयभीत करत होतं. त्याचा स्पर्श म्हणजे.. म्हणूनच त्यादिवशी म्हणाली होती, 'परतणार नाही.'

पण आलेच ना? आले, घर चालवलं, घरातल्या मुलाला वाढवलं...

तिने झटकन् हे दिवास्वप्न मालवून टाकलं. मनगटावरील घड्याळात बघितलं. हे काय? इतकं सांगूनही अजून आला नाही हा मोहन. इतक्यात सभेला न्यायला येणारी माणसं आली तर? छे, कसला हा मुलगा. कुठे गेलाय हुंदडायला? म्हणत उठली आणि दरवाज्याजवळ उभी राहिली.

-१०-

"हे काय! काहीच कसं दिसत नाही?" खिडकीतून बाहेर पाहत रामण्णा म्हणाला. दुसऱ्या क्षणी त्यालाच आश्चर्य वाटलं.

रस्त्याच्या एका बाजूला गुरं चालत होती. त्यांच्या पाठोपाठ गुराख्यांची गडबड होती. त्या तिथे दोघं कोणी फिरत होते, एकजण उभा राहून हसत होता. रस्त्याच्या ह्या बाजूला जमलेले कावळे एका झुंडीत पंख फडफडत रस्त्याच्या दुसऱ्या बाजूस उडत होते. एक कुत्रा त्यांना पकडायच्या प्रयत्नात भुंकत होता. इतकं सगळं दिसत

होतं तरी काही दिसत नाही असं मी म्हटलं ना?

'मनुष्याचं जग म्हणजे असंच? त्याला हवं तेच दिसायला पाहिजे, नाहीतर जगच नाही असं म्हणणार –हं –' असं काहीतरी पुटपुटत त्यानं जोरात पावलं उचलली. खोलीच्या मध्यावर गुणगुणत जाऊन परत खिडकीजवळ येऊन उभा राहिला. बाहेर बघितलं. 'कंडायमानां..' गुणगुणणं थांबवून स्वत:शीच हसला. 'म्हणजे माझी लबाडी मलाच समजली.' म्हणत हसला. मनातील विचार विसरायचे असतील तर एखादा संस्कृत श्लोक गुणगुणायचा ही एक नवीच सवय त्याची. त्यातूनही मनातील अगदी खोल विचार उपटून काढून फेकायचा असल्यास कालिदासाचा एक श्लोक – तोच श्लोक परत परत गुणगुणायचा. आताही तोच श्लोक गुणगुणत होता.

कार्या सैकत – लीन – हंस – मिथुना स्रोतोवहा मालिनी
पादास्तामभितो निषण्णहरिणा गौरीगुरोः पावनाः।
शाखालंबित वल्कलस्य च तरोर्निर्मातुमिच्छाम्यधः।
पार्श्वे कृष्णमृगस्य वामनयनाम् कंडूयमानाम् मृगीम्।।

ह्या श्लोकाचं वातावरण शांत आहे अशी त्याची कधीपासूनच समजूत होती. मालिनी तीरावर एक हंस, एक हंसी, ईश्वराची पदचिन्हं उमटलीत. जवळ एक वृक्ष. त्यावर वल्कलं टांगली आहेत. त्या वृक्षाच्या बुंध्यापाशी एक कृष्णमृग. त्याला जिभेने चाटणारी एक हरिणी.

छान! शकुंतलेच्या आठवणींनी झुरणाऱ्या दुष्यंतानं समर्थक चित्रच रेखाटलं होतं. ह्या श्लोकाच्या वातावरणाप्रमाणे त्याचा अर्थ, त्यातील शब्दप्रयोग सगळंच सौम्य, शांतिसूचक होतं. का? माहीत नाही. चटकन मनावर परिणाम करणारी हीच ती कवीची प्रतिभा!

त्याला हा श्लोक गुणगुणायची सवय लागायचं कारणही असंच होतं. ते तो कधीच विसरणार नव्हता

त्यावेळी कधी बरं? सात-आठ वर्षांआधीची गोष्ट असावी. तेव्हा एक दिवस तो असाच खिडकीजवळ उभा राहून वाट पाहत होता. आधीच्या की त्याच्या आधीच्या दिवशी आता लक्षात नाही. एका वर्षाइतका प्रदीर्घ दिवस होता तो. कुमुद मोहनला घेऊन बाहेर कुठे गेली होती. ती निघून गेल्यावर तो असाच खिडकीजवळ उभा होता. पुढे किती तास की किती दिवस, तो ती परतेल ह्याची वाट पाहत उभा होता. ती आली नव्हती. किती वेळा विचार केला की स्वत: जाऊन बघावं, पण तो गेल्यावर ती परत आली तर? ह्या संभ्रमात पडून होता तसाच उभा राहिला. ती आली नाही. परत ती तिच्या आत्तेकडे गेली असेल असं मनाचं समाधान केलं होतं. एक रात्र घरात दिवापण लावला नव्हता. दोन दिवस त्याला अन्न गेलं नव्हतं. एकदा वाटलं जाऊन तिची क्षमा मागून घेऊन यावं, दुसऱ्यांदा वाटलं ह्यावेळी ती

काही केलं तरी परतणं शक्य नाही.

चूक त्याचीच, हे त्याला आता दिसत होतं. ज्या अटीवर तिनं परत यायचं कबूल केलं होतं ती अट मोडायचा त्याचा प्रयत्न ही त्याची चूक हे त्याला ती निघून गेल्यावर समजलं होतं. पण त्याच्या आधी किती तरी वेळा मोठ्या आत्मविश्वासात तो ती अट मोडायच्या समीप गेला होता.

त्यावेळच्या आठवणींनी आजही रामण्णाला परत हसू आलं होतं. आता त्याचं वय ४५ वर्षं. म्हणजे तेव्हा तो ३७-३८ वर्षांचा. तरीही त्याचं त्यावेळचं वर्तन एका अविवेकी युवकासारखं नव्हतं काय?

कामी स्वताम् पश्यति। अशा अविवेकी युवकांना बघूनच कालिदासानं ही गोष्ट सांगितली की काय?

त्यादिवशी मोहनला उचलून घ्यायला गेल्यावर त्याच्या हाताचा स्पर्श कुमुदला होताच कुमुदच्या डोळ्यांत तृप्तीचं हास्य बघून त्याला उत्साह आला होता. पण तिनं लागलीच ओरडून विरोध केला आणि तिच्या खोलीत जाऊन सामान आवरत बसली. आता ती काहीतरी करून बसेल ह्या भीतीनं त्यानं हळूच जाऊन अर्धवट उघडलेल्या दरवाज्याच्या फटीतून पाहिलं. कुमुद त्याच्या फोटोला निरखत उभी होती हे दिसत होतं. कोणास माहीत? बघू या. फोटो खाली फेकून पायदळी तुडवेल ह्या भीतीनं तो बघत राहिला असता तिनं चटकन् फोटोचं चुंबन घेतलं होतं. त्यानं डोळ्यांनी बघितलेलं दृश्य, कल्पनेतलं नाही. ते दृश्य बघून त्याला नवचैतन्य आल्यासारखं झालं होतं. कुमुद खरोखरच त्याच्यावर प्रेम करत होती, कुठल्यातरी चुकीच्या कल्पनेनं त्याच्यावर रागावली होती. त्या चुकीच्या कल्पनेची हकालपट्टी करायलाच हवी असं तो म्हणाला.

कामी स्वताम् पश्यति।

ठीक आहे, ह्या म्हणीला उचित अशा निर्णयास आला तो. त्यानं कराराचं तंतोतंत पालन केलं होतं म्हणून कुमुद रागावली. ती त्याच्यावर इतकं प्रेम करत असता तो मात्र तिनं कधीतरी रागानं म्हटलेलं खरं मानून स्वस्थ बसून राहिला ना. दांपत्य जीवन वयोधर्मानुसार असतं, त्यात आसक्ती हे पाप नाही, अयोग्यही नाही, स्त्री-पुरुषातील फरक निसर्ग नियम प्रमाणित. फरक वयावर अवलंबून नाही. असं काहीतरी समजल्याने तो एक प्रतिवात्स्यायन असल्याचा, तर्क करून सिद्धान्त मांडण्याच्या अगदी जवळपास आल्याचा, भास झाला त्याला.

आज ७-८ वर्षांनंतर त्याला कळून चुकलंय की त्यावेळचे त्याचे विचार आणि वागणूक दोन्ही निर्लज्जपणाची पराकाष्ठा होती. त्या निर्लज्जपणाची योग्य शिक्षा मिळाली. पहाटेपर्यंत कुमुद दरवाजा उघडा टाकून झोपली होती तरीही तिच्याकडे डोळे उघडून बघायचं धैर्यपण त्याला झालं नव्हतं. इतकी शिक्षा झाली होती त्याला

त्यादिवशी.

ती तसं काही बोलेल असं त्याला स्वप्नातही वाटलं नव्हतं. तशी कल्पना असती, तर तो तिच्याशी बोललाच नसता.

कामी स्वताम् पश्यति। तो कामांध होऊन फक्त स्वत:चीच सोय बघत होता. त्याच उन्मादात तिला संबोधून म्हणाला,

"कुमुद."

त्याच्याकडे एकदा चकित होऊन पाहत ती गालातल्या गालात हसली. आधीच समजायला हवं होतं त्याला. त्या मंदस्मितानं तिचा चेहरा सौम्य दिसत नव्हता.

"कुमुद."

"या आत."

"कुमुद, कुमुद झालेलं सगळं तू विसरून जावंस असं मला वाटतं. तसं म्हणशील तर चूक माझी हे मी कबूल करतो."

"तुमच्यासारखे प्रगतिशील ह्याला चूक समजतात का?"

"अं, काय म्हणालीस?"

"नाही, जुन्या विचारांची माणसं तसं म्हणू शकतील, पण तुम्ही..."

"कुठली? काय? कशाविषयी बोलतेयस तू?"

"वेश्येशी विवाह करायची."

"कुमुदऽऽ!" चाबूक बसल्यासारखा आक्रोश करत म्हणाला.

"प्रीती नसलेल्या स्त्रीचा सहवास म्हणजे वेश्येशी सहवास असं तुम्हीच म्हणाला होता."

"कुमुद, कुमुद, अशा माझ्या बोलण्यावर मला का शिक्षा करतेस? तुझ्यावर प्रेम नसतं तर तुझ्याशी लग्न केलं असतं का? नको ते विचार डोक्यात भरून कशाला...?

"मला मूल हवं होतं पण त्यासाठी तुम्हावर त्याची जबाबदारी लादणार नाही, आता तरी झालं समाधान?'

"कुमुद कुठल्यातरी चुकीच्या समजुतीनं तु काहीतरीच कल्पना करून घेतलीयस."

"माझी कल्पना चुकणार नाही. आज तुम्ही कशासाठी आला आहात त्याची कल्पना आहे मला. ते चूक आहे म्हणायला? परंतु एक गोष्ट, मी तुमच्या तृप्तीच्या आड येणार नाही. एक गोष्ट मला आधी समजावून द्या. आज तुम्ही इथे आलात ते मी तुमची लग्नाची बायको ह्या हक्कानं की नाहीतरी तुमच्यावर मोहित झालेली मी एक स्वेच्छाचारिणी म्हणून? तुम्ही सांगाल तसाच अभिनय करायला मी सिद्ध आहे."

हे बोलत असताना तिनं दिवा विझवला. अरे देवा! काळोख इतका भयानक असतो हे त्यावेळी त्याला कळलं. थांबायची भीती, पळून जायची पण भीती, तो स्वत:पासून पळून जाणं अशक्य म्हणून भीतीनं हताश झाला. पुढे कुमुद घर सोडून जाईपर्यंत त्यानं तिला तोंडपण दाखवलं नव्हतं.

मी तिच्यावर प्रेम करत नाही असं म्हणाली नाही का ती? ह्यावर तिचं कसं समाधान करावं? ''नाही, कुमुद मी तुझ्यावर प्रेम करतो.'' असं म्हणायला हवं का? नुसते शब्द! त्यावेळच्या तिच्या मन:स्थितीमुळे ह्या शब्दांवर तिचा विश्वासच नसता. तिचा विश्वास नसता हे सोडा, त्याचा विचार काय होता?

त्यावेळी कुमुदवर त्याचं प्रेम होतं का?

आज तो कुमुदवर प्रेम करतोय का?

तोंडावर नसलेला घाम पुसत एक दीर्घ श्वास घेऊन रामण्णानं परत खिडकीबाहेर पाहिलं. हळूच पावलं टाकत खुर्चीवर बसला. चेहरा वरती करून समोरच्या भिंतीकडे पाहिलं.

''दोघांवर एकाच वेळी प्रेम करणं शक्य आणि प्रामाणिकही असतं असं तू कबूल केल्यास मी ह्या प्रश्नाचं उत्तर देईन, सरला.'' असं भिंतीवर लटकणाऱ्या सरलेच्या फोटोला संबोधून म्हणाला.

टक लावून फोटो बघितला. निराश होऊन मान हलवली रामण्णानं.

''तू उत्तर देऊ शकली नाहीस. 'हूं' असं आवंढा गिळत विचारात पडल्यासारखा स्तब्ध बसला.

''शक्य आहे की नाही तू सांग. प्रामाणिक आहे की नाही मी सांगतो.'' असं तो परत फोटोकडे बघत म्हणाला.

प्रामाणिकतेविषयी त्याला आता धैर्य आलं होतं. पुऱ्या ७-८ वर्षांचा अनुभव. त्या अनुभवाबरोबर आपोआप धैर्य आलं होतं. एकाच वेळी दोघींवरही प्रामाणिकपणे प्रेम करता येणं शक्य आहे हा धडा स्वानुभवातून शिकला होता रामण्णा. तो कुमुदवर प्रेम करतो ह्याबद्दल त्याला स्वत:ला आत संदेह उरला नव्हता. पण हे कोणासमोर सांगावं? आता माझं तुझ्यावर प्रेम आहे, ह्या म्हणण्यावर तिचा विश्वास बसेल ह्याची खात्री नव्हती. इतकंच नाही तर तुझ्यावर प्रेम करतोय म्हटल्यास तिला समाधान वाटेल ह्याचाही भरवसा नव्हता. तिच्या एकटीवरच प्रेम हवं अशी स्वाभाविक आशा असणाऱ्या बाईला अशा बोलण्यानं कसं समाधान मिळावं?

परंतु तिनं दुसऱ्या वेळी घर सोडलं तेव्हाच त्याचं कुमुदवर प्रेम आहे हे त्याला समजलं होतं. तेव्हा पण खिडकीबाहेर बघत असता 'काही दिसत नाही' असं वाटलं होतं. आता परत एकदा बघितल्यावर काहीतरी दिसत होतं. त्यावेळी कितीही वेळा पाहिलं तरी काहीही दिसलं नव्हतं. खरं म्हटलं तर आतून बाहेरून

शून्यतेनं घेरलं होतं. तितक्याच लांबवर दृष्टी फेकली तेव्हा कुमुद येत होती हे दिसलं. कुमुद नजरेत भरून राहिली होती. नजरेत नाही, मनात म्हणायला हवं. कारण मनात असेल तरच नजरेला दिसेल. त्या दिवशी अशा अनुभवामुळे तो कुमुदवर प्रेम करतो अशी खात्री झाली होती. सरलेवर प्रेम करत होता तरी कुमुदवरही प्रेम करत होता ना? ही आत्मवंचना नव्हती का? असाही विचार त्याच्या मनात डोकावत होता.

ती आत्मवंचना नव्हती. एका अनुभवानं त्याच्या मनाची खात्री झाली होती. कुमुदचा वियोग सहन व्हावा म्हणून की दुसऱ्या कुठल्या कारणासाठी, नवी कादंबरी लिहायला त्याने सुरुवात केली होती. लिहीत असता कुमुद आणि सरला दोघीही जवळच बसल्याचा भास होता होता. त्यांच्या सान्निध्याचा लाभ मिळावा म्हणून तासन् तास तो लिहीत असायचा. एके दिवशी ते कादंबरी लेखन संपवलं. एकेकीला वाचून दाखवलं होतं. त्यांनी पसंत करून आग्रह केल्यावर थोड्याच दिवसांत तिचं मुद्रण पण झालं होतं. बापरे! समीक्षकांनी केवढी प्रशंसा केली होती. त्या दिवशी वर्तमानपत्रात छापून आलेली समीक्षा (सार्वजनिक वाचनालयात) वाचून धावत घरी आला होता रामण्णा.

"कुमुद, कुमुद माझ्या कादंबरीबद्दल... "' अशी सुरुवात करून एकाएकी भांबावल्यासारखा गप्प झाला.

कुमुद कुठे होती? ती त्याचं घर सोडून निघून गेल्याचं तो साफ विसरला होता. परंतु त्याने त्याच्या आनंदात सहभागी व्हायला कुमुदलाच का हाक मारली?

त्या प्रश्नाचं उत्तर, तो कुमुदवर प्रेम करत होता म्हणून. रामण्णाला ह्याविषयी पुढे आश्चर्यही वाटलं नव्हतं. पत्नी-मुलांवर निःस्वार्थ आत्मीयतेनं प्रेम करत असता दोन्ही पत्नींवर सारखंच प्रेम का नसावं, अशी स्वतःशीच चर्चा सुरू केली होती.

ह्या चर्चेचा निर्णय अजूनपर्यंत झालेला नव्हता. पत्नीबरोबर शारीरिक संबंध असणं ही एका दृष्टीनं त्या चर्चेतील गुंतागुंत होती. पण हे चूक आहे म्हणाला. पतिपत्नीचं प्रेम शय्येपुरतंच सीमित असं मानणं ही चूक असं निर्धारानं म्हणाला. प्रीतीची व्याख्याच निराळी. प्रीतीचा शरीरसंबंधाशी जर एवढा निकट संबंध असता तर वेश्यांबद्दल इतकी तिरस्काराची भावनाच निपजली नसती, असं रामण्णा म्हणाला. पति-पत्नीच्या संबंधात त्याला फारसं महत्त्व नाही असं म्हणता येईल? ते जर मुख्य नसतं तर समाजात त्याचा अभाव किंवा अशक्यता घटस्फोटाला कारणीभूत ठरली नसती. असं असलं तरी एके दिवशी रामण्णाचा हा गोंधळ नाहीसा झाला. शरीरसंबंध म्हणजे निसर्गानं पतिपत्नीवर लादलेली एक जबाबदारी. एका खास उद्देशानं लादलेली जबाबदारी. हा उद्देश न समजणं हा मूर्खपणा. उद्देश

समजला तर शरीरसंबंध हा सहज धर्म ठरतो. तो उद्देश दुसरा कुठला नाही. निसर्गाला चालवायचं. सृष्टी ही चिरंतन युवती. म्हातारपण नाही. मरण नाही. वार्धक्याच्या कळा दिसू लागताच मरणाची सत्यता खोटी ठरवायला जुन्या वृक्षांना नवी पालवी फुटते. ही जबाबदारी प्राणिमात्रात स्त्रीपुरुषात सर्वत्र वाटलीय. म्हणून कामतृप्तीसाठी कोणीही स्त्री पुरेशी आहे, पण निसर्गतृप्तीसाठी प्रेमानं लग्न केलेली बाईच पाहिजे. प्रीतीचा आणि कामतृप्तीचा परस्पर संबंधच नाही म्हणायचं...

पण मग? त्यानं कुमुदबरोबर वाढवलेले संबंध लक्षात घेतले तर....?

खरंच! कुमुदनं त्याला कामवासनेनंच आकर्षिलं होतं आणि त्यानं कुमुदशी विवाह केला होता व्यवहाराशी अनुकूल दृष्टीनं.

हे सगळं खरं असलं तरी आज समोर नसलेली कुमुद त्याला आकर्षक होती की नाही? तिच्या नुसत्या सहवासात समाधान असायचं त्याला. एक संपूर्ण वर्षाचा दीर्घ अवधी. 'तिचा सहवास, तिची हालचाल, तिच्याशी बोलणं, भांडणं पण तिच्याशीच शोभून दिसायची, असल्या मागल्या आठवणींचा आता काय उपयोग.' असं म्हणाला.

शेवटी बऱ्याच महिन्यांनंतर ह्या वादविवादात त्याचा जय झाला. तेव्हा कुमुद परत घरी आली होती? का? कुठल्या विचारानं? तिच्याशी कसं वागावं? परत एकदा त्याचा धीर खचला. अजूनही त्याची स्थिती तशीच आहे. एकदा तिच्याबरोबर मनसोक्त बोलून तिला मनातलं समजावून सांगितलं तरच तो संसार जिंकला. एवढं त्याला समजलं होतं. पण बोलायचं धैर्यच झालं नाही. परत घर सोडून गेली तर, ह्या भीतीनं.

छे! आता कशाला असले विचार? आजच्या समारंभाला येणार होती ना? तिथलं होणारं सगळं बघून तिचं मन प्रसन्न झालं म्हणजे...

रामण्णा मनगटावरील घड्याळ बघून खुर्चीवरून उठला. अजून समारंभाला वेळ आहे. कुमुदबरोबर मोहनपण आला तर बरंच पण तो मुलगा अजून घरात आलाच नव्हता. का ह्या संशयामुळे परत खिडकीकडे गेला.

-११-

दरवाज्याजवळ उभ्या असलेल्या कुमुदला मोहनची सावलीपण दिसली नव्हती. का असं? पहाटेपासून एकही लक्षण चांगलं नव्हतं. तसं म्हटलं तर वाईटही घडलं नव्हतं. तरीही मनात एक प्रकारची हुरहूर, कुठेतरी काहीतरी वाईट घडलं होतं किंवा

घडणार होतं अशी भीती आत दडून बसली होती. ती अधून मधून येऊ की नको असं म्हटल्यासारखं डोकं वर काढत होती. मोहन लवकर आला तर बरं.

ती एक वेडीच! मोहन येणारा येईल. उगीचच घाबरून गेली होती. मुलांबरोबर खेळण्यात गुंग झाला होता की काय? पण लवकर आला तर चांगलंच. अंग, हात, कपडे सगळं खराब करून उशिरा येईल आणि त्यानंतर मी तुमच्याबरोबर येणार असा हट्ट धरील. असू दे. त्यात काय एवढं? वेळेप्रमाणे गेलंच पाहिजे असा निर्बंध कुठे होता? सभा निमंत्रित केली होती त्यांच्यासाठी, त्यांच्यासाठीच तर सर्व कार्यक्रम.

"त्यांचा! त्यांच्यासाठी!"

त्यावेळच्या समारंभाच्या प्रसंगात स्वत:ला सामील केल्याची कुमुदला मौज वाटली. वेडी! तिचा काय संबंध? सभा जमणार रामण्णाचा सत्कार करण्यासाठी, तिला जायचं होतं रामण्णाची लग्नाची बायको म्हणून. पतीचा गौरव बघून असूया व्हावी म्हणून, आनंद व्हावा म्हणून, मत्सर यावा म्हणून पत्नीला आमंत्रित करायची प्रथा असली पाहिजे. अशा प्रसंगांना हजर राहण्याचं कुमुदच्या मनात कधीही आलं नव्हतं. स्त्रियांना स्वाभिमान असल्यास अशी आमंत्रणं नाकारायला हवीत असं ती म्हणाली होती. पतीच्या सत्काराच्या प्रत्येक क्षणी सभासद त्याच्या पत्नीकडे अधून-मधून बघणार, काहीजण गालातल्या गालात हसणार, काहीजण बाजूस बसलेल्यांना काय काय सांगत असणार (तिच्याविषयी), बायका तर नुसत्या जळफळणार. असल्या सभेला जायलाच नको होतं असं म्हणावं लागणार. तिला हे माहीत असूनही ती त्यावेळच्या सभेला जायला कबूल झाली होती. का, हे पण ठाऊक होतं तिला. संचालकांनी मोठ्या युक्तीनं तिचं मन वळवलं होतं. "तुम्हाला आमची एकच विनंती. तुम्ही आमची विनंती अव्हेरू नका. तुमच्या सत्काराचं आम्हाला समाधान तसं म्हटलं तर आमचाच सत्कार करवून घेण्यासारखं." असं पहिल्यापासून तुम्ही, तुमचं म्हणत हा दोघांचा सत्कार असं बोलले. दोघांचा तर नाही हे तिला माहीत होतं. त्यांनाही माहीत होतं. तिच्याविषयी जास्तीत जास्त इतकंच म्हणाले असते, ते म्हणजे ती रामण्णाची पत्नी. अरेरे त्यांना काय माहीत असणार?

कुमुदला त्रासल्यासारखं झालं. त्यांना काय माहीत की कधी एक वेळ ती. रामण्णाच्या साहित्याची संपूर्ण प्रेरणा होती. ह्याविषयी त्यांना काय माहीत? असं ती म्हणाली. ते जगत असलेल्या पशुजीवनाच्या अनुभवामुळे सर्वांचं जीवन असंच असावं असं ते समजले तर चूक त्यांची नाही. कुमुदला माहीत होतं. शिकलेल्यांच्या, अशिक्षितांच्या, सुसंस्कृतांच्या, सुधारकांच्या संसाराचं स्वरूप तिला माहीत होतं. संबंध दिवस पुरुषास ऑफिसची घाई, नोकरीचा विचार, बढतीची चर्चा, खाण्यासाठी

घर, खाण्याची मजा चाखायला हॉटेल, दमल्यावर झोपायला घर, थकला म्हणून मनोरंजनासाठी सिनेमा, कामतृप्तीसाठी घर, प्रेमाची लहर आली तर बागेतली परस्त्री, अशा पति-पत्नीचं संभाषण म्हणजे भांडण्याची पूर्वतयारी, सहवास म्हटला तर फक्त शय्येपुरताच. कित्येक वेळा घरातल्या कामाच्या रगाड्यामुळे, पतीच्या निष्काळजी-पणामुळे, मुलांना जन्म देण्यामुळे, लग्नाच्या वेळेला पतीसमोर लहान मुलीसारखी दिसणारी पत्नी आता पतीच्या जवळ त्याच्या आईसारखी किंवा मोठ्या बहिणीसारखी दिसायला लागते. शिकली काय, न शिकली काय? बायकांचं नशीब असं. तसं म्हटलं तर अशिक्षित बायकाच सुखी. काम करायचं. स्वतःसाठी कमवायचं, आवडेल त्याच्याबरोबर नांदायचं.

रामण्णाच्या एका बोलण्याचं कुमुदला अचानक हसू आलं. ह्याच विषयावर चर्चा चालली असता रामण्णा आवेशात म्हणाला होता. ''व्यक्तिमत्त्व दाखवण्याइतकं पौरुष स्त्रीला असायला हवं.'' ह्या बोलण्यावर ती खोखो हसली होती. एक मिनिट रामण्णाला समजलंच नव्हतं. पण जेव्हा समजलं तेव्हा दोघं पोट दुखेपर्यंत हसत राहिले होते.

कुमुदनं दीर्घ श्वास घेतला. रामण्णाबराबेर इतक्या आत्मीयतेनं घालवलेला एक काळ होता ह्या विचारात तिनं समाधानाचा सुस्कारा सोडला.

केवढी आत्मीयता होती तेव्हा. शरीरं दोन होती ह्याचं भानच नव्हतं. कधी कधी त्या विचारांची भीती वाटत होती. एकदा तर –कुमुदचं शरीर अजूनही थरथरतं त्या आठवणींनी.

मोहनला नुकतंच पोटात धरलं होतं. तिला झालेलं काही नवं नव्हतं हे माहीत असूनही तिला एक प्रकारची हुरहूर होती. स्त्रीला हे नैसर्गिकच. प्रसूतीत स्त्रीत्वाची सफलता असते असं अगोदरच सांगून रामण्णाने तिला धीर दिला होता. तरीही भीती. का नाही वाटणार. बाहेरून कचऱ्याचा एक कण, एक काट्याचं टोक जरी घुसलं तरी शरीरास अपायकारक होतं आणि हे तर, कोण जाणे काय ते. कुमुदला सुरुवातीला ही भीती. मुलगा की मुलगी असली भीती नव्हती. कुठलं कसलं तरी निश्चित रूप बाळ घेणार ही तिची भीती. त्याच्याही आधी आणखी एक भीती. तिची प्रकृती सुरक्षित राहील हे कसं म्हणायचं. काही तरी कमी जास्त घडून तिच्या जीवास अपाय झाला तर? ह्या विचारांनी सुरुवातीस तिला तिच्या गर्भारपणाचं समाधान नव्हतं. कसला तरी अकारण राग यायचा, कधी कधी रामण्णाला मनातून दोष द्यायची. 'करतं एक, भरतं दुसरंच.' बायकांवर हा एक अन्याय असं म्हणाली. तिला सदैव ही काळजी असताना चुकूनसुद्धा रामण्णाच्या मनात तसला विचार येऊ नये ना? काही झालंच नाही म्हटल्यासारखं त्याचे नेहमीचे व्यवहार चालूच होते ना असं ती म्हणाली. झोपली असता अशा विचारांनी झोप न आल्यामुळे रामण्णावर

मनात असलेला राग व्यक्त करण्यासाठी अचानक त्याच्याकडे पाठ करून झोपायची. ती इतका वेळ झोपेवाचून तळमळत असता रामण्णा गाढ झोपलेला असे. तेव्हा आणखी एक भीती असायची. रामण्णाला तिच्याविषयी आता आसक्ती उरली नव्हती की काय? तिच्या शरीराची बदलती रूपरेषा बघणं त्याला असहनीय होत होतं काय? तिच्यावरच्या रामण्णाच्या प्रेमाची कथा इथेच समाप्त? कधी कधी ती अशा विचारात असता झोपेत असलेल्या रामण्णाचा हात तिच्या कुशीवरून त्याला कळत नकळत तिच्या पोटावर फिरायचा. अशावेळी थंडी भरून आल्यासारखं तिचं शरीर थरथरायचं आणि सर्व विचार थांबल्यासारखं होऊन हळूच कूस बदलून रामण्णाकडे तोंड करून झोपायची. त्याचा चेहरा हातांनी कुरवाळल्यावरच तिला झोप लागायची.

आजही कुमुदचा गळा आठवणींनी दाटून येतो. किती तादात्म्य त्या दोघांमध्ये. कधी एके काळी त्या दोघांमध्ये इतकं तादात्म्य होतं हे कोणाला माहीत असेल? मोहन पोटात वाढत गेला तशी ती अधिकाधिक धीट होत होती. रामण्णाचा आनंद पण वाढत होता. कधी कधी रामण्णाच्या गप्पागोष्टींचं तिला हसू यायचं. कधी कधी तिनं केलेल्या चेष्टा, खोड्या अभिमानानं पाहणाऱ्या मोहक मुलासारखा व्हायचा. तो अगं अगं, ऊठू नकोस. अगं अगं ते उचलू नकोस. उगीचच पायऱ्या चढू नकोस. अशा त्याच्या घाबरलेल्या बोलण्यावर हसायलाच लागायची. पोटातला भार तो, काही बाहेरून उचलून आणून टाकला नव्हता आणि तो तिच्या शरीराचा स्वाभाविक अवयवच झाला होता हे त्याला कसं समजून द्यावं? पुरुष म्हणजे अननुभवी मूलच म्हणायचं हे तिला तेव्हा समजलं. एका रात्री काही कारणानं अस्वस्थ झाल्यानं तिला झोप आली नव्हती. तेव्हा दिवा लावून पलंगावर बसून राहिली होती. रामण्णा कुशीवर झोपला होता. मुखावर आरामाचा शांत भाव, गाढ झोपेत शरीर बाहुलीसारखं निश्चल, डावा हात डोक्याखाली होता. डाव्या कुशीवर झोपला असल्यामुळे त्याचा उजवा हात अजून तिच्या शरीरावर होता. तिनं उठून बसत हळूच त्याचा तो हात उचलून तिच्या मांड्यांवर ठेवला. दोन्ही हातांनी घट्ट पकडून ठेवला. त्याच्या गरम हातांची ऊब तिला जाणवत होती. तो हात उचलून तिनं तो स्वतःच्या पोटावर ठेवला. एक क्षणात डोळ्यांसमोर काळोख दाटला, त्याचा हात पोटावर पडताच वीज सळाळल्या-सारखं वाटलं तिला. आतापर्यंत जवळ झोपलेला रामण्णा तिच्या पोटात विलीन होतोय असा भास झाला. घाबरून गेली. खरंच, खरंच रामण्णा तिच्या पोटात अदृश्य होऊन इकडे तिकडे लपण्याचा प्रयत्न करतोय अशी भीती वाटून रामण्णाचा हात तिनं घट्ट पकडून धरला. रामण्णा झटकन् उठला. 'काय झालं कुमुद' असं म्हणत असताच काय झालं होतं ते त्याच्या लक्षात आलं. त्या जाणिवेनं त्याच्या चेहऱ्यावर आनंदाच्या उकळ्यांनी हसू

पसरलं. एक क्षण तिला टक लावून पाहत तिच्या पोटावर परत हात फिरवत रामण्णा हास्यानं फुललेल्या चेहऱ्यानं 'ओहो' असं म्हणाला.

पोटातल्या नव्या जीवाच्या पहिल्या हालचालीची पहिली खेप होती ती. 'हाच माझा मोहन. नाही आम्हा दोघांचा मोहन.' कुमुद म्हणाली होती. त्या दिवसापासून रामण्णा आणि मोहन एकच व्यक्ती असल्यासारखं वाटायला लागलं कुमुदला.

त्या मोहनला एक दिवस मारलं होतं नाही का? रामण्णा आणि मोहन तिला एकच असल्यामुळे तिनं रामण्णालाच मारल्यासारखं नाही का? त्यामुळे मोहनला बसलेल्या माराने रामण्णाला फार वेदना झाल्या असतील ना?

कुमुदनं अत्यंत निराश होऊन आवंढा गिळला. वर्षावर्षांच्या पूर्वीच्या कडू आठवणी एकदाच बाहेर हाकलून द्यायला हव्यात असा दीर्घ श्वास घेतला. 'परत नाही येणार.' हे त्याच दिवशी म्हणाली होती. पण परत आल्याला किती वर्षं की युगं निघून गेलीत.

'हा पण एक अनुभवच.' असं म्हणताना तिला हसू आलं. 'वा, काय पण अनुभव. आता त्याची मजा वाटते. ती केवढी आदळआपट करत केवढ्या रागानं मोहनला कडेवर घेऊन निघून गेली होती. जाणार कुठे? परत आत्तेच्याच घरी.'

आत्तेच्या घरी पहाटेच पोहोचली. एका हातात मोहन, दुसऱ्या हातात छोटी बॅग, कुठलीशी आरती म्हणत म्हातारी अंगणात पाणी शिंपडत होती. ती आली होती हे म्हातारीला तोपर्यंत समजलं नव्हतं.

तिनं शेवटी 'आत्ते' म्हणत तिचं लक्ष वेधून घेतलं. म्हातारीनं लगेच तोंड फिरवून तिला बघताच चांगलं दिसत नव्हतं म्हणून किंवा कुमुदच असेल अशी खात्री नव्हती म्हणून म्हटलं, "कुमुद की कोण? काय गं असं, न सांगताच आलीस. एकटीच आलीस काय?"

बोलत बोलत दोघी घरात गेल्या. झोपेतून उठल्यावर तो कुठे होता हे लक्षात न आल्यानं मोहन एकदा तिला आणि एकदा म्हातारीला बघत राहिला. बोलत असता तिनं मोहनला खाली उतरवायचा प्रयत्न केला तेव्हा त्यानं रडायला सुरुवात केली.

"काय, परत दिवस राहिलेत वाटतं."

त्याक्षणी आत्ते कुठल्या संदर्भात कुठल्या गोष्टी करतेय ते कुमुदला समजलं नव्हतं.

"काय म्हणालीस आत्ते?" तिनं भांबावून विचारलं.

"अगं, बाळ रडतोय म्हणून विचारलं." आत्ते म्हणाली.

तेवढ्यात रडणाऱ्या मोहनला कडेवर घेऊन ती बसली. मोहन शांत झाला.

"मुलगा रडतोय म्हणून आणखी काही म्हणालीस वाटतं." कुमुद म्हणाली.

"दुसरं काही नाही? पुन्हा दिवस गेलेत का विचारलं."

"इश्श! मला वेड लागलंय की काय?"

"वय निघून गेल्यावर लग्न व्हायचं. वेड लागल्यासारखंच की."

"मूल रडण्याशी त्याचा काय संबंध?"

"पहिला मुलगा अंगावर दूध पीत असता परत दिवस गेले की तो अशी किरकिर करणारच."

हे कुठलं नवं तत्त्वज्ञान, अनुभवानंच की शास्त्रीय ज्ञान हे कुमुदला समजलं नाही. ती हसली.

"हसतेस कशाला?"

"तुझ्या बोलण्याचं हसू आलं, आत्ते."

"त्यात हसू येण्यासारखं काय आहे? नुकतीच तर नवऱ्याकडे गेली होतीस आणि परत आलीस म्हणून विचारलं."

"म्हणजे मला दुसरं काही कामच नाही म्हणतेस." तिनं हसत हसत म्हटलं.

"लग्न झालं की मुलांना जन्म द्यायचं एकच काम, लग्न न करताही मुलांना जन्म देण्याचं दुसरंच काम हल्लीच्या मुलींना."

अरे बापरे! केवढ्या त्वेषानं म्हातारी बोलली होती.

"सगळ्या काही अशाच नसतात, आत्ते. आता आहेत तशा वाईट बायका त्याकाळी देखील असणारच असणार."

"त्या काळी लाज होती. विहिरीत उडी मारून जीव देत असत. आता तसं धैर्य नाही. लगेच लग्न करून टाकतात."

"का ग आत्या? मी इतकी का वाईट आहे?"

"चल वेडी. गोष्टीवरून गोष्टी निघाल्या म्हणून बोलते. माझ्या बोलण्याला जास्त महत्त्व नको देऊस." आत्तेचं बोलणं ऐकून काय झालं कोण जाणे. तिला एकाएकी रडू न आवरून ती हुंदके देऊ लागली.

आज ते आठवलं की तिला हसू येतं. परंतु त्यावेळी ती रडत होती हे बघून म्हातारी कावरीबावरी झाली होती.

"अय्या! कुमुद जळो माझी घाणेरडी जीभ. म्हातारीचं बोलणं काय ऐकायचं. म्हणतात ना. स्वतःच्या कपाळी नसलेलं कुंकू दुसरीच्या कपाळावर बघून खोक पडली का विचारायचं? कुमुद माझी मी एकटीच असल्यामुळे बसल्याबसल्या असल्या गोष्टी करायला शिकले. अय्या वेडी, तुझ्या नवऱ्याला उदंड आयुष्य लाभो. अजून चार मुलं होऊ देत, मी जिवंत असेपर्यंत इथेच यायचं बाळंतपणाला. तुझी आई..."

म्हातारीच्या बोलण्यानं रडू ओसरलं आणि हसू आवरेना तिला. म्हातारी रागावली.

"काय गं हे? वाटेल तेव्हा हसतेस, वाटेल तेव्हा रडतेस? तुझ्याशी बोलायचं तरी कसं?"

"नाही, आत्ते तसं काहीही नाही. मला दिवस गेले नाहीत सांगितलं तरी..." डोळ्यांतले अश्रू पुसत हसण्यामुळे बोलणं जमत नसलं तरी बोलून गेली.

"आता नसेल तर नसू देत. पुढच्या वेळी होशील. अजून तू लहान आहेस. काळजी कशाला करतेस?"

"चल आत्ते. मी असली काळजीच करत नव्हते. मला तसं काही होणारच नाही यापुढे."

"नुसत्या बोलायच्या गोष्टी."

"नाही आत्ते, खरंच ह्यापुढे कधीच नाही."

"म्हणजे काय?"

म्हणजे काय हे तिलाही माहीत नव्हतं. तिनं त्याविषयी विचारसुद्धा केला नव्हता. पण मनात जे सगळं काही होतं ते आणखी कोणाला तरी बोलून दाखवायची ती पहिलीच संधी समजून एकदमच सांगून टाकलं. बोलत होती त्यावर विश्वास नव्हता. पुढल्या बोलण्यात गोंधळ होता. पहिलं बोललेलं, विसरून तेच परत बोलली, मागे हेच बोलली होती हे आठवून पुढचं बोलायचं विसरली होती. शेवटी 'हे सर्व बोलायला नको होतं.' असं बोलून तिनं जीभ चावली.

'अय्या! तू दुसरंच काही सांगणार असं वाटलं. पति-पत्नीचं भांडणच ना." असं पुटपुटत आत्तेनं लांब श्वास घेतला.

तिनं सांगितल्याचा म्हातारीला अर्थ समजला नाही. असं वाटून कुमुदला हायसं वाटलं. आतापर्यंत मनातले विचार बाहेर पडू दिल्यानं मन हलकं झालं होतं.

किंवा म्हातारीला सगळं समजलं असणार.

आणि रामण्णाकडे परत जायला तिचं मन वळवण्यास म्हातारीच कारणीभूत झाली असणार.

स्मृती तिला कुठल्याकुठे वाहून नेत होत्या नाही का? आज कशाला त्यावेळच्या आठवणी.

का म्हणजे? त्यावेळचं म्हातारीचं बोलणं आज परत परत आठवतंय म्हणून. काय काय बोलली नाही का ती? सुरुवातीला काय ही एक मजाच असं समजून कुमुद हसली होती. कसल्या संदर्भात?

हां आठवतं. इकडचं तिकडचं बोलत असता म्हातारी तिला म्हणाली होती.

"तुझा नवरा काय करतो ग?"

"पुस्तकं लिहितात."

"ते नाही मी विचारलं. पोट भरण्यासाठी काय करतात म्हणाले." कुमुदला

हसू आलं.

"का गं आत्ते?" पुस्तक लिहून पोट भरता येत नाही असं म्हणायचं का तुला?" कुमुद हसतच म्हणाली होती.

"काय बाई. मला काय समजतं? घरशेती, देखरेख करणं, व्याजबट्ट्याचा व्यवहार, नाहीतर नोकरी करायची ही आमच्या वेळच्या पुरुषांची कामं. आताचे लोक काय काय करतात?"

"पुस्तक लिहिणाऱ्यांना समाजामध्ये मानप्रतिष्ठा मिळते. आत्ते."

"त्यात काय मोठं? माणसाची चालचलणूक चांगली असेल तर काही केलं तरी मानमर्यादा मिळते. हूं. म्हणजे पुस्तक लिहितात. महिन्याचे किती देतात पुस्तक लिहिण्याचे."

"ते काय महिन्यामहिन्याचं काम म्हणून समजलीस आत्ते? जेव्हा लिहावंसं वाटेल तेव्हा लिहायचं."

"मग उरल्या वेळात पोट कसं भरणार?"

"घर, शेती आहे वडिलोपार्जित."

"अगं वेडे! हे आधीच नाही का सांगायचं? एवढं असेल तर पुरेच. घरात पुष्कळ माणसं असतील ना?"

"कोणी नाही. अजूनपर्यंत आम्हीच दोघं."

"म्हणजे? आज त्याला एकटंच सोडून आलीस?"

तिनं ह्याचा विचारच केला नव्हता. आता उत्तर नाही दिलं.

बोलता बोलता म्हातारी एकाएकी हसली.

"काय ग आत्ते? काय..."

"कसली तरी आठवण आली."

"कसली?"

"अशीच कसली तरी. म्हातारीला काम काय? पहिल्या आठवणी वर उपसत वेळ घालवायचा."

"पण हसलीस ना आत्ते."

शेवटी आग्रह करून आत्तेच्या आठवणीतली गोष्ट ऐकली होती तिनं.

"नाही, मी तुझ्यासारखीच एकदा रागावले होते ते आठवलं."

"माझ्यासारखी म्हणजे?"

"बघ कुमुद, पुरुषांचा राग वेगळा, बायकांचा राग वेगळा."

"का बरं, स्त्री काय मनुष्यप्राणी नाही?"

"होय तर. पण बाई मनुष्य म्हटलं तरी तिला मिशा नाही येणार आणि पुरुष मनुष्य म्हटले तरी आई नाही होणार. देवाची इच्छाच तशी आहे ना. प्रत्येकाला

निरनिराळा स्वभाव दिलाय. बाहेर चार माणसांबरोबर काम करताना पुरुष रागावणार, भांडणार पण परत दुसऱ्यादिवशी त्याच माणसांशी व्यवहार करणार. पण आम्हाला असला व्यवहारच नाही. आम्हाला राग आला तर कित्येक दिवस मनात बाळगून कुढत राहणार.''

''म्हणजे तू फार हट्टी होतीस म्हणायचं आत्ते.''

''पुरुषांचा राग नाकाच्या शेंड्यावर, स्त्रीचा राग शेगडीवर.''

''म्हणजे तू स्वयंपाकच करत नव्हतीस का?'

''अय्या, मी काय तुझ्यासारखी एकटीच होते घरात? घरात सगळी माणसं.'' मी स्वयंपाक नाही केला म्हणून काही कोणाचं पोट रिकामं राहिलं नाही.''

''मग राग आल्यावर काय करायचीस?''

''बायका काय करणार? दुसरा बिछाना करून झोपत असे. किती बोलले तरी मी बोलतच नसे.'' म्हणत म्हातारी हसू लागली.

''आणखी काय मजेदार आठवलं, आत्ते?''

''मजेदार नाही. हो, तुझ्या सारखंच म्हटलं नाही का? हे बघ कुमुद. प्रत्येक पुरुषाचा स्वभाव निरनिराळा. पण बायकांचं तसं नसतं. घरात काम करायला हवं ते करायलाच हवं. तिचं घर समजून ती काम करत असता 'फार काम होतं नाही', 'डोकं दुखतंय का', 'पुरे आता, थोडी विश्रांती घे.' असं काही नवऱ्यानं सांगावं असं वाटतं आम्हाला. त्यांनी विश्रांती घे सांगितलं म्हणून कोणी विश्रांती घेणारं नव्हतं. पण आपली काळजी घेणारं कोणी आहे ना हेच समाधान. कधी कधी गौरीगणपती, सणासुदीला चांगले कपडे घालून नट्टापट्टा केल्यावर नवरा खुष होईल हीच आशा. परंतु सांगितलं नाही का? एकेका पुरुषाची रीतच निराळी. आमच्या ह्यांना ह्यातलं काही नव्हतं. बायको ह्या नावाची घरात कोणी होती की नव्हती असं समजूनच चालायचे. एकदा बोलण्यावर बोलणं वाढत गेलं नि भांडण झालं. मला तर फार राग आला होता. शेवटी मी सांगितलं, 'चार दिवस माहेरी जाते.' म्हणून. 'जावंसं वाटलं तर जा.' म्हणाले. मी त्यांना एवढी नकोशी झाले होते ह्याचा राग आला. माझी तयारी करणं सुरू केलं. रात्री गाडी पकडीन.'' म्हणाले.

''का थांबलीस का आत्ते?''

म्हातारी जोरानं हसली. हसतच म्हणाली, ''संपली इथंच माझ्या रागाची कथा.''

''म्हणजे?''

''म्हणजे काय? तेच तर सांगतेय बायकांचा राग निराळा म्हणून.''

''नाही, पण झालं काय? भांडण मिटलं कसं? तुझ्या त्यांनी क्षमा मागितली काय?''

''काय म्हणालीस? क्षमा मागायची? वेडी. एवढ्यावरच बायकांचं समाधान

होत असेल तर पुरुष दर गोष्टीत क्षमा मागतील. आपापली भांडणं सोडवायला क्षमा मागायची म्हटल्यास त्या बोलण्याला महत्त्वच उरणार नाही.''

''मग तू का गेली नाहीस?'

''मी कशी जाणार कुमुद? आत्ताच मी सांगितलं ना माझी तयारी झाली होती म्हणून तेव्हा ते रागाने बाहेर पडले. ती पेटी उचलली. ही पेटी उचलली. पलंगावर उचलून ठेवली. मला वाटलं निघून जायची धमकी देत आहेत. पण सगळी उलथापालथ झाल्यावर 'थू! कुठे आहे कोण जाणे माझा शर्ट?' म्हणत सैरावेरा फिरू लागले. मी एक शब्द न बोलता खुंटीवरला शर्ट काढून दिला आणि माझ्या तयारीला लागले. स्वारी शर्ट घालून उभी. एकेका खिशात हात घालत कपाळावर आठ्या चढवून इकडे तिकडे बघत 'छी, एक वस्तू जागेवर नसते. माझं पैशाचं पाकीट.'' म्हणाले. मी लागलीच उशीखाली असलेलं पाकीट नेऊन ठेवलं. परत माझ्या कामाला लागले. थोड्याच वेळात बाहेरून गडबड ऐकू आली. दारातून पाहिलं. ते इकडेतिकडे फिरत होते, त्यांच्या मागे दोघं तिघं, काय झालं? म्हणून पुढे येऊन बघतेय तर घरातली सर्व माणसं धावाधाव करत होती. त्यांच्या पायातील चप्पल शोधायला. मला राहवलं नाही. भराभर मागल्यादारी गेले. तिकडे होत्या त्यांच्या चपला. तिथून उचलून धपकन् आपटल्या त्यांच्यासमोर आणि पाय आपटत माझ्या खोलीत जाऊन दरवाजा घट्ट बंद करून, कडी लावून, बांधलेला बिस्तरा सोडून, रागानं गरमागरम होऊन रडत बसले. रडरड रडले कुमुद... '' म्हातारीचं ऐकता ऐकता कुमुदला हसू आवरलं नव्हतं.

''जाऊ नको नाही म्हणाले म्हणून लहान मुलासारखी रडलीस.''

''अय्या! जायला नको म्हणाले म्हणतेस.'' म्हातारीनं हसू आवरत डोळे पुसत म्हटलं.

''मला नको म्हणणार कोण? मी रडले ती माझ्यासाठी नाही. त्यांच्यासाठी.''

''त्यांच्यासाठी?''

''मी नुसती जायची तयारी करते तर इतकी वाताहात त्यांची, मग मी गेल्यावर त्यांना कोण बघेल? त्यांना धोतर सदरा कसा मिळणार? कपडे स्वच्छ तरी असतील का? असे विचार यायला लागले म्हणून रडत बसले कुमुद.''

कुमुदला कुठेतरी दुखावल्यासारखं झालं. आत्ते तिची गोष्ट सांगत नव्हती तर कुमुदला शहाणपण शिकवत होती असं वाटलं. ती नसताना रामण्णा अन्नावाचून सुकून गेलाय असं चित्र तिच्या डोळ्यांसमोर उभं राहिलं. उत्साहानं लिहायला सुरुवात करणार असणारा रामण्णा त्याचं पेन शोधत आहे, त्याचे कपडे घाण झालेत असं दृश्य हट्टीपणानं डोळ्यांसमोर उभंच राहिलं. म्हातारी आणखी काय काय सांगत होती तिकडे कुमुदचं लक्षच नव्हतं. आत्तेचं बोलणं पुढे सरतच होतं,

"समजलीस ना कुमुद. बाहेर काहीही असो, घरात अगदी मुलांसारखे असतात पुरुष. मुलं मोठी होऊन घर सोडून बाहेर खेळायची सवय वाढीस लागते तेव्हा जन्मदात्या आईस सुरुवातीस वाईट वाटतं. आम्हाला वाटतं आम्ही मुलांवर प्रेम करतो, पण मुलं आमच्यावर प्रेम नाही करत. तोंड सोडून बोलणार नाहीत मुलं, पण पायात नुसता काटा जरी रुतला तरी धावत आमच्याकडेच येणार. म्हणून म्हणते ना - पुरुषांची प्रेम दाखवायची रीतच निराळी. काय गं? माझ्या बोलण्याकडे लक्षच नाही तुझं. असं काय कुमुद? माझी कथा ऐकून रडतेस की काय?"

ती रडली. रडणं आवरायचा प्रयत्न केला तरी झुळझुळ वाहणाऱ्या झऱ्यासारखे अश्रू सरतच होते. पुढे एका आठवड्यातच ती घरी परतली होती.

घरात पाऊल टाकल्याबरोबर रामण्णानं मोहनला उचलून त्याचे पापे घ्यायला सुरुवात केली होती हे बघून अंगावर रोमांच फुलले होते तिच्या. तिनं पटकन घड्याळात पाहिलं. "अय्या! बोलवायला येणाऱ्यांची वेळ झालीय. कोणास ठाऊक? मोहन, तू पण चल." जातेवेळी रामण्णा असं म्हणाला तर? हा मुलगा अजूनही आला नाही. त्याचे कपडे बिपडे तयार करून ठेवते. असं म्हणत कुमुदनं त्या कामास सुरुवात केली.

-१२-

रामण्णा खिडकीतून बाहेर बघत असतानाच दिवस मावळत होता. येणाऱ्या रात्रीचं जणू प्रतिबिंबच असा अंधार पसरू लागला होता. दिवसरात्र, पतिपत्नी हा एक कवी संकेत. तसं नसेलही म्हणाला. त्याचा आणि कुमुदचा संबंध दिवसरात्रीच्या संबंधासारखाच म्हणता येईल का? मध्येच धुकं दाटलं नव्हतं का? रामण्णानं खिडकीतून बाहेर पाहिलं. 'मोहनला यायला हवं. आला तर बरं.' म्हणाला. 'त्याला घेऊन सभेला जाता येईल.' असं परत एकदा म्हणाला.

खिडकीतून पाहिलं तेव्हा मोहनची सावलीपण नव्हती. 'येईलच.' असं म्हणत परत खुर्चीजवळ गेला. मोहन बाहेरून परत आला की नेहमी त्याची तीच मूर्ती रामण्णाच्या डोळ्यांपुढे यायची. खुर्चीवर बसून खिडकीपर्यंत बघितल्यावर परत तेच चित्र डोळ्यांसमोर येऊन उभं राहिलं. चेहऱ्यावर मंदस्मित झळकलं.

किती वर्षांपूर्वीचं चित्र. तेव्हापासून आजपर्यंत मोहन चांगलाच वाढलाय. पण ते चित्र पुसलंच जाणार नाही. सात-आठ वर्षांपूर्वीची गोष्ट. कुमुद त्याच्यावर रागावून दुसऱ्यांदा त्याला सोडून गेली होती. तो वेळ त्यानं कसा घालवला असेल?

परंतु एक दिवस अचानक पहाटे परत आली होती. तिचं स्वागत कसं करावं म्हणून गोंधळून गेला असताना तिने कडेवर घेतलेला मोहन अचानक त्याला बघून आनंदानं ओरडला आणि त्यानं दोन्ही हात पुढे पसरले. त्याला उचलायचं म्हणून दोन पावलं पुढे जात रामण्णा थांबला. तेवढ्यात कुमुदच दोन पावलं पुढे आली आणि वाकून तिनं मोहनला खाली उतरवलं. त्याने चटकन मोहनला उचलून जणू त्याचं बाहेर पडणारं हृदयच पकडावं अशा तऱ्हेनं मोहनला पकडून घट्ट मिठी मारली आणि तो मोहनचे पापे घेऊ लागला. मोहननं पण दोन्ही हातांनी त्याच्या गळ्याला मिठी मारली तेव्हा मोठ्या उत्साहानं कुमुदकडे पाहिलं त्यानं.

बापरे! काय ते दृश्य. वर्णन करायला शब्दच अपुरे पडावेत. प्रतिभावंत चित्रकारच पाहिजे ते रंगवायला. मोहनच्या चेहऱ्यावर अशी काही आनंदाची प्रभा पसरली होती की त्यालाच आनंदरस म्हणतात की काय? कारण तो आनंदित चेहरा पाहून सगळेच आनंदित झाले होते. त्या मुलांतून आनंद किरणं बाहेर पसरून त्यांनी सर्व घरच आनंदमय करून टाकलं असं वाटलं होतं.

आणि कुमुदचा चेहरा! ती एकच वेळ! रामण्णाच्या मनात कुमुदला बघून दुसरीच एक भावना उत्पन्न झाली. जितक्या वेळा त्यानं तिला पाहिलं होतं तितक्या सर्व वेळा त्याचं सर्व हृदय व्यापून टाकणारी मोहक स्त्रीच त्याला दिसली होती. ती त्याच्यासाठी, तो भोगी, ती भोगवस्तू, असेच विचार प्रमुख असायचे. पण त्यादिवशी कुमुदला बघताच ती त्याची भोगवस्तू हा विचार मनाला शिवलाही नाही. इतकंच काय? ती एक स्त्री हाही विचार आला नाही. तिच्या चेहऱ्यावर अत्यंत समाधानी भावना होती. लोकांचा आनंद बघून आनंदाची सात्त्विक कळा पसरली होती तिच्या चेहऱ्यावर. आपल्या स्वतःला पूर्ण विसरून, बाजूस सारून, दुसऱ्यांच्या सुखासाठी जगण्याचा निःस्वार्थ भाव होता तिच्या चेहऱ्यावर.

त्यावेळी ती परिपूर्ण मातृत्वाची मूर्ती दिसली होती. त्याला काही अर्थ होता? तिला बघताच तो एक अजाण बालकच अशी भावना झाली होती. आश्चर्याची गोष्ट म्हणजे, त्या दोघांमध्ये पूर्वी कधी वैर नव्हतंच अशा प्रकारे हसत खेळत ती गोष्टी करत होती.

"एक छोटा मुलगा आणि एक मोठा मुलगा." ती म्हणाली होती.

"अं?"

"नाही, तुम्हा दोघांना बघितलं तेव्हा मुलगा कोण सांगणं कठीण असं म्हणाले." मोहन त्या तिच्या बोलण्याचा अर्थ समजल्यासारखा डोळे मोठे करून त्याच्याकडे बघत राहिला. मोहनचे ते विस्फारलेले डोळे बघताच छातीत कुठून तरी गोळी घुसल्यासारखं, कंपनीनाटकाच्या दृश्य बदलासारखं, ते दृश्य बदललं होतं.

रामण्णानं निराश हसत दीर्घ श्वास घेतला. खरंच कंपनीचं नाटकच म्हणायला

हवं. अशा प्रसंगी त्याच्या आणि कुमुदच्या संबंधात एक प्रकारचा कृत्रिमपणा यायचा.

मोहनच्या डोळ्यांचं रामण्णाला आजही आश्चर्य वाटत होतं. त्यांना बघून अस्वस्थता उत्पन्न व्हायची.

ते डोळे मोहनचे डोळे नव्हते. सरलेचे डोळे.

रामण्णाला त्यात जरासाही संशय नव्हता. मोहन हसत असला म्हणजे सरलाच हसत गोष्टी करतेय असा भास व्हायचा त्याला एक क्षणभर. बऱ्याच वेळा दचकलाही होता.

मोहनला सरलेचे डोळे कसे? मोहन त्याचा आणि कुमुदचा मुलगा. की ते डोळे सरलेचे असा त्याचा भ्रमच!

असं तर नाही? की सरला ह्या डोळ्यांच्या रूपानं उरली आहे. ती कधी आई होऊ शकणार नाही हा विचार तिला नेहमीच त्रास देत होता. घरात मुलं हवीत ही तिची नेहमीची इच्छा, ते तो हसण्यावारी नेत असे.

"मंडईतून विकत आणू की! आजच्या जमान्यात पैसे मोजले तर काय मिळत नाही?" असं रामण्णा म्हणाला होता.

"बाजारात भाजीपाला हवा तेवढा मिळतो म्हणून घरात भाजी लावणं कोणी सोडलंय का?" लगेच म्हणाली.

"असं केलं तर उगीचच त्रास करून घेतल्यासारखं होईल."

"पण म्हणूनच त्याला चव जास्त."

"जाऊ दे चल. सरला मी म्हणतो इतकीच निकड असेल तर दत्तक आणावा झालं."

"मी म्हणते की घरात जन्मलेला वाढलेला मुलगा..."

"मी नाही म्हटलं नाही, तूही नको म्हणाली नाहीस तरीही..."

"पुरे करा. मी एक लहान मुलगीच आहे असं समजलात काय? माझ्यापासून तुम्हाला अपत्यसुख नाही हे मला समजतंय."

"तू आहेस हेच माझं सुख. ह्याच्यापेक्षा दुसरं काही नको मला."

"तुम्ही शांतपणे माझं बोलणं ऐकातरी."

"आज्ञा बाईसाहेब."

"आणखी एक लग्न करा."

"काय म्हणालीस?"

"मी जिवंत आहे तोपर्यंत केलंत तर ह्या घरात जन्मलेली मुलं वाढतायत ते बघीन."

"म्हणजे. एका विशिष्ट प्रकारच्या बाईशी लग्न केलं तरच मुलं होतील ह्याची

खात्री नको का? काय गं! परत खोटं ठरू नये म्हणून लेकुरवाळ्या बाईशीच लग्न केलं तर?''

''पुरे पुरे, काहीतरीच बडबडू नका.''

रामण्णा आता दुखावलेल्या मनानं म्हणतो. 'त्यावेळी त्याने काहीतरीच बडबड केली होती. तेव्हाची ती बडबड शापवाणीच ठरली. पोटात मूल असलेल्या कुमुदशी त्याला लग्न करावं लागलं नाही का? ते खरंच की तो त्याचाच मुलगा होता. तरीही.'

रामण्णाला आणखी एक संशय होता. कुमुद हवीशी वाटत असता तो प्रेम मात्र सरलेवरच करत होता ना? महाभारतात कथा आहे ना? व्यासाच्या तेजानं दिपून डोळे मिटून घेतल्याने धृतराष्ट्राच्या आईला आंधळा मुलगा जन्मला. युगुलाच्या प्रेमक्रीडेवेळच्या मनातील विचारांचा प्रभाव फलोत्पत्तीवर होत असावा? कुमुदबरोबर प्रेमक्रीडा करत असताना मनात सरलेचं रूपच आठवत होता काय?

छे, किती वेडपट विचार! स्वत:ला संपूर्ण विसरून प्रेमक्रीडेत सर्वंकष तादात्म्य होत असता असला काही विचार मनात येणं शक्य तरी होतं का?

असं असेल तर बी पेरताना शेतकरी मनात 'भरपूर पीक येऊ दे' म्हणत बी पेरून तसं साध्य करू शकला नसता का?

अंहं, तसं होणारच नाही. ते निसर्गाच्या विरुद्ध होईल. बीजाचे अंतर्गत गुणदोषच पिकात दिसतील. दुसरे कुठले नाहीत, त्याचा मुलगा त्याच्यासारखाच. पण? मुलगा काही त्याच्या एकट्याचाच नाही. त्याचा आणि कुमुदचा. नाही नाही, फक्त त्याचाच. पीक बीजावर करतात, पण ते गुणदोषांच्या वारसावर नाही. गुणदोष बीजांमधूनच येणार आणि अशा गुणदोषांवर बाहेरच्या गोष्टी परिणाम करू शकतील. स्त्रीही हवा-पाणी जमिनीसारखी. उपजत गुणधर्म. शरीररचना बीजाची म्हणजे पुरुषाची जबाबदारी.

रामण्णा पटकन् खुर्चीतून उठला. 'हे काय? दुसऱ्या कामाची वाट बघत असता हा काय विचारांचा गोंधळ मनामध्ये?' असं म्हणत त्यानं परत हातातील घड्याळ पाहिलं. अजून २० मिनिटं खेळ आहे. मोहन अजून आला की नाही, म्हणत खिडकी जवळ गेला.

'ओहो' म्हणत हसला. मोहनसंबंधी विचार करतानाच नाही का? तो तरुण साहित्यिक, त्याला सर्व माहीत आहे म्हणून ती पळवाट पकडली? दुसऱ्या क्षणी ती पळवाट नव्हती हे समजलं. त्याचा तर्क चुकला असेल पण प्रत्यक्ष अनुभव तर होताच ना?

तो उभ्या उभ्याच वळून भिंतीवर लटकणाऱ्या सरलेच्या फोटोकडे बघत राहिला.

"संशयच नाही," म्हणाला.

रामण्णा जवळ जाऊन फोटो निरखीत म्हणाला, "तेच डोळे!"

एकदा कुमुदनं पण हेच विचारलं नव्हतं का?

एकदा? कधी बरं? हं! कुमुद आत्तेकडून अचानक परतली होती. त्यानं मोहनला उचलून त्याचे पापे घेतले तेव्हा आम्हा दोघांबद्दल काही तरी बोलली होती कुमुद. ते बोलणं ऐकून मोहन डोळे विस्फारत एकदा त्याच्याकडे नंतर तिच्याकडे बघत होताना, तेव्हा.

एक उदास सुस्कारा घेत रामण्णा खुर्चीवर बसला. तेव्हा एक क्षणभर त्याचं सर्व जीवन सुखमय झालं होतं असं वाटलं त्याला. बरोबर, तेव्हा कुमुद म्हणाली होती, 'ह्या मुलाचे डोळे कोणासारखे आहेत सांगा.'

त्यानं अचानक सावध होत म्हटलं, 'कोणासारखे म्हणजे?' आणि मोहनकडे परत एकदा दृष्टी टाकली.

तेव्हा त्याच्या लक्षात आलं कोणासारखे ते. त्याला माहीत होतं. पण ते सांगितलं तर? अनपेक्षितपणे झालेल्या सुखदायक गृहप्रवेशाचा विरस झाला असता ना. "कोणासारखे बरं?" जणू प्रश्न न समजल्यासारखं बोलला.

"मोहनचे डोळे कोणासारखे हे विचारलं. इतक्या लवकर विसरलात?"

विसरून जायचं? ओहो, तिला कळलंय मोहनचे डोळे कोणासारखे आहेत ते. तो सरलेला विसरून गेलाय असंच सुचवलं ना तिनं? त्या सूचनेचा लाभ घेत म्हणाला, "कोणासारखे म्हणजे, अगदी तुझ्याचसारखे."

तिने हसत हसत मान हलवीत, तिला ते पटलं नव्हतं हे दर्शवलं.

"तसं नाही तर काय माझ्यासारखे म्हणतेस? छे!" रामण्णा म्हणाला.

कुमुदनं काही न बोलता आवंढा गिळला. स्तब्ध झाली. तिच्या तोंडातूनच ती गोष्ट यावी हे लक्षात येताच रामण्णा निराश झाला. ती थोडा वेळ थांबून बोलेल अशी आशा करून राहिला. परंतु तिची नजर दूर कुठेतरी हरवल्यासारखी झाली, तिच्या चेहऱ्यावर निराशा परसली आणि व्हायचं ते होऊ दे म्हटल्यागत परत एखादा दीर्घ श्वास घेत त्याला बघत राहिली. ती काहीतरी बोलणार तोच मोहन परत तिच्याकडे धावला. त्याला उचलून ती आत गेली.

त्यावेळीच तो एकदाच बोलला असता तर, असा विचार त्याच्या मनात बऱ्याच वेळा आला होता. "तू बोललीस ते खरं आहे. मुलाचे डोळे सरलेच्या डोळ्यांसारखेच आहेत." असं जर त्यानं सांगितलं असतं तर तिचं समाधान झालं असतं का? पण मनुष्याचा स्वभाव विचित्र खराच. त्यावेळी तो, मोहन, कुमुद अनपेक्षितपणे एका अलौकिक सुखाच्या क्षणात होते. तो क्षण शक्यतोपरी अढळ राहावा असा रामण्णाचा उद्देश होता. ज्या उद्देशानं तो असा वागला होता त्यानं

त्याच्या अगदी विरुद्ध परिणाम झाला. सरलेची आठवण, तो सरलेची आठवण करतो आणि कुमुदच्या पोटी जन्मणारं मूल सरलेशी मिळतंजुळतं आहे असं तिला सांगायचं म्हणजे तिला चिडवल्यासारखं होईल ही त्याची भीती. तिला चिडवायचं नाही हा त्याचा उद्देश! सदुद्देशाचा दुष्परिणाम!

म्हणूनच की काय लोक दैव म्हणावंसं काहीतरी आहे ह्यावर विश्वास ठेवतात? लोकांचा विश्वास असणारी दैवशक्ती जर खरोखरच असेल तर मानवासारखा क्षुद्र, अनुकंपनीय प्राणी दुसरा कोणी नाही असं म्हणावं लागेल. कोणास ठाऊक? त्याची दैवशक्ती तर उलटली नव्हती ना?

नाहीतर? त्याविषयी रामण्णाच्या मनात एक विचार आला. दैव असं नाही. पण जेव्हा जेव्हा मनुष्याला आपलं कर्तव्य समजत नाही, किंवा जेव्हा मनुष्य आपली जबाबदारी टाळायचा प्रयत्न करतो, तेव्हा दैव म्हणतो. म्हणजे दैव म्हणणं हे स्वत:ची चूक कबूल करण्यासारखं.

हे खरं! आज रामण्णा त्याची चूक कबूल करायला तयार आहे. त्यावेळी घडलेलं विपरीत दैवगती नसून त्याच्या चुकीचं पुरं प्रायश्चित्तचं. मुलाचे डोळे कोणासारखे आहेत सांगा बरं. हे विचारण्याची तिची पद्धत, तिचं हसणं ह्या सर्वानं त्या प्रश्नाचं उत्तर दोघांनाही ठाऊक होतं हे स्पष्ट होतं. मोहनच्या डोळ्यांसारखे डोळे असणाऱ्या त्याच्या आणि कुमुदच्या परिचयात आणखी किती व्यक्ती होत्या? कोणाचे डोळे म्हणजे सरलेचेच डोळे असं नि:संदिग्ध उत्तर तिला अपेक्षित असावं ना?

पण त्यानं काय केलं? नि:संदिग्ध उत्तर तर दिलं नाहीच तर तुझ्या डोळ्यांसारखं असं खोटं उत्तर दिलं. तसं नाही तर माझ्यासारखे म्हणतेस, असं तोंडाला आलं ते उत्तर देऊन टाकलं. तिनं विचारलेल्या प्रश्नाला काहीच महत्त्व नव्हतं त्याच्या हिशेबी असा तो वागला होता.

त्यानं असं का केलं? कुमुद त्याच्यावर प्रेम करत राहावी म्हणून? म्हणूनच त्याला शिक्षा झाली होती. पतीबरोबर कौटुंबिक जीवनाच्या कल्पनेत मग्न होऊन दुर्वासाकडे दुर्लक्ष करणाऱ्या शकुंतलेला पण अशीच शिक्षा मिळाली.

हा एक खरंच महत्त्वाचा विचार. केवळ स्वार्थबुद्धीनं जबाबदारी टाळणाऱ्या, कर्तव्य बाजूस सारणाऱ्या मानवास प्रायश्चित्त चुकणार नाही.

रामण्णाच्या चेहऱ्यावर हसू पसरलं. 'खरंच महत्त्वाचा विचार.' म्हणत स्वत:चीच टिंगल केली. महत्त्वाचा विचार म्हणे. तसं असेल तर सार्वजनिक सभेमध्ये हे विचार बोलायची त्याची तयारी आहे का? लोकांनी ऐकलं ना ऐकलं तरी स्वत: होऊन तयार आहे का? हू, असं म्हणत रामण्णानं डोकं खाजवलं. स्पष्टपणे धीटपणे सांगायला पाहिजे. लोकांना ऐकायचं नसेल तरी त्याला जे सांगायचं आहे ते चटकदारपणे सांगायलाच हवं. तो साहित्यिक आहे ना? लोकांना हवं असेल तर

रस्त्यावरच्या श्वानमैथुनाची गोष्टपण सांगायला तयार आहे. मग त्याच्याच जीवनात दोन परस्पर प्रेम करणारे जीव भांडणात गुंतून जायबंदी होत आहेत ही कथा त्यानं का सांगू नये?

'सांगावीच' म्हणाला. आज त्याच्या साहित्यजीवनाचं एक युग संपलं म्हणायचं. आजपासून सार्वजनिक मान्यता अधिकृतपणे मिळाली असं म्हणता येईल. यापुढे त्यांचे प्रामाणिक विचार, रंगतदारपणे सांगावे, सांगायला हवेत, सांगायला आडकाठी नसावी असं पुटपुटत डोकं खाजवत तो खिडकीजवळ गेला.

बाहेर पाहिलं. त्यानंतर खाली जायच्या जिन्याजवळ जाऊन खाली चाललेल्या हालचालीचा सुगावा घेत उभा राहिला; हातातील घड्याळ बघितलं. 'सभा बरोबर ठरवलेल्या वेळी सुरू व्हायला अजून अठरा मिनिटं उरलीत.' म्हणाला. कदाचित उशीरच होईल सुरू व्हायला. बरंच झालं. मोहनला घेऊन जायला सोपं होईल म्हणत थकल्याचा सुस्कारा सोडत दोन्ही हात डोक्यामागे धरून तोंड वरती करत बघत बसला.

-१३-

कुमुद थांबली. कसला तरी आवाज झाला नाही का? मोहन आला की काय? बरंच झालं, मी त्याची सगळी तयारी केलेली आहे. छे, दरवाज्याचा आवाज नव्हता. कुमुदनं चेहरा वर करून पाहिलं. ओहो, मुलाची वाट पाहत उभे आहेत त्याचे वडील.

एक मिनिट जिन्यावरील आवाज ऐकला. हळूहळू तिचा चेहरा मृदूहास्यानं फुलला. शून्य नजरेनं भोवताली दूरवर काही तरी दिसतंय असं बघत राहिली. समाधानाचा सुस्कारा सोडत परत आरशासमोरच्या खुर्चीजवळ गेली. बसून आरशातील तिचं प्रतिबिंब टक लावून पाहिलं.

"तुला फार आनंद झाला नाही का? रामण्णा मोहनवर प्रेम करतोय म्हणून." तिनं प्रतिबिंबाला विचारलं. प्रतिबिंबानं हसून प्रतिसाद दिला.

"फारच आनंद" असं परत स्वत:शीच म्हणाली. कोणी कोणावर प्रेम केलं तर तिला आनंद कशाला व्हावा?

ती वेडीच! सुरुवातीस काय काय समजून होती. त्यादिवशी मोहनला घेऊन परत आल्यावर रामण्णानं मोहनला उचलून त्याचे लाड नाही केले? त्यावेळी तिला केवढा आनंद झाला होता? मोहनच्या जागी तीच आहे ह्या आभासानं शरीर

रोमांचित होऊन घाम फुटला होता. रामण्णाच्या चेहऱ्यावरील उत्साह बघताच तो तिच्यावरचं प्रेम मोहनवर पाखरतोय अशी स्पष्ट भावना तिच्या मनात उत्पन्न झाली होती. त्यादिवशीचं ते दृश्य सरलाक्कानं बघितलं असतं तर? असा विचार कधीपासून तिच्या मनात डोकावत होता. घरात मुलं हवीत असं किती वेळा म्हणाली होती ना? रामण्णाचा आणि तिचा, कुमुदचा, विवाह व्हावा, त्यांना दोघांना मुलं व्हावीत, ती डोळ्यांनी बघूनच मरण यावं असं ती वरचेवर म्हणत होती. ती आज जिवंत असती तर? तिचं आणि रामण्णाचं मूल आणि रामण्णा निष्पाप मुलासारखे खेळताना बघितले असतं तर. कुमुदनं अत्यंत वात्सल्यभरित नजरेनं मुलाकडे पाहिलं होतं. छातीत धस्स झालं. अक्का? नाही अक्काचे डोळे. नाही मोहनचे डोळे, सरलेच्या डोळ्यांची हुबेहूब प्रतिकृतीच! आतापर्यंत कसं लक्षात नाही आलं? मुलाला परत एकदा निरखून पाहिलं. जरासुद्धा संशय नको, सरलेचेच डोळे. आज हे दृश्य बघून सरला खुष झाली असती.

तेवढ्यात रामण्णानं तिच्याकडे हसतमुखानं बघितलं. तिला काय वाटलं कोण जाणे. मोहनचे डोळे कोणासारखे आहेत हे विचारून बसली. तिनं किती उत्सुकतेनं विचारला होता हा प्रश्न. तिनं बघितलेलं त्याच्याही दृष्टीस पडलं असेल, तिला झाला तसाच आनंद त्यालाही व्हावा, ती दोघं तेव्हा सरलेची आठवण करत कृत्यकृत्य व्हावेत असा निश्चय. परत एकदा तोच प्रश्न तिनं केला.

रामण्णाला जणू तिचा प्रश्न समजलाच नव्हता. दुसऱ्यांदा विचारल्यावरही मोहनला बघितल्यासारखं करून 'तुझ्यासारखे आहेत.' म्हणाला होता. छे! इतकं उडवाउडवीचं उत्तर! इतकं स्पष्ट दिसलेलं नीट बघायला नको का? रामण्णानं तसं कधीही केलं नाही. मग 'माझ्यासारखे असं म्हणतेस होय' म्हणाला.

तिची फार निराशा झाली होती. ह्यापुढे तिकडे उभं राहून गोष्टी कराव्यात असं वाटलं नाही. तिच्याकडे आलेल्या मोहनला उचलून ती भराभरा घरात निघून गेली होती.

पुरुषांचा स्वभाव इतका कृतघ्न असतो ह्या संशयात किती दिवस कुढत होती. सरलेचे डोळे कसे होते हे रामण्णा पूर्णपणे विसरला होता? असं असेल तर तिनं कुठल्या आशेनं यापुढे जगायचं. फक्त त्याच्याबरोबर संसार करत असणाऱ्या पत्नीच्याच अस्तित्वाची जाणीव ठेवणारा पुरुष असेल तर स्त्रियांचं काय होईल?

असो! पुरुषांचा स्वभाव असा. तिनं तिच्या आत्तेचे अनुभव ऐकले नव्हते काय? अरेरे, जुन्या विचारांची म्हातारी, पण नवऱ्याबरोबर घालवलेल्या जीवनाबद्दल अजूनही अभिमानानं बोलत होती. एकदा हेच तर नाही का सांगितलं?

हां, बाहेरख्याली करणाऱ्या नवऱ्याला जवळ उभं पण करू नये असं ती म्हणाली असता आत्तेनं उत्तर दिलं होतं.

"अय्या, कुमुद, पुरुष बाहेर काय करतात तिकडे फार लक्ष दिल्यास बायकांचं जगणं फार कठीण होईल."

"म्हणजे काय होईल? दिवस दिवस, रात्रभर दुसऱ्या कोणाच्या कुशीत काढून आला तर मनात चीड तर येणारच ना?" असं ती तोऱ्यानं म्हणाली होती.

"अगाई गं! असा नीति-अनीतीचा विचार हल्लीच्या मुलींना पण आहे का?"

"पण मी विचारल्याचं उत्तर काय देतेस." असं तिनं जिद्दीला येऊन विचारलं.

"हे बघ कुमुद, टाळीला दोन हात लागतात. होय की नाही, माझीच चूक असता मी त्यांच्यावर का म्हणून रागवायचं?"

"तुझी चूक होती?"

"होती म्हणजे, त्यातून सुटकाच नव्हती. कुमुद, घर मोठं! दहा जोडप्यात आमचं अकरावं! ते घरी आले तरी आम्ही घरातच वावरत असू. त्यांनी माझ्याशी बोलणं केलं तरी सासूबाईच उत्तर देणार. सुख, दुःख, हसणं. खूप काही जरी सांगावंसं वाटलं तरी सगळं काम आटोपून मी जाईपर्यंत त्यांना झोपेनं घेरलेलं असायचं. दुसऱ्यादिवशी पहाटे त्यांना जाग यायच्या आधीच आवाज न करता मी कामाला लागायची. त्यांना किती कंटाळा येत असेल ते सांग. बाहेरचा सहवास चांगला म्हणून ते बाहेर नसत जात, घरात सहवासच नव्हता म्हणून. अय्या, ऐकतेस की फक्त मला टकमक बघतेस."

"आत्ते, तू लिहावाचायला शिकली असतीस तर..."

" तर आमच्या काळात आमची लग्नं झाली नसती." म्हणत म्हातारी हसत सुटली. पण तिचं म्हणणं खरं का? घरात सहवास नाही ह्या सबबीवर बाहेर जाणाऱ्या पुरुषालाच ही मुभा का – सबंध दिवस ऑफिसमध्ये काम करून रात्री थकून घरी आलेल्या पतीचा कसला सहवास असतो पत्नीला? तिनं पण तसंच केलं तर समाज सहन करील? असो. रामण्णानं सरलेला विसरणं ह्याला काहीही कारण नव्हतं नाही का?

कुमुदला त्यावेळी आलेल्या विचारांनी आज परत डोकं वर काढलं. रामण्णा सरलेला विसरला नव्हता. पण तिच्यामुळे असं खोटं बोलला असावा.

किती हा अन्याय? सरलेला स्मरलं तर तिला असूया वाटेल असा विचार रामण्णाला यावाच का?

कुमुदनं परत आरशात आपलं प्रतिबिंब पाहिलं.

आरशातल्या प्रतिबिंबाच्या मुखावरील कळा पाहून तिला काटा रुतल्यासारखं वाटलं. 'रामण्णाला असा विचार यावाच काय असं म्हणालीस ना! किती खुळी आहेस तू. रामण्णा तुझ्यावर प्रेम करत नाही, अजूनही प्रेमानं सरलेचीच आठवण करत असतो असं म्हणून किती वेळा रागानं तोंड फिरवत होतीस तू....'

समोर फक्त प्रतिबिंबच होतं हे लक्षात आल्यावर तिचा आवेश कमी झाला. आतापर्यंत डोळ्यासमोर असलेला जाड काळा पडदा झर्रकन बाजूस सरकला.

कुमुद फार वेळ विचारात होती. तिचे डोळे कधी काळचं बघायचा हट्ट सोडून जणू अंत:चक्षू ल्याले. एक-दोन मिनिटानंतर पाण्यात सोडलेली घागर जशी पाण्यानं भरून वरती आणली जाते तसे तिचे डोळे अंतर्मुख होऊन पाण्यानं डबडबले आणि वास्तवात परतले.

तिला आत्ता कळून आलं होतं की तिचं आणि रामण्णाचं वैवाहिक जीवन फक्त त्यांच्यापुरतंच मर्यादित नव्हतं. त्यावेळी ही गोष्ट तिला समजलीच नव्हती. त्या दिवशी तिची आत्या म्हणाली होती ना. घरातील इतर माणसांमुळे पतिपत्नींचा परस्पर सहवास पुरेसा होत नव्हता म्हणून. ती गोष्ट आत्तेला समजली होती म्हणून ती नवऱ्यावर रागावत नसे. एवढंच नाही तर तो जो काही थोडा वेळ मिळायचा त्यात आपले सर्व प्रेममय हृदय त्याच्यावर पसरायची. त्या प्रेमाच्या रसास्वादात कुठे दुसरीकडे उडायला मन सहसा तयार नसायचं. त्या दिवशी आत्तेनं तिला खरोखरच मार्गदर्शन केलं होतं पण तीच आंधळी निघाली.

तिची परिस्थिती आत्तेच्यापेक्षा अगदी भिन्न हे ती जाणून होती. पण म्हणूनच ती जास्त अवघड वाटत होती.

रामण्णानं तिच्याशी विवाह केला तेव्हा घरात ती दोघंच होती असं नाही का म्हणाली होती?

किती मूर्ख?

घरात नसेल पण मनात तिसरं होतं की नाही? सरलेच्या आठवणी घरात तिसरी व्यक्ती असल्यासारखेच नव्हते का? तिनं काय केलं? त्या व्यक्तीच्या डोळ्यांआड राहण्याचा प्रयत्न केला होता. किती बुद्धूपणा! का? सरलेनं त्या दोघांचा विवाह मान्य केला नव्हता का? ते तिनं उघडउघड कबूल केलं असतं तर? इतकंच काय, रामण्णानं इतकी वर्षं प्रीतीनं संसार केला मग सरलाक्कानं त्याच्या हृदयात खोलवर घर केलं तर त्यात आश्चर्य कसलं? जे स्पष्ट आणि सहज होतं ते डोळ्यांआड करून विसरायचा प्रयत्न करताना तिची अस्वस्था पायाला ठेच लागल्यानंतर कोलमडण्या-पासून वाचण्याचा प्रयत्न करणाऱ्या माणसासारखी झाली होती. ठेच लागली तर पडणारच!

रामण्णा अजूनही सरलेवर प्रेम करतो असं तिला...

सरलेच्या आठवणी तिला –कुमुदला – असह्य होतात असं रामण्णाला... दोघेही आतापर्यंत दोन्ही बाजूंनी टोक असलेल्या सळ्या घेऊन चालत एकमेकांजवळ यायचा प्रयत्न करत आहेत.

कुमुद घाबरून गेल्यासारखी एकाएकी स्तब्ध झाली. हे काय? तिची विचारसरणी

बरोबर आहे ना? तहानेनं व्याकुळ होऊन मृगजलात पाण्याचा प्रवाह आहे असा तर्क करून चालणाऱ्या माणसासारखी चालत राहिली ना ती! रामण्णा खरोखरच तिच्यावर प्रेम करत असला पाहिजे? त्या दोघांनी सरलेला एखाद्या अपराध्यासारखं विसरायचा प्रयत्न करण्यापेक्षा ती सवंगडी म्हणून मानलं असतं तर बरं झालं नसतं का?

कुमुदच्या डोळ्यांसमोर मागली एक स्मृती रंगीत चित्रासारखी उभी राहिली.

लग्नाच्या प्रारंभीच्या दिवसात रामण्णा नेहमीच सरलेविषयी बोलत असे. ते तिला रुचत नसे.

अरेरे! रामण्णा तरी दुसरं काय करू शकणार? इतकी वर्षं प्रेमानं संसार केलेलं कसं विसरायचं? आणि तसा परिचय असताना तिच्याबरोबर दुसरं बोलायचं? पण तेव्हा तिला हे समजलंच नव्हतं ना? सरलेबद्दल बोलणं म्हणणं सरलेवर प्रेम करणं अशी तिची समजूत झाली होती, ती चूक का? मोहनवर प्रेम करूनही ती रामण्णावर प्रेम करत होती ना? तसंच सरलेच्या स्मृतींवर प्रेम करत तिच्यावर प्रेम करू शकत नाही का तो?

कुमुदच्या चेहऱ्यावर हास्य चमकलं. आदर्श प्रेम म्हणायचं तिच्या आत्तेचं. काय ते स्त्रीहृदय. नवरा कुठे जातो, काय करतो, हे विसरून त्याच्या सावलीत सुखाचा शोध घेत होती.

"छे, त्या कल्पनेनीच किळस नाही का येत तुला" असं कुमुदनं विचारलं तेव्हा म्हातारीनं अत्यंत अभिमानानं उत्तर दिलं होतं.

"अगं कुमुद, बाहेर हुंदडून आलेल्या पतीच्या शर्टावर कावळ्यानं घाण केली असेल तर तो शर्ट हिसकून फेकायचा की साबणानं स्वच्छ करून द्यायचा?"

"म्हणजे गं काय आत्ते! स्नान केल्याशिवाय नवऱ्याला घरात घेत नव्हतीस?"

"त्यांचं मन स्वच्छ असेल तर स्नान केल्यासारखंच समज, माझं मन स्वच्छ असल्यास तोच साबण समज." म्हातारी मनापासून सांगत होती की बोलण्यावरून बोलणं होत होतं. पण त्यात तत्त्वज्ञानाचं सार असल्यासारखं बोलत होती.

कुमुद एकदम खुर्चीवरून उठली. मनातील विचारांमुळे एका जागी बसता येणं अशक्य झालं होतं तिला. मनातील विचारांची गर्दी चुकविण्यासाठी येरझारा घालू लागली.

हे खरं का? खरं का, खरंच का?

विचार तिच्या पाठीच लागले होते, सोडतच नव्हते. ती जितकी दूर लोटायची तितकेच अचानक पाठ पकडायचे.

रामण्णा तिच्यावरच प्रेम करतो हे खरं ना, अगदी खरं ना?

दुसऱ्या कोणावरही विश्वास बसू शकेल पण तिच्या स्वत:वर विश्वास ठेवणं

अशक्य अशीच तिची अवस्था झाली होती. दहा वर्षपर्यंत थांबवलेले, तिला हितावह वाटलेले विचार आज तिची छाती चिरून बाहेर पडू म्हणत वेदना देत होते. तिला हितावह वाटलेल्या विचारांच्या समर्थनार्थ तिची बुद्धी असल्यानसल्या कारणांचा शोध घेत होती.

ती पहिल्यावेळी आत्तेच्या घरी गेल्यावर रामण्णा तिला शोधत आला होता.

ती घरी गेल्यावर त्यानं मोहनचे लाड केले होते.

एकदा तिला ताप आल्याचा संशय येऊन तिला हातांनी स्पर्श करायला घाबरून डॉक्टरला बोलावलं होतं.

तिच्याबरोबर संसारसुख नसूनही त्याच्या मनानं दुसरीकडे धाव घेतली नव्हती.

त्यादिवशी तिच्यासाठी नवी साडी आणली होती.

एक की दोन संशयाची अशी असंख्य पर्वतशिखरं पार केल्यानंतर पूर्वस्मृतींच्या खडकामागून आलेल्या खडकांखाली जणू गुदमरून गेली. हे खरंच. ती रामण्णाची प्रथम कामतृप्तीची स्त्री आणि नंतरच लग्नाची पत्नी. समाजात अशा वर्तणुकीचा तिरस्कारच आहे. लग्न झालं नसतं तर तिला समाजाने बहिष्कृत केलं असतं. पण रामण्णानं तिच्याशी लग्न केलं होतं ना? तिच्याकडून कुठलाही दबाव नसता तरी? तिच्यावर प्रेम होतं म्हणूनच लग्न केलं असं का म्हणू नये. तिच्यावर उपकार करण्यासाठीच लग्न केलं असा हट्ट का? असं असताना तिला कुढत बसायला कारण आहे तरी का? त्याच्या जीवनात आणखी कोणी स्त्रीचा सहवास मुळीच नाही हे तिला पक्कं माहीत होतं. खरं की सुरुवातीला ती कामतृप्तीसाठी होती.

होती, पण त्यात चूक कसली?

दुसऱ्या कोणाबरोबर वादविवाद करायला तयार झाल्यासारखी परत एका खुर्चीवर बसली.

''त्यात काय चूक.'' परत एकदा म्हणाली होती.

आजची समाजपद्धती बदलली आहे. आता स्त्री-पुरुष लग्नाच्या आधी स्वतंत्रपणे जगतात, समाजात एकमेकांना भेटतात, स्नेह वाढवतात, परस्पर परिचय वाढल्यानंतर एकमेकांचं हृदय मीलन झाल्यावर एकमेकास वरतात, लग्नाच्या विधीपूर्वीच ते कधीकधी कामजीवन पण आचरीत असले तर त्यात काय चुकलं?

कुमुदला, न पेलणारं वजन उचलून उभं राहिल्यावर कसं डगमगायला होतं, तसं झालं. तिचं सर्व अंग थरथरू लागलं. तिचे विचार योग्य आहेत ना? ज्या संबंधामुळे समाजात स्थान आणि जबाबदारीची भावना निर्माण होते, त्या संबंधांना इतकं तुच्छ मानणं योग्य का?

खरं प्रेम नसताना कामजीवन अयोग्य असं वाटतं कुमुदला. तिच्या आणि रामण्णाच्या अनुभवांचं स्मरण केलं तिनं. ते एकमेकांना भेटले कसे? कामसंबंधांमुळे

नाहीच. एकजण नसेल तर दुसऱ्याला चैन नसायची. एकाला पाहिलं तर दुसरा स्वत:ला विसरून जात असे. एकासाठी काहीही सहन करायची दुसऱ्याची तयारी असायची. एकाच्या सुखात सुख आणि दु:खात दु:ख वाटायचं दुसऱ्याला. एकमेकांची हृदयं एक झाल्यावर एकमेकांची शरीरं एक झाल्याचं भान नव्हतं. एक झालीच पाहिजेत अशी इच्छा नव्हती. पण एक झाल्याशिवाय गत्यंतरही नव्हतं. हृदयं एक झाली की संपलं. समाजपण फार मोठी चूक करतोय, हृदय एक झाली नसता शरीरांना एकत्र आणणं हीच खरी वेश्यावृत्ती, लग्न झालं तरी वेश्यावृत्तीच ना.

कुमुद परत उठली. तिच्या विचारांना घाबरली होती. हे काय? दहा वर्षं पतीशी समागम नसल्यामुळे असे विचार करतेय का ही भीती होती तिला.

ह्या भीतीच्या कुशीतच कुठलातरी आनंद डोकं वर काढत होता.

असो, मोहनला घेऊन सभेला जायला हवं. पण मोहन का आला नाही? पण तशी यायची वेळ झाली होती. येईल, सभेला थोडा उशीर झाला तर काय झालं, मोहन आल्यावर त्याला घेऊन जाता येईल.

परंतु....

कुमुदला अचानक घाई झाली होती. असली सभा, एवढी माणसं येणार. पण रामण्णाचे कपडे बरोबर आहेत ना? त्यानं घातले नसणार हा तिचा दृढ विश्वास. हां, पतीचा स्वभावच तसा. काही झालं तरी रामण्णानं छान कपडे घातलेच पाहिजेत म्हणत कपडे निवडू लागली. तेव्हा तिच्या लक्षात आलं होतं की तिचे हात, शरीर थरथर कापत होतं, श्वास घेणं जड जात होतं.

पण त्याकडे लक्ष दिलं नाही पाहिजे अशा निर्धारानं ड्रॉवर पटापट उघडले. मिटले, कपड्याच्या शोधात.

-१४-

कसला हा आवाज? रामण्णा चटकन उठला! ओ! खाली. पण अशी आदळ-आपट कशासाठी? जिन्याजवळ जात असता रामण्णा विचार बदलून आला. हात ताणून जांभई दिली. कोणास ठाऊक? कुमुद रागावली आहे आणि कदाचित त्याच्याबरोबर सभेला जावं लागतंय त्याचा निषेध दर्शवतेय.

'का बरं? रागावलं तर खुर्ची, टेबल, ड्रॉवर ह्यांची आपटाआपटी करावी असा नियम आहे का' असं स्वत:शीच म्हणत रामण्णानं मंदस्मित केलं. उत्साहानं पण अशी आपटाआपट करता येईल. अधीरतेनं, आतुरतेनं पण तसं करता येईल.

ह्यापैकी कुठल्याही कारणांनी तसं करता येईल नाही का?

कुमुद रागावली नाही हे समजलं तर शांतपणे बसता येईल असं रामण्णा म्हणाला. खरंच आवाज बंद झालाय. खुर्चीत बसण्यापूर्वी परत एकदा खिडकीतून बाहेर बघितलं आणि रामण्णा खुर्चीवर बसला. हुं. ही स्वागतसमिती लवकर आली तर बरं होईल. हृदयात कशी एक प्रकारची हुरहूर लागून राहिली आहे. काहीतरी अनपेक्षित घडणार असं वाटून मनाला थोडी खुषी, थोडी भीती वाटतेय त्याला.

मनुष्याचं मनच विचित्र नाही का? एका फटक्यात जगाचा विध्वंस करणाऱ्या अणुबाँबचा शोध लावणाऱ्या माणसाच्या मनाचा शोध करू नये का? पण ते न करता अणुबाँब शोध पुढे चालू ठेवणारी मनं ही. त्यामुळेच हे सर्व. भवभूतीनं सांगितलंय तसं? किमपि, असं का? असं का? रहस्य असं म्हणायचं का?

आता तो घाबरला नव्हता का? कशी मजा आहे. कुमुद रागावली असेल असं वाटलं होतं. का? तो कुमुदला घाबरत होता म्हणून. त्याचा कुमुदशी संबंध पूर्वीसारखा असता तर ड्रॉवर उघडण्याचा आवाज ऐकून 'कुमुद खुषीत आहे.' असं समजला असता. होणाऱ्या घटना घडतच राहणार. त्याच अर्थ लावणं ज्याच्या त्याच्या मन:स्थितीवर आवलंबून असणार.

म्हणजे? रामण्णानं एकाग्रचित्तानं विचार करत असल्यासारखं डाव्या हाताच्या अंगठा आणि तर्जनीनं कपाळ दाबत डोळे घट्ट मिटून घेतलं

घटनेचा अर्थ मन:स्थितीवर अवलंबून असतो.

म्हणजे?

मन:स्थितीवर काबू असेल तर घटना अनुकूल वाटते. कुमुदला नीट समजून घेतलं तर ती...?

'छे! हा काय विचारांचा गोंधळ?' रामण्णा म्हणाला. पण आज काहीतरी अनपेक्षित घडणार असावं असं वाटतंय. का? का ते माहीत नसताना, सांगता येत नाही, कारण समजलेलं नाही पण काहीतरी घडणार ह्याची कल्पना आहे.

असं खरोखरंच झालं तर? कुमुदनं त्याला नीट समजून घेतलं तर. हूं. म्हणजे सर्व जबाबदारी दुसऱ्यावर ढकलायची ना? मीच, मीच, चुकलो असं का नसावं? कुमुदवर मी जर खरंच प्रेम करत असेल तर ही हुरहूर का? त्याच्या प्रेमाची तिला खात्री वाटत नसावी का?

तो म्हणजे कुमुदचा प्राण ह्याबद्दल रामण्णाला मुळीच संदेह नव्हता. त्यावेळी लग्नाच्या आधीच ती त्याची झाली होती तेव्हापासून त्याला ही खात्री होती. पण आता ती कित्येक वर्षांपासून त्याच्या सहकारावाचून संसार करत होती.

केवढा हा त्याग तिचा. पण त्या त्यागात तिला सुख आहे तरी का? तिच्या आणि त्याच्या वयात १४-१५ वर्षांचा फरक. छे, मन परत तीच वाट धरत आहे.

वैवाहिक जीवनात सुख म्हणजे कामतृप्ती असाच त्याचा विचार. विचार त्याचा नाही. हजारो वर्षांपासून चालत आलेला सांप्रदायिक विचार त्याच्यामध्ये घर करून बसला होता किंवा निसर्गातील प्रत्येक पुरुष प्राण्याचा विचारच तसा होता? असला तर असू दे. पुरुषांना कामजीवन फक्त तृप्तीसाठी, त्याबरोबर कसली जबाबदारीच नसते. स्त्रीची गोष्ट निराळी, कामजीवन एक नवीनच जबाबदारी लादतं. पुरुषांचं कामजीवन रात्रीच्या चोरीसारखं. केलेलं लपवता येण्यासारखं. बायकांचं कामजीवन भर दिवसाच्या चोरी-सारखं. केलेलं लपवणं शक्यच नसतं. कामजीवनाविषयी स्त्री-पुरुषांचे विचारच वेगळे असते तर? परस्परांविरुद्ध असते तर?

'आज हे विचार कशाला.' तो म्हणाला. दहा वर्षं झाली होती, त्याचं कामजीवन समाप्त झालं त्याला.

ओ! रामण्णाला लगेच एक नवा विचार सुचला. त्यानं स्वत:चीच पाठ थोपटली. लगेच लाजल्यासारखंच आजूबाजूस पाहिलं. 'कोणी बघितलं तर त्याला वेड लागलं असं म्हणतील.' असं म्हणाला.

'पण पाठ थोपटण्यासारखीच गोष्ट ही.' असं परत एकदा म्हणाला.

त्यानं ब्रह्मचर्यजीवन जगायची आज दहा वर्षं पूर्ण झाली. पण ह्या संपूर्ण कालावधीत कुमुद सोडून दुसरा कुठलाही मोह त्याला नव्हता. तो कुमुदवर प्रेम करतो म्हणायला दुसरं कुठलंही कारण आवश्यक होतं का?

रामण्णाला क्षणभर डोक्यात विचारांचा गोंधळ झाल्यासारखं वाटलं. इतक्या सहजपणे तो कुमुदच्या प्रश्नाचं उत्तर देऊ शकेल हे खरंच का? ह्या एका गोष्टीवरून कुमुदचं समाधान होऊ शकेल का?

रामण्णानं निराश होऊन दीर्घ श्वास घेतला. वेडा, वेडाच तो. की एवढा भोळा? ह्या असल्या गोष्टींवर कुमुद तर सोडाच, पण दुसऱ्या कुठल्याही स्त्रीचं समाधान झालं असतं काय? शेवटी तोच दुराग्रही म्हणायचं का? खरंच आहे? एक ठरावीक पदार्थ खायचा हट्ट धरलेल्या मुलास दुसऱ्या कशाचीही इच्छा नसते आणि त्याला हवं तेच न मिळाल्यास सबंध दिवस उपवास करायची त्याची तयारी असते. म्हणून तेवढ्यापुरते त्या मुलाचं त्या खाण्याच्या वस्तूवर अनन्य प्रेम आहे असं कोणीतरी म्हणू शकेल का?

तो एक हट्टी मुलगा. नाही, नाही, कुमुद तसं म्हणाली असती तर त्यानं ह्याविषयी तिच्याशी वाद घातला असता तर! पण आज त्याची स्वत:ची खात्री झाली होती ना की तो कुमुदवर मन:पूर्वक प्रेम करतो ह्यात संशय नव्हता म्हणून. म्हणजे? ह्याआधी संशय होता? नाही, तेव्हाही संशय नव्हता. म्हणजे?

आतील विचारांच्या गोंधळाचा नाच बाहेर हुसकवायचा म्हणून रामण्णानं रागानं मान हलवली. त्यानं हट्टानं म्हटलं होतं की तो कुमुदवर प्रेम करत होता.

ह्यात जराही संशय नाही. पण म्हणून पाठ का थोपटावी त्यानं?

हां समजलं. आता तो कुमुदची खात्री पटवून देऊ शकेल असं वाटून त्यानं स्वत:ची पाठ थोपटली होती. असो, ह्या विचारांनी त्याला धैर्य आलंय असं स्वत:लाच म्हणाला. कुमुदशिवाय दुसऱ्या कुठल्याही स्त्रीची त्याच्या मनानं स्वप्नातही इच्छा केली नव्हती हे तिला सांगितलं तर...

तसं सांगितलं असतं तर त्यानं त्याचं कर्तव्य पार पाडल्याची कृतार्थता लाभली असं म्हणता आलं असतं. पण, कुमुदचा त्यावर विश्वास बसावा असं कसं म्हणायचं? त्यानं तिला कुठल्या नव्या गोष्टी सांगाव्या की तिचा विश्वास बसेल? कुमुदला त्याची वर्तणूक काय ठाऊक नव्हती? त्याला दुसऱ्या कुठल्याही स्त्रीची ओढ नाही हे पाहून, ते समजत असूनही कुमुदला त्याच्या संबंधात उदासीनता होती. ही तर दुष्यंत-शकुंतलेचीच कथा झाली. फरक इतकाच, की नाटकामध्ये त्यावेळी शकुंतलेची झालेली स्थिती आज दुष्यंताची – म्हणजे त्याची – झाली होती. अरेरे, कशी झाली होती तिची अवस्था. तिच्याबरोबर गेलेल्या सर्व ज्येष्ठ, आप्तजनांनी, दुष्यंताला सांगितलं ही 'तुझी लग्नाची पत्नी, तुझ्या मुलाची आई होणार आहे. आतापर्यंतचा काळ तिने तिच्या माहेरी व्यतीत केला आहे. आता आम्ही तिला तुझ्या पदरी घालत आहोत. तिचा स्वीकार करावा.' 'स्त्री तर स्वीकार करण्यायोग्यच आहे पण त्यानं तिच्याशी लग्न केल्याचं आठवत नाही' असं दुष्यंत म्हणाला. 'मी तिच्याशी विवाह केला हे लक्षात नाही म्हणून स्वीकारू शकत नाही.' म्हणाला. तेव्हा 'तूच त्याला आठवेल अशी खूण सांग.' असं आप्तजन शकुंतलेला म्हणाले. तिने सांगायला सुरुवात केली. 'एके दिवशी नवमालिका पुष्पकुंजाखाली तुम्ही दीर्घपांग नावाच्या एका हरिणाच्या पाडसाला कमळाच्या द्रोणातून पाणी पाजत होता. तुम्ही पुष्कळ प्रयत्न केला होता पण पाडस पाणी प्यायला आलंच नाही. तेव्हा मी तुमच्या हातातील द्रोण माझ्या हातात घेतल्यावर लगेच येऊन पाडसानं पाणी पिऊन टाकलं. तेव्हा तुम्ही चटकन म्हणाला, 'प्रत्येकाला आपापल्या लोकांवरच विश्वास असतो.' आणि हसलात. ही कथा ऐकताच दुष्यंताला आठवेल ह्या आशेनं शकुंतला पण हसली. 'गोष्ट चांगली आहे. बायका खोटं पण आकर्षक करून सांगू शकतात हे सिद्ध होतं.' असं म्हणाला दुष्यंत.'

ठीक आहे. माझी अवस्थापण अशीच झाली असावी नाही का? 'दुसऱ्या स्त्रीचं आकर्षण नाही म्हणणं हे ब्रह्मचर्यपालन की वार्धक्याचं लक्षण?' असं म्हणून टाकलं तिनं तर? रामण्णाला हळहळून आलं, 'सत्यावर विश्वास बसू देणं सोपं नसतं म्हटल्यावर त्यापेक्षा दुसरी ट्रॅजिडी कुठली? आमच्या संप्रदायात ट्रॅजिडी शब्द प्रचलित नाही. दुर्दैव म्हणू या.' म्हणत रामण्णानं दीर्घ श्वास घेतला.

आताच दैवासंबंधी काही विचार आला होता ना? कसला, कसला बरं? विचार

कसाही असो, पण 'दैव' म्हणून टाकणं जबाबदारी झटकून टाकण्यासारखंच. माझी जबाबदारी काय? मी कुमुदवर प्रेम करतो पण तिचा त्यावर विश्वास नाही, त्याविषयी माझी जबाबदारी कोणती? तिला विश्वास वाटावा असं काय सांगावं? कसं सांगावं? उंहू! ती माझी जबाबदारी नाही. मी कुमुदवर प्रेम करतो हा विश्वास हृदयात बाळगून त्यावर विसंबून राहिलं पाहिजे हीच माझी जबाबदारी.

'छान, हात बांधून स्वस्थ बसायचं हेच माझं कर्तव्य म्हणायचं म्हणजे फार गहन निर्णय घेतला.' अशी स्वत:चीच अवहेलना केली. 'हात बांधून गप्प बसण्याकरिता आणखी काय करू शकतो.' असं स्वत:लाच म्हणाला.

हा विषयच असा आहे. 'तुझ्यावर माझं प्रेम आहे.' पण कोण विश्वास ठेवील त्यावर? 'प्रेम आहे' ह्यावर स्वत:च्या अनुभवानं येणारा विश्वास नसेल तर दुसऱ्याच्या नुसत्या तोंडी बोलण्यावर येणार नाही.

कथा-कादंबरी नाटकात लिहितात तसं 'प्रिये, तुझ्यावर प्रेम करतो,' नायक म्हणतो, 'प्रियकरा, तुझ्यावर माझं मन मोहून गेलंय.' नायिका म्हणते. व्यवहारी जगात ते इतकं सोपं असतं तर क्षणोक्षणी प्रेमविवाह, आणखी दुसऱ्या क्षणी दुसऱ्याच बरोबर प्रेमविवाह झाले असते. तो साहित्यिक, त्याला मनुष्यस्वभाव चांगलाच माहीत आहे असं रामण्णा स्वत:शीच बोलतो. त्यानं स्वत:नं इच्छिलेल्या बाईवर तात्पुरतं प्रेम करायचं ही नर प्राण्याची नैसर्गिक प्रवृत्ती. मातृत्व प्राप्त झाल्यावर नराला संपूर्ण विसरायचं ही स्त्री प्राण्याची नैसर्गिक प्रवृत्ती. मनुष्य प्राण्यात पण ही प्रवृत्ती सामान्यत: आहे पण कुटुंबजीवीमनुष्यप्राण्यास त्याला प्रिय असलेल्या व्यक्तीचा निरंतर सहवास हवा असा एक विचार. ह्यातूनच एक प्रकारची प्रेमाची कल्पना उत्पन्न झाली असेल.''

रामण्णानं चटकन मनगटी घड्याळ बघितलं आणि म्हणाला, 'काय पण विचारांचा उत्सव आज! जळला हा उत्सव, होळी पौर्णिमेचा बेबंद धांगडधिंगा नुसता' असं क्रुद्ध मुद्रेनं म्हणाला. ही घाणेरडी सभा लवकर सुरू होऊ नये का? हं. पाहिलंत कोणावरचा राग कोणावर पाखडला जातोय ते.

रामण्णा थकल्यासारखा हळूच बसला. इतकं झालं तरी मनात एक अनपेक्षित उत्साह आहे हा विचार त्याला सोडत नाही. कसला हा उत्साह? दहा वर्षांच्या तपश्चर्येला मोक्ष, नाही नाही, दहा वर्षांच्या तपश्चर्येमुळे मोक्ष मिळतो काय? कुमुद-शिवाय मला दुसरं कोणी प्रिय नाही. ती सुखात असली तर पुरे, ती माझी झालीच पाहिजे असा माझा हट्टपण नाही.

हां, हां, थांब, ही काय वैराग्याची तयारी की वार्धक्याचं लक्षण? अंहं दोन्हीही नाही. माझ्या हृदयाची शपथ. हे खरं की ती सुखानं, संतोषानं माझ्या अवतीभवती असली तरी पुरे. हेच माझं परमसुख. ती, मोहन, नाही – ती आणि मोहन भिन्न नाहीत,

मोहन तर तिचाच अंश. तिच्यावर जेवढं प्रेम करतो आहे तेवढंच मोहनवर पण करतोय.

कुमुद माझ्यावर प्रेम करते हे मला माहीत आहे. माझ्या सुखात ती सुख पाहते. हेही माहीत आहे. म्हणूनच आजच्या सभेला तिनं यायला हवं अशी माझी मनीषा. माझा सत्कार बघून तिला आनंद होईल. तिला आनंद झालाय हे बघून मी सुखी होईन. आम्ही दोघं एकमेकांना आनंदानं बघत असता आमची नजर एकाच जागेवर म्हणजे मोहनवर खिळली असेल.

त्याच्या डोळ्यांत तरारणारे अश्रू लपवयला 'मोहनला पण येऊ दे सभेला.' असं जवळ जवळ ओरडलाच रामण्णा. 'मोहनला येऊ दे सभेला.' खिडकीजवळ जात म्हणाला. जिन्याजवळ जाऊन म्हणाला.

-१५-

कामात गुंतलेली कुमुद एकाएकी थांबली. काहीतरी ऐकलं ना? कोणी बोललं तर नाही? एकदम पुतळ्यासारखी स्तब्ध झाली. छे, पुतळ्यासारखी नाही. पुतळ्याला उभं राहायला दोन भक्कम पाय असतात. तिला पायच नव्हते, म्हणजे तिच्या पायात त्राणच नव्हते, हात मांड्यावर टेकत त्यांच्या आधारे हळूच उभ्या जागीच बसली.

'मोहनला पण सभेला येऊ दे.' रामण्णाचा आवाज. जिन्यावरून खाली उतरलेला आवाज. हा आवाज तिला दोरासारखा भासतो ज्याच्या आधारे ती वर उठली. आरशासमोर येऊन उभी राहिली. कपाळावर भिरभिरणारे केस मागे सारले. हे काय! हाताला घाम, कपाळावर घाम! का? का? छाती धडधडत होती. दुःख, आनंद ह्या दोघांची लक्षणं सारखीच. भय, घाम, गळून गेल्यासारखं वाटणं, पण त्याचा परिणाम म्हणजे तिला चैतन्य आल्यासारखंच वाटलं. दुःख आणि आनंदात हाच एक फरक असावा. आता तिला आनंद झालाय. मोहन सभेला यावा असं तिला वाटत होतं. रामण्णा पण तेच म्हणाला त्याचा तिला आनंद झाला. तिला नेहमी असंच होतं. तिचे आणि रामण्णाचे विचार जुळले म्हणजे रामण्णाचा स्पर्श झाल्यासारखंच वाटत असे तिला. स्पर्श झाला की लगेच शरीर थरथरायचं, घाम फुटायचा. पायातील शक्तीच गळून गेल्यासारखं व्हायचं. असं का? का?

आनंदाच्या उत्साहात तिनं स्वतःलाच हा प्रश्न केला होता?

किती युगांचा अनुभव! किती वर्षांचा आनंद. शरीर परत परत त्यावेळचे

अनुपम अनुभव, त्यावेळचा अलौकिक आनंद आठवत होतं असं वाटत होतं तिला. एकवेळचा प्रत्यक्ष अनुभव आज अप्रत्यक्षपणे परतला होता. पहिल्यावेळी जेव्हा हा अनुभव आला होता तेव्हा ती स्त्रीजन्माला आल्याचं सार्थक झालं असं तिला वाटलं. ती, तिचं, तिचे ह्या सर्वांची जाणीव असूनही कसलीच जाणीव नसल्यासारखा, दुःख जाणवत असूनही सुखच निर्माण झाल्यासारखं, क्षणिक असूनही चिरंतन वाटणारा, आणखी दुसरा स्पर्श झाला तरी तो एकच स्पर्श आठवून देणारा अनुभव..

कुमुदचं शरीर ते आठवलं की थरथरतं, आता पण ते थरथरतंय. पायातलं त्राण सरलेलं जाणवून उभे राहण्यास असमर्थ आहेत असं वाटून ती खुर्चीत बसली. ती स्वतःचं अस्तित्व विसरल्यासारखी आरशात स्वतःचं प्रतिबिंब बघत राहिली. अंगात ताप तर नव्हता पण श्वास गरम होता ना डोळे मिटून बसली. घर, सभा, सत्कार सगळे काही विसरल्यासारखं झालं. आता ती दुसऱ्याच एका जगात विहार करत होती.

तो दिवस, कुठला बरं? कुठला का असेना? तिच्या जीवनातला असाच एक चिरंतन आनंददायी दिवस. त्या दिवशी रामण्णा काहीतरी लिहीत होता. त्याच्या टेबलासमोर आरसा होता. ती बराच वेळ उभी, दूर राहूनच पाहत होती. विशाल पाठ, उजवा हात लिहिण्यासाठी सरसावलेला, डोक्यावरचे केस विखुरलेले, डाव्या हातानं अधूनमधून कान खाजवत होता रामण्णा. हळूच जाऊन ती खुर्चीच्या जवळ मागे उभी राहिली होती. जवळ उभं राहायला खुर्चीला हातच नव्हते. किती वेळ ती नुसती उभीच. ती आरशात दिसत होती तरी त्याचं लक्ष नव्हतं. एकदा तोंड वर करून पाहिलं, स्वतःचं कपाळ डाव्या हातानं चाचपलं, तरीही तिच्याकडे त्याचं लक्ष गेलं नव्हतं. काय ही एकाग्रता! डोक्यावरचे केस हळूच सारखे करू लागली, पण त्याचा ध्यानभंग होईल ह्याची भीती वाटली. ऊंहू! बाहेरच्या जगाची शुद्धच नव्हती, तिला जरा हिरमुसल्यासारखं झालं. ही एकाग्रता की दुर्लक्ष? तिच्याकडे अशा प्रकारे दुर्लक्ष करावं? थोड्या धारिष्ट्यानं हळूच त्याच्या डाव्याबाजूस सरकली. एकच क्षण. उजवा हात लिहीतच होता. डावा हात तिला हळूच विळखा घालत होता. ध्यानभंग झाला काय? नाही, नाही. लिहिणं चालूच होतं. डावा हात तिला विळखा घालून होता. केवढी ममता त्या स्पर्शात, किती मृदू होता तो स्पर्श! विळखा घातलेल्या हातांनी तिला खाली ओढलं. ती आता रामण्णाच्या मांडीवर बसली होती. तरीही रामण्णाला त्याची शुद्ध नव्हती. इतकंच काय? तिची पण शुद्ध हरवली होती की काय? ती इतका वेळ कुठे बसली होती ते तिच्या लक्षातच आलं नव्हतं. किती वेळ बसली त्याचंही भान नव्हतं. एकमेकांशी बोलणं नव्हतं. दोन शरीरातली दोन हृदयं जणू एक झाली असं वाटून बसूनच राहिली दोघंजण.

काय लिहिलंय ते बघण्यात ती मग्न होती. तिला कुरवाळत लिहिण्यात रामण्णा मग्न होता. खांद्याशी खांदा, गालाला गाल, कमरेवर हात, जणू दोन्ही देहांना चिरून आतील दोन हृदयं एक होऊ पाहत होती. ती तशी न बोलता डोळे मिटून किती वेळ बसली होती ह्याचा पत्ताच नाही.

त्या नि:शब्द तन्मयतेतला आनंद ती कधीच विसरू शकणार नाही असं कुमुद स्वत:लाच म्हणाली.

परत त्याच आनंदाचा आस्वाद घेण्यासाठी तिनं पुन्हा डोळे मिटले. कुमुदला आज उल्हसित वाटत होतं. रामण्णासाठी छान कपडे काढून ठेवले होते. मोहनची पण सर्व तयारी करून ठेवली होती. ती, अं... तिची पण तयारी झाली आहे ना? रामण्णाच्या सत्कारसभेत तिला साजशृंगाराची काय गरज? रामण्णा लेखक, म्हणून काय झालं? ती लेखकाची अर्धांगी त्यादिवशी रामण्णाच्या मांडीवर बसली होती तेव्हा तीच लिहीत बसलीय असा भास झाला होता. "तुमच्या एकाग्रतेत विघ्न आलं तर रागवाल असं वाटलं." कुमुद म्हणाली.

"कसली एकाग्रता?"

"लिहीत होता तेव्हाची."

"शाब्बास! चांगलाच प्रश्न विचारलास तू नाही का? लिहीत असता साक्षात स्फूर्तिदेवीने दरवाजा खटखटावला तर लेखकाची एकाग्रता भंग होईल काय?"

"स्फूर्ती यावी म्हणून डोकं खाजवत होता काय?"

"नाही, आलेल्या स्फूर्तीला आत्मसात करण्याची शक्ती यावी म्हणून डोकं थोपटत होतो."

"ही कोण स्फूर्ती? आपण दोघं असता आणखी कोणी आली तर..."

"आली तर नाही, येऊन मांडीवर बसून राहिली तर" असं म्हणत मोठ्यानं हसला. ती स्फूर्ती! तिच्यामुळे त्रास नाही उलट लिहिण्यास उत्साह. किती अभिमान वाटला तिला. रामण्णाच्या लेखनास ती आवश्यक. तसं असेल तर तिला फार दक्ष राहावं लागणार. आई जशी मुलाचं पालन करते तसं तिनं रामण्णाच्या लिखाणास प्रोत्साहन दिलं पाहिजे. ह्या विचारांनी तिला झोप आली नाही म्हणून उठून सुखानं झोपलेल्या रामण्णाला बघितलं. खरंखुरं बाळ! खेळून खेळून दमलाय. किती भव्य कपाळ! चटकन् त्याचं चुंबन घेतलं. रामण्णानं डोळे उघडले. अय्या? ढोंगी! झोपला नव्हता. चुंबन घ्यायला गेलेलं तिचं तोंड वरती उठलंच नाही. ती स्फूर्ती, ती रामण्णाची सरस्वती. कालिदासाच्या मुखात मुख ठेवून विद्येचा वर देणारी सरस्वतीच ना? ती स्फूर्ती, लेखक रामण्णाहून तिचं व्यक्तित्व निराळं नव्हतं. लेखक आणि त्याची स्फूर्ती दोघं एकरूप असतात. एकापासून दुसरा अलग नाही. त्या दोघांचं तादात्म्य असलं तरच कलाकृती जन्माला येणार.

मोहन ही कलाकृती त्याच दिवशी साकार झाली होती. ते ती कसं विसरणार? रामण्णा मोहनला हाक मारताना रामण्णाच्याच तोंडून मोहन हे नाव बाहेर येताच त्यावेळच्या प्रसंगाचं चित्र तिच्या डोळ्यासमोर उभं राहिलं. ती हळूच उठली. ती अजूनही रामण्णाच्या मांडीवरच बसली होती असा भास झाला तिला. खुर्चीवरची गादी आपल्या मांडीवर घेत परत खुर्चीवर बसली.

मी किती सुखी! मी किती दुर्दैवी! असं स्वत:लाच म्हणाली. दुर्दैवी नाहीतर दुसरं काय? जेवढ्या एकाग्रचित्तानं लिहिलं तेवढ्या एकाग्रतेनं प्रेम करायला हवं होतं ना? हवं होतं कशाला. त्याच्यात संशय नसावा. त्यानं लिहिलेल्या पुस्तकातील स्त्री पात्राव्यतिरिक्त दुसऱ्या कुठल्याही स्त्रीविषयी कसलाही विचारच नव्हता. पण मीच दुर्दैवी.

छे, हा कसला विचार! मनात काही तरी अनपेक्षित घडणार आहे अशी उत्कंठा असताना ह्या मागल्या चुकांच्या चिखलात हात कशाला घाण करावे? रामण्णाचं प्रेम आज तिला प्रथमच दिसल्यासारखं झालं. ती आज नवी नवरीच असं वाटतंय. रामण्णाचा आवाज ऐकून उत्साह, लज्जा, रोमांच! ती नववधूच. उहूं. ही वेशभूषा ठीक नाही. प्रसंगाला साजेसा वेष केला पाहिजे. ती शृंगार करून सभेला गेली तर रामण्णाला आनंद, रामण्णाला आनंद झाल्यास तिला आनंद. दोघेजण आनंदमय होऊन डोळे भरून मोहनकडे बघतील आणि मुलावर दृष्टी खिळवत एकमेकांचं चुंबन घेतील.

कुमुद झटकन थांबली. तिच्यासाठी दुसरी एक नवी साडी घेऊन विचारांच्या भरात हातातच घेऊन उभी राहिली. एकदा घाबरल्यासारखं जिन्याकडे बघितलं. ही साडी नेसत असताच रामण्णानं तिला सतावलं होतं. त्या दिवशी शेवटी रागावून 'असेच विचार मनात धरून पुस्तकं लिहिलीत तर संभावित लोक ती वाचायला हात पण लावणार नाहीत.' असं म्हणाली होती. रडण्याएवढा राग आला होता. रामण्णा प्रयासानं संयम राखून उभा राहिला, पण तिला मात्र त्यानं सोडलं नाही. त्यानं तिला जवळ ओढताच साडीच हातात राहिली नव्हती.

कुमुदनं मंदस्मित करून जोराचा श्वास घेतला. मोहन अजून जन्मला नव्हता तेव्हा ते सुदैवच म्हणायचं असं स्वत:शीच म्हणाली. मोहन झाल्यावरही तसंच. रामण्णाचा खेळकरपणा जराही कमी झाला नव्हता. त्या आणखी एके दिवशी, ती आत्तेच्या घरून पहिल्यावेळी परतली होती, तेव्हा मोहनला उचलून घ्यायच्या मिषानं मर्कटलीला केल्या नव्हत्या का? पण तीच मूर्ख, तीच दुर्दैवी!

अय्या! परत कशाला दुर्दैवाचा विचार करतेय? एवढ्यात मोहन आला तर दोघंजण एक-एक हात पकडून त्याला सभेला घेऊन गेलं तर? नको, नको मोहनच्या ऐवजी त्यांना माझा हात पकडायचा तर पकडू दे. मोहनलाच विचारू

नाहीतर. हा मुलगा थोडासा लवकर आला तर बरं झालं असतं.

आरशात बघून घेतलं, साडी पसंत नाही का तिला? मोहन लवकर आल्यास बरं झालं असतं. मोहनला सभेला येऊ दे म्हणाले, अरे वा! मोहनला सभेला येऊ दे असं नाही का म्हणाले आत्ताच. ते मलाच उद्देशून म्हणाले असं दिसतंय. मी खुळ्यासारखी माझ्याच विचारात गर्क. मी लक्षच दिलं नाही असं काहीतरीच समजतील.

खालच्या जिन्याजवळ गेली. किती वेळ झाला, त्याची वाट पाहत उभी आहे. पण ह्या मुलाचा पत्ता नाही.

"मोहनची वाट पाहत उभी आहे." असं मोठ्यानं म्हणाली. त्यानंतर तिनं लगेच चूक करणाऱ्या मुलासारखी जीभ चावली आणि कुमुद जिन्यापासून दूर झाली.

-१६-

"मोहनपण येऊ दे सभेला." म्हणत रामण्णा वरच्या जिन्यावर उभा राहून कावराबावरा होऊन सभोवताली बघत राहिला.

"मोहनची वाटच पाहत उभी आहे." कुमुदचा आवाज. तो आवाजच डोळ्यांनी बघायची इच्छा असल्यासारखे डोळे विस्फारून बघत असता रामण्णाच्या डोळ्यांपुढे अंधार पसरला. जिन्याच्या खांबाला पकडून उभा राहिला. फक्त एक क्षणच. वर्षानुवर्षं बंद असलेल्या अरण्यातील देवळात दाटलेला काळोख जणू दूर झाला. दृष्टी स्वच्छ, साफ झाली. काल, देश ह्या सीमा पार करून पाहण्याची शक्ती तीक्ष्ण झाली. अंग पुलकित झालं.

'मनुष्याचं अंतरंग हे विलक्षण जगच.' असं स्वत:शीच म्हणत खोलीत लांब लांब येरझारा घालू लागला. मनुष्याचं ज्ञानपण विलक्षणच म्हणायचं. कुठल्याही गोष्टींचा सरळ अर्थच लागत नाही. मनुष्याला अत्यंत सुखकर गोष्ट कोणती? अमुक एकच असं सांगणं शक्य तरी आहे का? पूर्वी कधी एखादी घटना दु:खदायक वाटली. तिच्या तुलनेत विरुद्ध दिसणारी घटना सुखकारक असा अर्थ व्हावा ना? हुं. आमचं प्रत्येक ज्ञान असंच. म्हणूनच मनुष्याला स्मृती ही एक खास शक्तीपण आहे. एक सध्याची - वर्तमान, एक पूर्वीची - प्राचीन. प्राचीन काळातील अनुभवांच्या तुलनेत वर्तमान काळातील अनुभव म्हणजे ज्ञान समजलं जातं. तोच आवाज पूर्वी ऐकला असता उद्विग्न होत असे. हेच नाही का ज्ञानानुभवाचं वैचित्र्य? तो आवाज ऐकल्यावर पूर्वीच्या सुखद दिवसांची आठवण झाली. त्यांच्याशी तुलना करत

बघताना पूर्वी उद्विग्न होत असे. पण आज? आत्ता? तोच आवाज ऐकताच मागल्या उद्विग्नतेच्या तुलनेच्या आठवणीत आजचा अनुभव सुखकारक वाटतो. असंच ना?

रामण्णा दिलगीर झाला. कुमुदचा आवाज ऐकून त्याचं शरीर पुलकीत झालं होतं हे खरं पण ह्याला आनंद म्हणायचं का? डोळ्यांपुढे अंधार झाला नव्हता का एक क्षणभर, ते काय आनंदाचं लक्षण?

रामण्णानं दीर्घ श्वास घेतला आणि तो जाऊन खुर्चीवर बसला. हा अंतरंगाचा पडदा उलगडणं कठीणच असं स्वत:शीच म्हणाला. साक्षात परमेश्वराला न उलगडणारं हे रहस्य आमच्यासारख्या मानवास कसं उलगडणार असं हसत हसत म्हणाला. अरेरे, साक्षात परमेश्वराचा अवतार असलेल्या श्रीरामप्रभूंची काय स्थिती झाली होती भवभूतीच्या उत्तर रामचरित नाटकात?

'तुझे हात माझ्या गळ्याचा आश्रय घेऊ देत.' रामचंद्र सीतेला म्हणाले, सीतादेवी लाजून स्तब्ध उभी राहिली. तेव्हा रामचंद्र स्वत:च्या हातांनी तसं करतात. नंतर गडबडून जाऊन म्हणतात, ''प्रिये किमेतत्, असं काय? दिग्मूढ झाल्यासारखं बोलले. तिच्या बाहुस्पर्शानं त्यांना असं काय झालं? काही समजत नाही म्हणत तोंडभरून बोलले.

विनिश्चेमूशक्यो न सुखमिति. वा दुखमिति -वा
प्रमोहो निद्रावा किमु विषविसर्प: किमु मद:।
तव स्पर्शे स्पर्शे ममहि परिमूढे, द्रिय गणो
विकारश्चैतन्यम् भ्रमयति - च संमिलयति च।।

काय हे विचार! काय त्याचा अर्थ. एखादा हीन बुद्धीचा टीकाकार त्याचा अर्थ असा लावू शकेल. 'सर्वमिदम् सीताया भोग्यताप्रकर्षे तात्पर्यमाविष्करोति.' स्त्रीचा स्पर्श नुसता शुद्ध हरवून टाकणारा असेल तर ती स्त्री, एक विशेष भोगवस्तू होय असा असभ्य अर्थ टीकाकार लावतील. कधीही आहार, निद्रा, भय, मैथुन ह्यातच रुची बाळगणारा मानवपशूच असं समजेल पण भवभूतीनं सांगितलेलं तसं नव्हतं. स्पर्शातून अद्वैतआनंद होतो असं त्याला म्हणायचं होतं. सुख-दु:ख, प्रमोह-निद्रा, विष-मद अशा कुठल्याही भावनांना थारा न देण्याचं सामर्थ्य होतं त्या स्पर्शात.

भवभूतीचं म्हणणं खरं आहे. एक क्षणभर डोळ्यांसमोर अंधेरी दाटल्यानंतर अद्वैतानंदाचा अनुभव त्याला आला. अशा अद्वैतानंदात भोगी कोण? भोगवस्तू कुठली?

अंगात शक्ती संचारली असं त्याला वाटलं. कुमुदचा आवाज, कुमुदचा स्पर्श, कुमुदच्या आठवणी ह्या सर्वांमुळे विद्युतसंचार झाल्यासारखं त्याच्या शरीरात सामर्थ्य वाढल्यासारखं व्हायचं. तो खरोखरीच भाग्यवंत. इतकं प्रेममय जीवन अनुभवलंय त्यानं.

रामण्णानं त्याचा विचारप्रवाह थांबवला. 'हुं. मोठंच भाग्य!' स्वतःशीच बोलला. दहा वर्षं सोसलेल्या यातना आठवल्या तर.

नाही, त्या यातना नव्हत्या. त्याच्या मनात एक विचार आला. मनुष्य सुखी होण्यासाठी त्याचे कष्ट संपायला पाहिजेत असं म्हटल्यास मनुष्य कधीच सुखी होणार नाही असं त्याला वाटलं. भाड्याचं घर गळायला लागलं तर त्याला जबाबदार कोण? ते होऊ न देणं भाडेकरूच्या हातात थोडंच असतं? जीवनात आमच्यापेक्षा वरचढ अनेक शक्ती, अनेक प्रसंग आहेत. त्यांच्यामुळे उद्‌भवणाऱ्या कष्टांनी आपण एवढं खचून जावं का? असल्या सर्व शक्तींना जिंकलं तरी मनुष्य मृत्यूला कसा जिंकणार! एकवेळ मृत्यूला जिंकलंच तर जीवनाचा तिटकारा येईल मनुष्याला. कष्ट नाहीसे व्हावेत ही मनीषा करणंच चूक. अज्ञान, कष्ट, अनुभव देतात हे समजलं, तर तर कष्टाचं कष्टत्वच नाहीसं होईल. रामण्णाला हसणं आवरेना. 'कष्टाचं कष्टत्व' हा विचार आणखी निराळ्या पद्धतीनं कसा सांगावा. असू दे. माझ्या मनातलं निदान मला तरी समजलंय ना? स्वतःचं स्वतःच समाधान करणं अगदी सोपं म्हणताच आणखी एक विचार सुचला. दुष्यंत-शकुंतला, यक्ष-यक्षिणी, राम-सीता यांचं एकमेकां-बद्दलचं प्रेम विरहांतूनच सूचित केलंय कविजनांनी.

यक्ष यक्षिणीवर प्रेम करतो, त्याला एक वर्ष विरहव्यथा.

दुष्यंत शकुंतलेवर प्रेम करतो, त्याला ९-१० वर्षं शकुंतलेपासून दूर राहावं लागतं.

राम सीतेचं प्रेम अनुपम. मुलांच्या जन्माच्या संदर्भात शेवटी सीतेचा वियोग होतो. तो दहा वर्षं कुमुदपासून दूर आहे म्हणून तो कुमुदवर प्रेम करतोय. वा, सिद्धांत तर छान मांडलाय नाही!

सिद्धांत छान आहे, तर्कबद्ध आहे. फक्त कुमुदनं कबूल करणं बाकी उरलंय! नाही. आता बाकी उरलंच नाही. कुमुद कबूल झाल्यासारखीच आहे. "मोहनला सभेला येऊ दे" हे मी म्हणाल्यावर लगेच "मोहनची वाट बघतेय." असं नाही म्हणाली?

छे. किती वेडपटपणा. एवढ्या साऱ्या गोष्टींत इतका सगळा अर्थ त्यानं शोधायचा? पण अर्थ शब्दात होता की त्याच्या कल्पनेत?

'मोहनची वाट बघतेय.' ह्याचा अर्थ मी तयार आहे असाच ना? त्याला त्याच्या बोलण्याचं आश्चर्य वाटलं. 'खरंच, कुठल्या शब्दांना कुठला अर्थ देतोय मी फक्त कल्पना करून.' असं म्हणाला. मोहनची वाटच पाहतेय हे शब्द कुठे आणि मी तयार आहे हा अर्थ कुठे? तरीही त्याला ही कल्पना कशी आली? परंतु त्यानं कल्पना केलेला अर्थच खरा असा रामण्णाचा दृढ विश्वास. का, कारण काय? कुठल्या आधारावर?

हे सगळं मला माहीत नाही. आधार नाही. कारण - कारणच हवं असेल तर हृदयाची भाषा हृदयालाच अवगत, बुद्धीला नाही. त्याला कुठल्याही व्याकरणाचे नियम नाहीत, असं वादात प्रतिस्पर्ध्याला ठाम उत्तर दिल्यासारखं निर्धारानं म्हणाला.

ती तयार आहे असं कुमुदनं त्याला कळवलं ह्या आनंदाच्या भरात काय करावं, काय बोलावं हे समजलं नाही. मी कधीपासूनच तयार आहे म्हणाली ना? म्हण, म्हण, गाढवा काही तरी बोल. किती वर्षांनंतर पहिल्यांदाच त्याच्याशी इतक्या आत्मीयतेनं बोलली. ती आपण होऊन तयार झालीय. काही तरी समर्पक बोल असं स्वत:लाच खडसावलं. संकोच वाटून स्वत:लाच जणू पुढे ढकलत जिन्याजवळ गेला.

'स्वागत समिती यायची वेळ झाली.' म्हणाला.

झटकन् खिडकीजवळ गेला. खिडकीजवळ उभं राहून जिन्याकडे बघत, 'स्वागत समिती यायची वेळ झालीय.' असं दुसऱ्यांदा म्हणाला.

-१७-

कुमुद गडबडून गेली. ''स्वागत समिती यायची वेळ झाली'' असं म्हणालाना रामण्णा? त्याचा अर्थ ती जाणून होती. ''स्वागत समिती यायची वेळ झालीय.'' म्हणजे मी तयार आहे, तू तयार झालीस का? असंच रामण्णा तिला सतावण्यासाठी म्हणाला.

कुमुदला हसू आलं.

रामण्णा म्हणे तयार झालाय. तिला रामण्णाची तयारी माहीत नव्हता का? कोट घालायचं विसरून टोपी आधी घालायची सवय त्याची. तिला भीती वाटली. आलेलं हसू आवरलं नाही तर रामण्णाला ऐकू येईल ना? पण तिला हसू आवरे ना. एक दिवस कसल्यातरी बोलण्यावर रागावून बाहेर पडताना, जाताना अंगावर कपडे नव्हते हे विसरून कोटच फेट्यासारखा डोक्याला बांधून बाहेर पडत होती स्वारी! असो.

रामण्णा तयार होणार म्हणजे कोणी तरी दुसऱ्यानं सगळं बरोबर आहे हे बघायला हवं, कारण ह्या दिवशीची सभा महत्त्वाची. रामण्णासाठी काढलेले कपडे बरोबर आहेत ना? आत्ता कुठले घातलेत कोण जाणे? पहिली त्याची तयारी नंतर बाकीच्यांना संधी. ती अजून तयार झाली नाही म्हणून ताशेरे!

कुमुद आरशासमोर उभं राहून पाहत होती. ती तयार झाली होती. सार्वजनिक

सभेस रामण्णाच्या पत्नीला शोभेसे कपडे घालून ती तयार होती.

"स्वागत समिती येण्याची वेळ झाली." रामण्णानं दुसऱ्यांदा सांगितलं ते ऐकलं. तेच ते. तिनं सांगितलं ना "बाकीच्यांनी उशीर करू नये." असं तो म्हणतोय. पण ती तयार व्हावी हे रामण्णा विसरला नव्हता. हे भाग्यच म्हणायचं. सगळे पुरुष सारखेच. बाहेर पडायचं म्हणजे पडलेच बाहेर. जरा दमानं बाहेर पडावं. कुठे जायचं ते लक्षात घेऊन योग्य वेशभूषा करावी. दिवसरात्र स्वयंपाकघरात काम करणाऱ्या स्त्रीलाही बाहेर पडण्यासाठी वेशभूषेचा नखरा माहीत असतो.

कुमुदनं परत आरशात पाहिलं. घाई कशाला? मी आता तयार आहे. पण कुमुदला लाजल्यासारखं झालं. रामण्णासाठी तिनं चांगले कपडे काढून ठेवलेत. सभेचं बोलावणं यायच्या आधीच त्यानं कपडे बदलायला हवेत. मी जाऊन दिले तर? कुमुदला कापरंच भरलं. तिनं जायचं? त्यातूनही ही नवी साडी नेसून? तिला भीतीच वाटली. पण रामण्णानं कपडे तर बदलायलाच हवेत. नाहीतर लोक तिला काय म्हणतील! "घरात दोन पुरुष आहेत पण दोन बाळंच जणू!" असं स्वत:ला म्हणाली कुमुद. इथे मोहननं घालायच्या कपड्याची काळजी तिनं करायची आणि रामण्णाच्या कपड्याची काळजी पण तिनंच करायची. दोघांनीही घालायचे कपडे तयार केले आहेत.

"अय्या! मोहनचे कपडे काढून ठेवलेत." आरशातून तोंड फिरवून म्हणाली. लाजून हळूच खालच्या पायऱ्यांजवळ जाऊन म्हणाली.

"झालं. मोहनचे कपडे काढून ठेवलेत." असं परत म्हणाली.

-१८-

खिडकीजवळ उभा असलेल्या रामण्णाचा चेहरा खुषीनं फुलला आणि त्यानं खिडकीपासून तोंड फिरवलं.

"झालं, मोहनचे कपडे काढून ठेवलेत." कुमुदचा आवाज.

त्याचा चेहरा हास्यानं आणखीनच फुलला.

बायकांचा स्वभाव! घराला आग लागली तर घरातून बाहेर पडायलाच हवं पण त्याच्याआधी आरशासमोर उभं राहून केस सारखे करण्याचा स्वभाव!

माझे कपडे बरोबर नाहीत म्हणाली नाही का? रामण्णाचं शरीर खुषीनं तरारलं. अजूनही त्यानं चांगले कपडे घातले पाहिजेत हा तिचा हट्ट! छे, इतकी आशा का नसावी? त्याच्यासाठी इतका अभिमान बाळगणारं दुसरं कोण आहे.

“मोहनचे कपडे काढून ठेवलेत.” दुसऱ्यांदा कुमुदचं हे बोलणं ऐकून रामण्णा जिन्याजवळ गेला. नाही, ते बोलणं एखाद्या रस्सीप्रमाणे त्याला खेचून गेलं. केवढ्या वेगानं जिन्यावर गेला. ओहो, मी खाली यावं अशी तिची अपेक्षा! माझ्यासाठी कपडे निवडून तयार ठेवलेत. तिला वरती यायला इतकी लाज का वाटते? हूं म्हणजे तिचा साजशृंगार झाला असावा म्हणून वर यायला लाजतेय. ते बघायला त्यालाच खाली जायला हवं. त्यानं तिला साजेसे कपडे घालायला पाहिजेत. रामण्णानं दीर्घ श्वास घेत नाटकी ढंगानं म्हटलं, “यत्र नार्यस्तु हेळंते सुं अंते तत्र मानुषा:” बायका बोलत असतात तिथे पुरुषांनी चूप राहावं.

किती खुळा आहे तो! खाली यावं असं कुमुद तोंडानं म्हणतेय आणि तो काय काय बडबडत वरतीच उभा.

रामण्णानं मनगटी घड्याळात बघितलं. “ठरल्या वेळेला अजून पाचच मिनिटं उरलीत.” म्हणत नेटानं खिडकीतून बाहेर पाहत राहिला.

-१९-

“फक्त पाच मिनिटं उरलीत ना.” रामण्णाचं बोलणं ऐकून कुमुदनं तिचं मनगटावरील घड्याळ पाहिलं.

“होय, पण मोहन आलाच नाही ना?” पाच मिनिटं उरलीत, अजून मोहन आला नाही. का बरं? हे रामण्णा तिलाच विचारतोय असं कुमुदला स्पष्ट समजलं. घाईघाईत सभोवताली बघत दरवाज्याजवळ धावली. दरवाज्याजवळ डाव्या हातास असलेल्या जिन्याकडे पाहिलं. जिन्यापासून थोडं दूर. खिडकीतून बाहेर बघत असलेल्या रामण्णाची पाठ दिसत होती. लेखकांच्या पाठीलासुद्धा डोळे नाहीत हे भाग्यच असं म्हणत हळूच रामण्णाला पाहत पाय पुढे उचलले. एवढ्यात रामण्णानं तोंड फिरवून ‘मोहन आला’ असं म्हटलं. मोहनला रामण्णाच्या ज्या डोळ्यांनी बघितलं त्याच डोळ्यांत मोहनला बघायची इच्छा असल्यासारखी ती धीटपणे रामण्णाकडे बघत राहिली. आनंदानं भरलेला त्याचा चेहरा बघून तीही गालातच हसली. रामण्णा सरसर खाली उतरून आला. त्याला बघतच तिनं उजव्या हातानं दरवाजा उघडायचा प्रयत्न केला. पण कडीच हातात आली नाही.

-२०-

बाहेर वेगानं येणाऱ्या मोटारीचा आवाज.

"मोहन आला." रामण्णा म्हणाला.

"बोलवायला आले असं वाटतं." कुमुद म्हणाली.

मोटारीचा आवाज जवळ आला. हॉर्न ऐकू येत होता. कोणीतरी ओरडलं. एकाएकी ब्रेक लावल्याच्या आवाजानं अंगावरचे केस उभे राहिल्यासारखं झालं. मोटार थांबली. कुमुदनं दरवाजा उघडला.

समोर लोक जमले होते. आवाज न करता शांत उभे होते. एकाएकी लोक बाजूला झाले. कोणीतरी दोन्ही हातांनी काहीतरी उचलून येत होता.

"मोहन आला ना?" रामण्णा गुदमरलेल्या स्वरात बोलला.

कुमुद किंचाळली.

घरापर्यंत आलेला मोहनचा देह घरात न्यायचा की नाही ह्या संशयात त्याला उचलून आणणारा दरवाज्यातच थांबला होता.

■

टू सर, विथ लव्ह

लेखक

ई. आर. ब्रेथवेट

अनुवाद

लीना सोहोनी

मि. ब्रेथवेट, नवे शिक्षक. त्यांनी आपल्या वर्गातील मुलांना शरमेनं मान खाली घालायला लावली. त्यांच्याशी झटापट केली, प्रसंगी कुस्तीसुद्धा खेळली. हळूहळू त्यांच्या जीवनात ज्ञानाचा प्रकाश आणला आणि एक दिवस स्वत:च त्या मुलांवर निरतिशय प्रेम करू लागले.

त्यांच्या वर्गातील गुंडगिरी करणारी, निर्ढावलेली मुलं त्यांना 'सर' म्हणून आदरानं हाक मारू लागली.

त्या मुलांच्या गलिच्छ वस्तीतल्या पोरींना सन्मानानं 'मिस्' म्हणायलाही सरांनीच शिकवलं. त्या मुलांना हात स्वच्छ धुवायला शिकवलं आणि त्याचबरोबर शेक्सपिअरसुद्धा वाचायला शिकवलं.

एका ध्येयानं प्रेरित झालेल्या शिक्षकानं रागाचं, द्वेषाचं, तिरस्काराचं रूपांतर प्रेमात केलं. पौगंडावस्थेतील बंडखोरीचं रूपांतर आत्मविश्वासात केलं. दुसऱ्यांच्या दृष्टिकोनातून विचार कसा करायचा असतो, हे त्या मुलांना शिकवलं.

हा त्यांचा विजय होता. एका शिक्षकाच्या तळमळीचा, विद्यार्थ्यांविषयी वाटणाऱ्या कळकळीचा आणि सर्वांत महत्त्वाचं म्हणजे त्यांच्या प्रेमाचा...